BEGINNING ENGLISH
FOR VIETNAMESE SPEAKERS

HOA'S
BEGINNING
ENGLISH
FOR VIETNAMESE SPEAKERS

HỌC TIẾNG ANH
CẤP I

by
Nguyễn-Đình-Hoà
Southern Illinois University at Carbondale

CHARLES E. TUTTLE COMPANY
Rutland, Vermont & Tokyo, Japan

Representatives

Continental Europe: BOXERBOOKS, INC., *Zurich*

British Isles: PRENTICE-HALL INTERNATIONAL, INC., *London*

Australasia: BOOK WISE (AUSTRALIA) PTY. LTD.
104-108 Sussex Street, Sydney 2000

Canada: HURTIG PUBLISHERS, *Edmonton*

Published by the Charles E. Tuttle Company, Inc.
of Rutland, Vermont & Tokyo, Japan
with editorial offices at
Suido 1-chome, 2-6, Bunkyo-ku, Tokyo, Japan

Copyright in Japan, 1976, by Charles E. Tuttle Co., Inc.

Library of Congress Catalog Card No. 75-34844

International Standard Book No. 0-8048-1194-6

First Tuttle edition, 1976

PRINTED IN JAPAN

Kính tặng hương-hồn thúc-phụ
NGUYỄN - ĐÌNH - LAI
Kính tặng Giáo-sư **CAR JAT**
và các ân-sư khác của tôi suốt
7 năm học ở Trường Bưởi

Đây là quyển sách vỡ lòng soạn riêng cho người Việtnam học tiếng Anh. Cũng như các quyển tiếp theo, quyển này theo những khaohướng mới của khoa ngữhọc ứngdụng và những tiến-triển mới nhất của phươngpháp giảngdạy ngoạingữ nói chung, và Anhngữ nói riêng.

Trước đây, chúng ta học Anhvăn cổđiển qua Phápvăn và qua những bản dịch Anh-Pháp và Pháp-Anh. Ngày nay, nhândân Việtnam cần học thứ tiếng Anh kimthời, qua những câu nhậtdụng thườngđàm của chính người dân bên Anh hay bên Mỹ, rồi trong giaiđoạn sau mới cần tìm học về vănhọc của họ cũng như của người Úc, người Tân Taylan, v.v.

Muốn nói một ngoạingữ, họcviên cần được rènluyện một loạt tậpquán mới, có thể đem vandụng trong một trườnghợp nhấtđịnh nào đó. Mỗi ngônngữ lại có những môthức, hay kiểu, riêng về âmthanh, về từngữ, về cúpháp. Trong bộ sách này, cái mà ta thường gọi là 'ngữpháp', 'vănphạm' hay 'mẹo' của tiếng Anh được trìnhbày theo phươngpháp quinạp -- để ngay trong khi tập nói, tập nghe, họcviên thấmnhuần thứ 'ngữpháp' ấy mà hầu như không biết, chứ không phải chỉ học thuộc lòng những luậtlệ rắcrối và dàidòng về ngữpháp. Hai hoạtđộng nghe và nói cần được chú đặcbiệt, ngõ hầu giúp cho họcviên có một vốn từvựng tốithiểu, nhưng lại quenthuộc với một số tốiđa các kiểu đặt câu. Kỹthuật ônluyện theo phươngpháp thínhthị, giaohoán, v.v. sẽ khiến họcviên có thể phảnứng mau lẹ mỗi khi nghe một câu người khác nói, bằng cách ứngđối gần như theo phảnxạ. Đến cuối họckỳ họcviên -- kể cả các em nhỏ -- nhấtđịnh sẽ không đến nỗi 'vịt nghe sấm' mà trái lại thấy lớp học sinhngữ vừa hàohứng, vừa bổích, vì chính họcviên sẽ ýthức được côngdụng của ngônngữ: là một phươngtiện biểutả và truyềnđạt nhậnthức, ýnghĩ, tưduy cho người khác hiểu, một thựcthể linhđộng và chuyểnbiến, có một chứcnăng rõrệt trong xãhội ngày nay, chứ không phải cái gì khókhan dụng trong các cuốn sách lỗithời.

Sách này gồm có 25 bài. Mỗi bài (sẽ cần dùng ít nhất là sáu giờ tậpluyện) gồm có sáu phần như sau:

Phần A. Những câu cănbản
Phần B. Phátâm
Phần C. Vănphạm
Phần D. Bài tập
Phần E. Chính tả
Phần F. Ngữvựng

Trong Phần A, chúng tôi trìnhbày những câu mà người Anh, người Mỹ thường dùng hàng ngày trong khi nói chuyện. Câu nào cũng ghi ngữđiệu hẳnhọi. Thànhphần của mỗi câu cũng được trìnhbày táchbạch, không phải để khiến họcviên thêm lười, mà trái lại để cho họcviên nhậnthức hai điều cănbản: mỗi từ đọc riêng thì khác mà đặt vào trong một câu thì cách phátâm lại khác (về độ nhấn, về ngữđiệu, v.v.), và ngoài ra, nghĩa từng từ chắp lại không thành nghĩa cả câu được.

(1) Họcviên gấp sách lại, chỉ nghe và nhìn giáosư thôi. Giáosư sẽ đọc từng từ một, từng câu Anhngữ một cho cả lớp đồngthanh nhắc lại, mỗi từ, mỗi câu hai lần, cho đến hết bài. Làm như thế hai lượt.

(2) Họcviên mở sách ra, nhìn vào bài. Giáosư sẽ đọc từng từ, từng câu Anhngữ cho cả lớp đồngthanh nhắc lại, mỗi từ, mỗi câu hai lần cho đến hết bài. Làm như thế hai lượt.

(3) Sau đó, giáosư sẽ lại đọc mỗi từ, mỗi câu trong bài và bắt từng người một nhắc lại.

Hoạtđộng mà chúng tôi vừa pháchọa không ra ngoài mụcđích khiến cho họcviên có cơhội nghe và nói tiếng Anh -- hơn là chỉ đọc (hay nghe) những lời giảng về mẹo tiếng Anh.

Giáosư sẽ tùynghi chia cắt Phần A ra từng khúc nhỏ chiếm vào quãng 30 hoặc 45 phút trong hai, ba buổi học đầu. Càng được nghe và nói nhiều lần, họcviên càng dễ thuộc những câu cănbản, nó giớithiệu các kiểu câu thường thấy nhất trong Anhngữ ngày nay, chứ không phải các câu vănhoa kém phần thựcdụng mà ta chỉ thấy trong tiểuthuyết hoặc kịchbản cổđiển thôi.

Phần B là phần quantrọng đối với bất cứ ai học một ngoạingữ. Mỗi ngônngữ đều có hệthống âmthanh cábiệt của nó, và riêng tiếng Anh có một âmhệ khác hẳn âmhệ tiếng Việt của chúng ta. Vì vậy ta cần phải tập phátâm cho chínhxác. Những kýhiệu dùng trong sách này là để giúp cho họcviên nhớ từng âmvị của tiếng Anh (mẫuâm, tửâm, độ nhấn). Căncứ vào Tựmẫu Ngữâm Quốctế (International Phonetic Alphabet), những âmphụ đó đã được thíchứng vào các tậpquán của chínhtả Việtngữ và các kiểu chữ mà nhà in tại Việtnam có thể sẵn có. Kýhiệu nào cũng có một giátrị nhấtđịnh và cũng đều được các nhà ngữhọc quốctế thừanhận. Vídụ (lấy trong Bài I):

/áy/   eye 'mắt'   I   'tôi'

/báy/   buy 'mua'   by   'bởi'

/sáy/   sigh 'thở dài'

Năm từ trên đều vần với nhau. Thế mà vận đó lại viết năm cách khác hẳn nhau trong chínhtả: -I, -y, -uy, eye và -igh. Nếu phiênâm, ta chỉ cần một kýhiệu duynhất cho vận đó thôi: /-áy/, và mỗi khi trông thấy /-áy/, ta sẽ đọc gần giống như vận -ai của tiếng Việt.

Âmhệ tiếng Anh gồm có những âmvị sau đây:

VIII

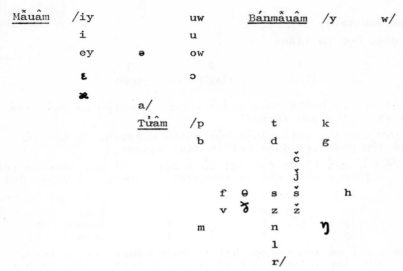

Mẫuâm   /iy   uw   Bánmẫuâm   /y   w/

         i   u

         ey   ə   ow

         ɛ   ɔ

         æ

             a/

             Tửâm   /p   t   k

                    b   d   g

                         č

                         ǰ

         f   θ   s   š   h

         v   ð   z   ž

            m   n   ŋ

                      l

                      r/

Độ nhấn   / ´   ^   `   (ˇ) /

            nhất   nhì   ba   nhẹ

     Mỗi khi một âm nào được trìnhbày, họcviên cũng phải cố đọc thẹo giáosư, bắtchước cho thật hệt, từ cách uốn dọng cho tới điệubộ và nét mặt.

     Khi có hai âm được đốichiếu thì giáosư có thể dùng nhiều cách để luyệntập cho họcviên thấy rõ sự 'tươngphản' của hai âm đó. Vídụ (lấy trong Bài 2):

         1   2

      Tim   team   'anh Tim'   'đội, đoàn'

      dip   deep   'chấm, nhúng'   'sâu'

      lip   leap   'môi'   'nhảy'

     Trước hết, giáosư viết lên bảng và giảng cho họcviên biết hai cột 1 -- âm /i/ -- và 2 -- âm /iy/-- đọc khác nhau và nghĩa khác nhau. Rồi giáosư đọc từng cặp Tim - Tim, Tim - team, v.v., và hỏi họcviên xem hai từ ấy giống nhau hay khác nhau. Sau đó, giáosư đọc từng từ như Tim, deep, leap, dip, team, v.v., rồi hỏi họcviên xem nó thuộc Cột 1 hay Cột 2.

     Sau đó, giáosư dùng ba cột trên bảng, đọc ba tiếng vídụ

         1   2   3

      (Tim)   (Tim)   (team)

rồi hỏi xem có hai âm nào giống nhau. Họcviên trả lời 1 và

2 (one and two).

   Hoặc đọc ba tiếng

1	2	3
(lip)	(leap)	(leap)

rồi hỏi xem có hai âm nào giống nhau: Học viên sẽ phải trả
lời 2 và 3 (two and three).

   Làm như thế nhiều lượt với nhiều học viên, ta sẽ giúp
cho cả lớp phân biệt được hai âm đang so sánh.

   Kế đó, giáo sư sẽ đọc một từ ở Cột 1 rồi bắt học viên (cả
lớp hoặc từng người) cho từ tương đối ở Cột 2, rồi ngược lại.

1	2	1	2
Tim	?	?	leap
dip	?	?	deep
lip	?	?	team

   Sau đó, cả lớp sẽ đọc hai từ cùng hàng: Tim : team,
dip : deep, lip : leap, hay ngược lại: team : Tim, deep :
dip, leap : lip.

   Nghĩa của từng từ, chua bên cạnh, chỉ có mục đích đối
chiếu những cặp âm đối nghịch trong ngữ cảnh yhệt nhau (t__m,
d__p, l__p, v.v.). Vì thế học viên không cần phải học thuộc
những nghĩa ghi trong Phần B.

   Phần C, là phần nói về ngữ pháp tức văn phạm, trình bày
cách cấu tạo từng đoạn, từng câu, hoặc bàn đến cách ghép từ,
đặt câu. Ở đầu phần này, bao giờ cũng có dẫn những câu ví-
dụ lấy ở Phần A và đánh số như trọng đó. Giáo sư sẽ đọc từng
thí dụ cho học viên nhắc theo (cả lớp đồng thanh nhắc theo, rồi
từng người hoặc từng nhóm nhắc lại), rồi giáo sư giảng cho
học viên thấy cấu trúc từng từ, từng câu ra sao. Sau đó, thày
trò lại cùng nhau nhắc lại những ví dụ dẫn thêm bên dưới, ghi
từ (a) trở đi.

   Giáo sư cần lưu ý học viên đến những bảng có từng ô vuông
cho thấy thứ tự của mỗi từ trong câu. Ví dụ: I am never tired
nhưng I never eat bread. (Trạng từ chỉ thời gian never đứng
sau động từ to be, nhưng lại đứng trước các động từ khác.)

   Giáo sư có thể chép lại những kiểu câu như vậy trên bảng
để giúp học viên dễ nhận định ra thứ tự của các từ trong câu
tiếng Anh, khác hẳn trong cú pháp tiếng Việt ta.

   Phần D, gồm các bài tập, cốt luyện cho học viên những
tập quán mới, như đã cắt nghĩa trong mục Văn phạm. Bài tập
không ra ngoài phạm vi rèn luyện một thói quen mới, nên giáo sư
phải làm đi làm lại ngay trong lớp và bằng miệng. Chỉ khi
nào học viên đã thuộc làu rồi và đặt câu không vấp váp nữa thì
giáo sư mới ra bài viết cho học viên về nhà làm lại để giờ học
sau nộp.

Mỗi bài tập đều có thể dùng cho cả lớp, rồi cho từng người, từng nhóm. Nhiều khi, nếu là câu hỏi phải trả lời thì một họcviên A hỏi, một họcviên khác, B, trả lời, xong rồi chính B lại hỏi câu thứ hai để C trả lời, trước khi C hỏi D câu thứ ba, và cứ thế mãi. Nếu là câu xácđịnh đổi ra câu phủđịnh, chẳng hạn, thì cũng một người đọc câu xácđịnh trước khi một người khác đọc câu phủđịnh. Giáosư cùng làm với họcviên một lượt để cho mọi người hiểu rõ phải làm gì, thì đến lượt sau, chính họcviên cứ thay phiên nhau mà tiếp-tục một cách dễdàng. Chỉ cần nhớ là bài tập phải làm ngay trong lớp đã -- và bằng miệng -- để cho mỗi họcviên có dịp nghe và nói tất cả các kiểu câu cần học; sau đó, giáosư hay bắt họ về nhà làm lại để lần sau nộp làm bài viết.

Trong mấy bài đầu, có bài tập tả một hoàncảnh nào đó, rồi để họcviên phải chọn một câu trong số ba hay bốn câu để nói cho đúng vào trườnghợp đó. Cũng có khi những từ trong một câu bị xáotrộn lungtung để họcviên xếpđặt lại cho đúng cách đặt câu của tiếng Anh.

Phần E phụ vào bài tập mà giáosư ra cho họcviên về nhà viết lại. Những câu Chínhtả là lấy trong bài hoặc xếp lại cho hơi khác đi, song điều cốtyếu là soát xem họcviên có nghe hiểu tấtcả những từ mới hoặc câu mới, vừa mới học trong bài hay không. Trước hết, họcviên phải nhắc lại mỗi câu theo giáosư. Thứ nhì, họcviên mới viết xuống sau khi nghe giáosư đọc một lần thứ hai. Và cuối cùng, giáosư đọc một lần thứ ba nữa cho họcviên soát lại.

Giáosư phải đọc tựnhiên, không nhanh quá, nhưng cũng không chậm hẳn lại khiến cho một câu thành ra rờirạc từng từ một. Mỗi câu có ngữđiệu riêng phải theo. Lại có những đoạn như have to không đọc /hæv túw/, mà phải đọc tựnhiên là /hǽftə/. Có thế mới nghiệmxét được xem họcviên nghe có hiểu không, mà hiểu người khác nói là một điều tốiquantrọng khi ta học tiếng nước ngoài. (Lúc chưa chínhtả, giáosư viết lại lên bảng những từ viết khó hay rắcrối, nhưng vẫn phải luônluôn lớn tiếng đọc lên để cho họcviên nghe và lập lại.)

Phần F là phần chót trìnhbày những từ mới trong một bài xếp theo thứtự a, b, c, và có kèm theo cách đọc cùng từ tươngứng trong tiếng Việt. Phần Ngữvựng (hay Từvựng) này để họcviên tracứu mỗi khi ngờngợ về nghĩa của một từ nào, và có ích khi họcviên muốn ôn lại những từ riêngle mới học được. Ngữvựng chung cho cả quyển sách thì ghi ở cuối sách theo thứtự tựmẫu: thấy chua từ nào đã học ở bài nào, ta cứ giở Phần F của bài ấy là thấy ngay.

Tất cả 25 bài trong sách, giáosư có thể chia ra làm năm phần, mỗi phần năm bài, và soạn thêm năm bài học ôn để kiểm-soát từng phần đó.

mùa hè 1975

Nguyễn Đình-Hoà
Giáosư Ngữhọc và Ngoạingữ
Viện Đạihọc Nam Illinois

NHỮNG KÝ-HIỆU THEO ÂM-VỊ

Mẫu-âm

/iy/	« e », be, he, see, eel, bean, team, leap
/i/	thin, Jim, him, sister, ill, bin, Tim, lip
/ey/	day, they, pay kay, aim, tame, came, game
/ɛ/	them, there, dentist, bed, pet, Ted, get
/æ/	hat, after, alphabet, fat, bad, pat, cat, mat
/uw/	who, true, too, room, moon, noon
/u/	look, book, cook, good
/ow/	Poe, tow, bow, dough, go, boat, home, bone, coat
/ɔ/	saw, raw, law, autumn, august, dog, fought, bought
/ə/	sofa, banana, papaya, ago, alone, alive, about, allow
/a/	car, part, smart, garden, art

Nhị-trùng-âm

/ɔy/	oil, noise, boy, toil, coin, coy, toy
/aw/	hour, out, cow, about, how, now, bow, house
/ay/	eye, I, sigh, my, tie, lie, sky, high

Tử-âm

/p/	paw, pet, map, top, stop, drip, soup
/t/	tea, tie, toy, cat, mat, net, get
/k/	cat, cook, come, book, neck, luck
/b/	book, boy, body, bob, mob, bil, crib
/d/	dog, do, down, bed
/g/	go, get, game, dog, pig
/č/	chair, chalk, much, rich
/ǰ/	Jim, John, judge, village
/f/	far, fine, five, roof, cough
/v/	very, vacation, village, vegetables
/θ/	thin, thick, bath, path, tooth, teeth
/ð/	this, that, these, those, there, then, bathe, clothing
/s/	so, see, hiss, this, kiss, nice
/z/	zoo, zebra, zero, his, these, sneeze, breeze, rise
/š/	shoe, shop, shade, brush, ash, fish, wash, issue
/ž/	measure, rouge, garage, pleasure
/h/	hat, hen, who, when, what, why
/m/	man, mat, me, my, mine, game, ham, lamb
/n/	not, knee, now, no, know, moan, can, tin
/ŋ/	hang, song, long, sing, lung, evening
/l/	law, let, live, ill, meal, all, hill
/r/	red, raw, rice, right, far, car, roar.

MỤC - LỤC

UNIT ONE
BÀI MỘT ❙

Greetings — Useful Phrases
Những câu chào hỏi xã-giao hàng ngày

A. BASIC SENTENCES	NHỮNG CÂU CĂN-BẢN
good	tốt
morning	buổi sáng
1. Good morning.	Chào ông [hay bà, cô, anh, v.v...]
afternoon	buổi chiều
2. Good afternoon.	Chào ông [hay bà, cô, anh, v.v...]
teacher	cô giáo, thày giáo, giáo-sư
3. Good morning, teacher.	Chào thày ạ. [Chào cô ạ.]

GOOD MORNING, TEACHER	**GOOD AFTERNOON, TEACHER**
4. Good afternoon, teacher.	Chào thày ạ. [Chào cô ạ.]
how	thế nào
are	là [động-từ **to be**]
you	ông, bà, cô, anh, v.v...
5. How are you ?	Anh mạnh không ? [Anh thế nào?]
today	hôm nay

I

6. <u>How are you today ?</u> Hôm nay anh mạnh không ?
      fine   tốt, mạnh, đẹp
      to thank   cám ơn
7 <u>Fine, thank you.</u> Cám ơn anh, tôi mạnh.
      and   và, còn
8. <u>And how are you ?</u> Còn anh thế nào ?
      I   tôi
      am   là [động-từ **to be**]
9 <u>I am fine, thank you.</u> Tôi mạnh, cám ơn anh.
9a. <u>I'm fine, thank you</u> Tôi mạnh, cám ơn anh.
      who   ai
10. <u>Who are you ?</u> Ông là ai ?
      the   người
11 <u>I am the teacher.</u> Tôi là thày giáo.
11a. <u>I'm the teacher.</u> Tôi là thày giáo.
      a   một
      student   học-sinh
12. <u>I am a student</u> Tôi là một người học-sinh.
12a. <u>I'm a student.</u> Tôi là một người học-sinh.
      what   cái gì
      is   là [động-từ **to be**]
      your   của anh
      name   tên
13. <u>What is your name ?</u> Tên anh là gì ?
13a. <u>What's your name ?</u> Tên anh là gì ?
      my   của tôi
14. <u>My name is Ba.</u> Tên tôi là Ba.
14a. <u>My name's Ba.</u> Tên tôi là Ba.
      Mr.   ông
      Mr Ngọc   ông Ngọc

2

MY NAME IS BA

MY NAME IS LOAN

15.	*Who is Mr. Ngọc?*	Ông Ngọc là ai ?
16.	*Mr. Ngọc is the teacher.*	Ông Ngọc là giáo-sư (ở đây).
17.	*Who is the teacher ?*	Giáo-sư là ai đấy ?
18.	*Mr. Ngọc is the teacher.*	Giáo-sư là ông Ngọc.
19.	*Who is your teacher ?*	Ai dạy anh ? [giáo-sư của anh là ai ?]
20.	*Mr. Ngọc is my teacher.*	Ông Ngọc là thầy giáo tôi.
21.	*My teacher is Mr. Ngọc.*	Thầy giáo tôi là ông Ngọc.
22.	*Who is your student ?*	Học-trò anh là ai ?
23.	*Ba is my student.*	Học-trò tôi là anh Ba.

Miss   cô

24.	*Who is Miss Tâm ?*	Cô Tâm là ai ?
25.	*Miss Tâm is my teacher.*	Cô Tâm là cô giáo tôi.
26.	*Loan is my student.*	Chị Loan là học-trò tôi.
27	*How is your teacher ?*	Thầy giáo anh mạnh không ?
28.	*My teacher is fine.*	Thầy giáo tôi mạnh.

Mrs.   bà

29	*How is Mrs. Ngọc ?*	Bà Ngọc có mạnh không ?
30.	*Mrs. Ngọc is fine.*	Bà Ngọc mạnh.

3

B. PRONUNCIATION   PHÁT-ÂM *

1. Độ Nhấn.

Dấu sắc là ký-hiệu để chỉ độ nhấn mạnh nhất. Những tiếng một vần đọc riêng bao giờ cũng có độ nhấn mạnh nhất.

good	/gúd/	*who*	/húw/
how	/háw/	*the*	/ðə́/
are	/ár/	*a*	/ə/
you	/yúw/	*what*	/hwɔ́t/
fine	/fáyn/	*is*	/íz/
thank	/θǽŋk/	*your*	/yúwr/
and	/ǽnd/	*name*	/néym/
I	/áy/	*my*	/máy/

Sau đây là những tiếng hai vần nhấn không bằng nhau :

morning	/mɔ́rniŋ/	*thank you*	/θǽŋk yuw/
teacher	/tíyčər/	*student*	/styúwdənt/

2. Ngữ-Điệu 231.

Đối với ta, giọng nói tiếng Anh nghe như hát, vì nó lên bổng xuống trầm. Nếu giọng nói chia ra bốn bậc cao, thấp, đánh số từ 1 đến 4, thì những câu nói thường (khẳng-định) hoặc những câu hỏi (nghi-vấn) có vấn-từ *how* ' thế nào ? ', *who* ' ai ? ', *what* ' cái gì ? ', v.v... đứng đầu, sẽ theo ngữ-điệu 231, nghĩa là giọng nói bắt đầu ở bậc 2, lên cao đến bậc 3, rồi cuối câu tụt xuống bậc 1 trước khi im bặt.

Thí-dụ :

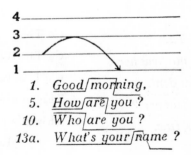

1. <u>Good</u>/mor/ning,
5. <u>How</u>/are/you ?
10. <u>Who</u>/are you ?
13a. What's your/name ?

---

* Học-sinh không cần phải nhớ nghĩa những thí-dụ kể trong mục PHÁT-ÂM.

3. Vận /-ay/ như trong hai tiếng *I*, *my*.

I	/áy/	*buy*	/báy/
eye	/áy/	*sigh*	/sáy/
pie	/pay/	*lie*	/láy/
tie	/táy/	*my*	/máy/
guy	/gáy/	*high*	/háy/
die	/dáy/	*shy*	/šáy/

4. Vận /-aw/ như trong tiếng *how*.

cow	/káw/	*mow*	/máw/
bow	/báw/	*now*	/náw/
sow	/sáw/	*row*	/ráw/
how	/háw/	*vow*	/váw/

5. Vận /-ayn/ như trong tiếng *fine*.

pine	/páyn/	*line*	/láyn/
dine	/dáyn/	*mine*	/máyn/
fine	/fáyn/	*nine*	/náyn/
vine	/váyn/	*Rhine*	/ráyn/

6. Vận /-eym/ như trong tiếng *name*.

aim	/éym/	*fame*	/féym/
tame	/téym/	*same*	/séym/
came	/kéym/	*lame*	/léym/
game	/géym/	*name*	/néym/

C. GRAMMAR   VĂN-PHẠM

1.1. Những câu chào hỏi.

Câu số 1 trong bài là để chào người ta về buổi sáng, còn câu số 2 trong bài là để chào người ta về buổi chiều.

1. Good morning.	Chào ông [hay bà, cô, anh, v.v...]
2. Good afternoon.	Chào ông [hay bà, cô, anh, v.v...]

Trong tiếng Anh, ta không phải nói rõ 'ông, bà, cô, anh, v.v...' như trong tiếng Việt. Tuy nhiên, câu số 3 và số 4 rõ-ràng là nói với giáo-sư :

3. Good morning, teacher.	Chào thầy ạ.
4. Good afternoon, teacher.	Chào thày ạ.

1.2. Động-từ to be.

Ta thấy động-từ *to be* có nhiều thể khác nhau, như trong những câu :

12. I am a student.	Tôi là một người học-sinh.
5. How are you ?	Anh mạnh không ?
14. My name is Ba.	Tên tôi là Ba.

Thể *am* được dùng khi nào chủ-từ là ngôi thứ nhất số ít.

Thể *are* được dùng khi nào chủ-từ là ngôi thứ nhì (số ít hay số nhiều).

Còn thể *is* được dùng khi nào chủ-từ là ngôi thứ ba số ít.

Khi nói chuyện bình-thường câu *I am* /ay æm/ đọc tắt thành *I'm* /aym/, như trong câu số 9a, 11a, 12a.

Còn tiếng *is* thì trong bài này có hai cách đọc : /s/ trong câu 13a, và /z/ trong câu 14a. *What 's...?* /hwət iz/ đọc tắt là *What's ?...* /hwəts/. *My name is...* /may néym iz/ đọc tắt là *My name's...* /may néymz/.

1.3. The và a.

Trong câu :

12. I am a student.	Tôi là một người học-sinh.

mạo-từ *a* được dùng trước danh-từ *student* là mạo-từ bất-định. Nghĩa là, không chỉ rõ người học-sinh nào nhất định mà chỉ nói một người học-sinh trong số rất đông học-sinh.

Thí-dụ khác :

a teacher	một giáo-sư
a name	một cái tên

6

Trái lại, mạo-từ *the* trong câu :

15. *Mr. Ngọc is the teacher.*

có nghĩa là ' Ông Ngọc là giáo-sư dạy chúng tôi ở đây ', ' ông Ngọc là giáo-sư mà lúc nãy ta đã nói chuyện đến '. Vì *the teacher* trong câu này chỉ rõ-ràng một ông giáo-sư nào đó, nên mạo-từ *the* gọi là mạo-từ định.

1. 4. Your và my.

Hình-dung-từ sở-hữu *my* ' của tôi ' và *your* ' của anh ' được đặt trước danh-từ mà nó định-nghĩa. Thí-dụ :

my teacher	' thày giáo tôi '
my student	' học trò tôi '
my name	' tên tôi '
your teacher	' thày giáo anh, (chị, v.v...)'
your student	' học trò ông (bà, v.v...)'

1. 5. Vấn-từ How, What, Who.

How	*are*	*you ?*			
		I	*am*		*fine.*
Who	*are*	*you ?*			
		I	*am*	*the*	*teacher.*
		I	*am*	*a*	*student.*
What	*is*	*your name?*			
		My name	*is*		*Ba.*
Who	*is*	*Mr. Ngọc ?*			
		Mr. Ngọc	*is*	*the*	*teacher.*
		Mr. Ngọc	*is*	*my*	*teacher.*
		Ba	*is*	*my*	*teacher.*

7

Trong những câu hỏi có vấn từ (*How, What, Who*, v.v...) tức là những câu theo ngữ-điệu 231 (xem Phát-Âm, điểm 2), vấn-từ đặt lên đầu câu. Thí dụ :

5.	*How are you ?*	*Thế nào* anh ? — Anh mạnh khỏe thế nào ?
10.	*Who are you ?*	*Ai* là anh ? — Anh là ai ?
13.	*What is your name ?*	*Cái gì* là tên anh ? — Tên anh là gì ?

Thêm thí-dụ :

	How is the teacher ?	Thầy giáo có mạnh (có đỡ) không ?
	How is my teacher ?	Thầy giáo tôi có mạnh không ?
27.	*How is your teacher ?*	Thầy giáo anh có mạnh không ?
28.	*My teacher is fine.*	Thầy giáo tôi mạnh.
	How is the student ?	Người học-sinh có mạnh không ?
	How is my student ?	Người học-trò của tôi có mạnh không ?
	How is your student ?	Người học-trò của anh có mạnh không ?
	How is Ba ?	Anh Ba thế nào ?
29.	*How is Mr. Ngọc ?*	Ông Ngọc thế nào ?
30.	*Mr. Ngọc is fine.*	Ông Ngọc cũng khỏe.
	How is Miss Tâm ?	Cô Tâm có mạnh không ?
	How is Loan ?	Chị Loan thế nào ?
	Who is my teacher ?	Thầy giáo tôi là ai ? (Ai dậy tôi ?)
19.	*Who is your teacher ?*	Thầy giáo anh là ai ? (Ai dậy anh ?)
17.	*Who is the teacher ?*	Ông giáo này là ai ?
15.	*Who is Mr. Ngọc ?*	Ông Ngọc là ai ?
20.	*Mr. Ngọc is my teacher.*	Ông Ngọc là giáo-sư của tôi.
	Who is Ba ?	Anh Ba là ai ?
23.	*Ba is my student.*	Anh Ba là học-trò tôi.
24.	*Who is Miss Tâm ?*	Cô Tâm là ai ?
25.	*Miss Tâm is my teacher.*	Cô Tâm là cô giáo tôi.

Who is Loan ?	Chị Loan là ai ?
26. *Loan is my student.*	Chị Loan là học-trò tôi.

1.6. Cách gọi.

Tiếng *Mr.* ' Ông ' (bao giờ cũng viết hoa chữ đầu và có dấu chấm ở sau) đọc là /mistər/.

Tiếng *Mrs.* ' Bà ' (viết hoa chữ đầu và có dấu chấm ở sau) đọc là /misəz/.

Tiếng *Miss* ' Cô ' (bao giờ cũng viết hoa chữ đầu) đọc là /mis/.

Sau hai tiếng *Mr.*, *Mrs.* và *Miss*, người Anh hay người Mỹ đều dùng họ của một người, thí-dụ : *Mr. Brown* 'ông Brown', *Miss Green* ' Cô Green', *Mrs. Lane* ' Bà Lane'.

Tuy vậy, trong trường-hợp tên họ của người Việt, thì người Anh, người Mỹ quen dùng tên không, hoặc cả họ lẫn chữ đệm và tên : *Mr. Ngọc* hay *Mr. Nguyễn-Văn-Ngọc.* Nếu thật thân thì người Anh, người Mỹ dùng tên không thôi, không có *Mr* hay *Miss* ở đằng trước : *Ba* 'anh Ba', *Loan* ' chị Loan'.

D. EXERCISES   BÀI TẬP

1. *Good morning,*	— GOOD MORNING.
Good morning, teacher	— GOOD MORNING. TEACHER.
Good morning, Mr. Ngọc.	— GOOD MORNING, MR. NGỌC
Good morning, Miss Tâm.	— GOOD MORNING. MISS TÂM.
Good morning, Miss Loan.	— GOOD MORNING, MISS LOAN.
Good morning, Mr. Brown.	— GOOD MORNING, MR. BROWN.
Good morning, Miss Green.	— GOOD MORNING, MISS GREEN.
2. *Good afternoon.*	— GOOD AFTERNOON.
Good afternoon, teacher.	— GOOD AFTERNOON, TEACHER.
Good afternoon, Mr. Ba.	— GOOD AFTERNOON, MR. BA.
Good afternoon, Mr. Ngọc.	— GOOD AFTERNOON, MR. NGỌC.
Good afternoon, Miss Tâm.	— GOOD AFTERNOON, MISS TÂM.
Good afternoon, Miss Loan.	— GOOD AFTERNOON, MISS LOAN.

Good afternoon, Mr. Brown.	— GOOD AFTERNOON, MR. BROWN.
Good afternoon, Miss Green.	— GOOD AFTERNOON, MISS GREEN.
3. *How are you ?*	— FINE, THANK YOU AND HOW ARE YOU ?
How are you today ?	— I AM FINE, THANK YOU AND HOW ARE YOU ?
	— I'M FINE. THANK YOU AND HOW ARE YOU ?
4. *Who are you ?*	— I AM A STUDENT.
	— I'M A STUDENT.
Who am I ?	— YOU ARE THE TEACHER.
Who is Mr. Ngọc ?	— MR. NGỌC IS THE TEACHER.
	— MR. NGỌC IS MY TEACHER.
Who is Ba ?	— BA IS MY STUDENT.
Who is Miss Tâm ?	— MISS TÂM IS MY TEACHER.
Who is Loan ?	— LOAN IS MY STUDENT.

Trong câu *Who am I ?* 'ai là tôi ?', 'tôi là ai ?', chủ-từ (tức đại-danh-từ *I* 'tôi') đứng sau động-từ *am*.

Những câu sau cũng vậy : động-từ *is* đứng trước những chủ-từ *Mr. Ngọc, Ba, Miss Tâm, Loan*.

5. *What is your name ?*	— MY NAME IS BA.
What's your name ?	— MY NAME'S BA.
What is your name ?	— MY NAME IS NGỌC.
What's your name ?	— MY NAME'S NGỌC.
What is your name ?	— MY NAME IS TÂM.
What's your name ?	— MY NAME'S TÂM.
What is your name ?	— MY NAME IS LOAN.
What's your name ?	— MY NAME'S LOAN.
What is your name ?	— MY NAME IS BROWN.
What's your name ?	— MY NAME'S BROWN.

What is your name ?	— MY NAME IS GREEN.
What's your name ?	— MY NAME'S GREEN.
6. *How is the teacher ?*	— THE TEACHER IS FINE.
How is my teacher ?	— YOUR TEACHER IS FINE.
How is your teacher ?	— MY TEACHER'S FINE.
How is the student ?	— THE STUDENT IS FINE.
How is my student ?	— YOUR STUDENT IS FINE.
How is your student ?	— MY STUDENT IS FINE.
How is Ba ?	— BA IS FINE.
How is Mr. Ngọc ?	— MR. NGỌC IS FINE.
How is Miss Tâm ?	— MISS TÂM IS FINE.
How is Loan ?	— LOAN IS FINE.

7. Gặp người Anh hay người Mỹ vào quãng 2 giờ chiều, ta nói :

    a. *Good morning.*

    b. *Good afternoon.✗*

    c. *Fine, thank you.*

8. Người ấy chào lại và hỏi ta có mạnh không. Ta trả lời :

    a. *I'm fine, thank you.✗*

    b. *How are you today ?*

    c. *And how are you ?*

9. Người ấy hỏi giáo-sư : 'Ông là ai ?' Giáo-sư trả lời :

    a, *I'm the teacher.*

    b. *Who is your student✗*

    c. *My teacher is fine.*

10. Người ấy hỏi : 'Ông Ngọc là ai ?' Ta trả lời :

    a. *Mr. Ngọc is fine.*

    b. *Miss Tâm is my student.*

    c. *Mr. Ngọc is my teacher.✗*

11. Có người hỏi anh Ba tên anh là gì. Anh trả lời :

  a. I'm a student.

  b. Who's your teacher ?

  c. My name's Ba.

12. Xếp lại những câu sau đây :

  a. today you are how ?

  b. student am I a

  c. name your is what ?

  d. Mr. Ngọc is who ?

  e. my Tâm miss is teacher.

E. DICTATION   CHÍNH-TẢ

1. Student : *Good morning, teacher.*

  Teacher : *Good morning. How are you today?*

  Student : *Fine, thank you. And how are you ?*

  Teacher : *I'm fine, thank you.*

2. Ba   : *Who are you ?*

  Teacher : *I'm the teacher. And who are you ?*

  Ba   : *I'm a student.*

  Teacher : *What's your name ?*

  Ba   : *My name's Ba.*

3. Teacher : *Who's Mr. Ngọc ?*

  Ba   : *Mr. Ngọc is my teacher.*

  Teacher : *Who's your teacher ?*

  Loan : *Miss Tâm is my teacher.*

  Teacher : *How's your teacher ?*

  Loan : *My teacher is fine. Thank you.*

F. VOCABULARY

NGỮ-VỰNG

a	/ɔ/	một
afternoon	/æftərnúwn/	buổi chiều
am	/ǽm/	là [động-từ **to be**]
and	/ǽnd/	và, còn
are	/ár/	là [động-từ **to be**]
fine	/fáyn/	tốt, mạnh, đẹp
good	/gúd/	tốt
how	/háw/	thể nào
I	/áy/	tôi
is	/íz/	là [động-từ **to be**]
Miss	/mís/	cô
morning	/mɔ́rniŋ/	buổi sáng
Mr.	/místər/	ông
Mrs.	/mísəz/	bà
my	/máy/	của bà
name	/néym/	tên
student	/styúwdənt/	học-sinh
teacher	/tíyčər/	thầy giáo
to thank	/tə θǽŋk/	cám ơn
the	/ðɔ́/	người
today	/tədéy/	hôm nay
what	/hwɔ́t/	cái gì
who	/húw/	ai
you	/yúw/	ông, bà, cô, anh, v.v...
your	/yúr/	của anh

13

2 UNIT TWO
BÀI HAI

Give me this — Show me that
Những câu hỏi, câu xin

A. BASIC SENTENCES	NHỮNG CÂU CĂN-BẢN
1. *Good ⌐morning, Mr. Ngọc.*	Chào ông Ngọc.
2. *How ⌐are⌐ you ?*	Ông mạnh chứ ạ ?
very	rất
well	mạnh khỏe
3. *Very ⌐well, thank ⌐you.*	Khỏe lắm, cám ơn anh.
4. *How are ⌐you ?*	Còn anh thế nào ?
5. *I'm ⌐fine, thank ⌐you.*	Thưa ông, tôi mạnh, cám ơn ông.
this	cái này
6. *What's ⌐this ?*	Cái gì đây ?
it	nó
book	sách

A BOOK

A PIECE OF CHALK

7. *It is a ⌐book.*	Đây là (một) quyển sách.
7a. *It's a ⌐book.*	Dây là (một) quyển sách.
blackboard	bảng đen

14

8. It's a blackboard.   Đây là (một) cái bảng đen

   piece (of)   miếng...

   chalk   phấn

9. This is a piece of chalk.   Đây là một cục phấn.

   that   cái ấy

10. What's that ?   Cái gì đấy ?

    paper   giấy

11. That is a piece of paper.   Đấy là một mảnh giấy.

11a. That's a piece of paper   Đấy là một mảnh giấy.

    pen   bút mực, viết

12. This is a pen.   Đây là một cái bút.

    'pencil   bút chì, viết chì

13. This is a pencil.   Đây là cái bút chì.

A PENCIL

INK

    me   tôi [túc-từ]

    to give   cho

14. Give me a pen.   Cho tôi (một) cái bút

    please   làm ơn

15. Give me a pen, please.   Anh làm ơn cho tôi cái bút.

16. Give me a pencil.   Cho tôi (một) cái bút chì.

15

17. *Give me a /pencil, please.*   Anh làm ơn cho tôi một bút chì.
18. *Thank ⌐ you.*   Cám ơn anh.
        welcome   được hoan-nghênh
19. *You are /welcome.*   Không dám ạ, (không có chi.)
19a. *You're /welcome.*   Không dám ạ. (không có chi.)
        to show   chỉ cho xem
        table   bàn
20. *Show me a /table.*   Chỉ cho tôi một cái bàn.
        desk   bàn viết
21 *Show me a /desk, please.*   Anh làm ơn chỉ cho tôi một cái bàn viết.
22. *Give me a piece of /chalk.*   Cho tôi một cục phấn.
        chair   ghế
23. *Give me a /chair, please.*   Anh làm ơn cho tôi một cái ghế.
        bench   ghế dài

A BENCH

A CHAIR

24. *Give me a /bench.*   Cho tôi một cái ghế dài.
25. *Give me a piece of /paper,*   Anh làm ơn cho tôi một mảnh
    please.   giấy
        to pass   đưa
        ink   mực
26. *Pass me the /ink*   Đưa cho tôi mực.

16

27. *Pass me the ink. please.*   Anh làm ơn cho tôi xin mực.

    here   đây, ở đây

28. *Here you are.*   Đây ạ.

    much   nhiều

29. *Thank you very much.*   Cám ơn anh nhiều lắm.

30. *You re welcome*   Không dám ạ.

31. *Good bye.*   Chào thầy ạ.

B. PRONUNCIATION   PHÁT-ÂM

1. Điệu nhấn.

morning	/mɔ́rniŋ/	monkey	/mə́ŋkiy/
teacher	/tíyčər/	woman	/wúmən/
student	/styúwdənt/	lesson	/lέsən/
paper	/péypər/	classroom	/klǽsruwm/
pencil	/pέnsəl/	welcome	/wέlkəm/

2. Âm /i/.

in	/ín/	it	/ít/
pin	/pín/	pit	/pít/
tin	/tín/	tit	/tít/
kin	/kín/	kit	/kít/
din	/dín/	fit	/fít/
bin	/bín/	bit	/bít/
sin	/sín/	sit	/sít/
fin	/fín/	hit	/hít/

3. Âm /iy/.

« e »	/íy/	me	/míy/
pea	/píy/	knee	/níy/
tea	/tíy/	he	/híy/

key	/kíy/	« v »	/víy/
« d »	/díy/	lee	/líy/
be	/bíy/	« z »	/zíy/
fee	/fíy/	« g »	/jíy/

4.   **Phân-biệt âm /i/ và âm /iy/ đằng trước /m/ và /p/.**

Tim	/tím/	anh Tim	team	/tíym/	đội, đoàn
dim	/dím/	lờ-mờ	deem	/díym/	cho rằng
limb	/lím/	chi	beam	/bíym/	tia
him	/hím/	anh ấy	seem	/síym/	hình như
dip	/díp/	chấm	deep	/díyp/	sâu
sip	/síp/	nhấp	seep	/síyp/	ngắm, thắm
hip	/híp/	hông	heap	/híyp/	đống
lip	/líp/	mỏi	leap	/líyp/	nhảy
nip	/níp/	bắt chặn	neap	/níyp/	nước triều xuống

5.

	/t/			/θ/			/s/	
tin	/tín/	thiếc	thin	/θín/	mỏng	sin	/sín/	tội lỗi
tie	/táy/	ca-vát	thigh	/θáy/	đùi	sigh	/sáy/	thở dài
tick	/tík/	kêu tích tắc	thick	/θík/	dày	sick	/sík/	ốm, đau
team	/tíym/	đội, đoàn	theme	/θíym/	bài làm	seem	/síym/	hình như
tank	/tǽŋk/	xe tăng	thank	/θǽŋk/	cám ơn	sank	/sǽŋk/	bị đắm
taught	/tɔt/	đã dạy	thought	/θɔt/	đã tưởng	sought	/sɔt/	đã tìm kiếm

I think so.	Tôi nghĩ vậy.
I thought so.	Tôi tưởng (lầm là) thế.
Think of something.	Hãy nghĩ tới cái gì.
I see my thumb.	Tôi thấy ngón tay cái của tôi.
Son hit his thumb.	Em bé đập trúng ngón tay cái.
My teacher taught.	Giáo-sư tôi đã dạy.
My teacher thought.	Giáo-sư tôi suy-nghĩ.
Thank you, Tim.	Cám ơn, anh Tim.

Tim is thin   Anh Tim gầy (ốm).
Tom says « Thank you. »   Tom nói « Cám ơn ông ».

C. GRAMMAR   VĂN-PHẠM

2. 1. This và that.

What's	this ?		
	This	*is*	*a book.*
What's	**that ?**		
	That	*is*	*a piece of paper.*

Đại-danh-từ *this* chỉ cái gì gần người ta, còn *that* chỉ cái gì ở xa. *This* có nghĩa là « cái này » còn *that* có nghĩa là « cái ấy, cái đó, cái kia ».

2. 2. Hỏi hay xin.

Give	*me*	*a pen.*	
Show	*me*	*a table.*	
Pass	*me*	*the ink,*	**please**

Khi muốn nhờ người khác làm cái gì thì dùng động-từ không có *to* đằng trước. Những câu « sai khiến » như vậy đều có ngữ-điệu 231 (Bài 1, Phát-âm, Điều 2).

14. *Give me a pen.*   Cho tôi một cái bút.
16. *Give me a pencil.*   Cho tôi một cái bút chì.
20. *Show me a table.*   Chỉ cho tôi một cái bàn.
22. *Give me a piece of chalk.*   Cho tôi một cục phấn.
26. *Pass me the ink.*   Đưa cho tôi mực.

19

2. 3. Làm ơn và cám ơn

Muốn khẩn-khoản yêu-cầu người ta cái gì thì thêm tiếng *please* cho có lễ phép :

15. *Give me a pen, please.*	Anh làm ơn cho tôi cái bút.
17. *Give me a pencil, please.*	Anh làm ơn cho tôi cái bút chì.
21. *Show me a desk, please.*	Anh làm ơn chỉ cho tôi một cái bàn viết.
23. *Give me a chair, please.*	Anh làm ơn cho tôi một cái ghế.
27. *Pass me the ink, please.*	Anh làm ơn cho tôi xin mực.

Và khi người ta cám ơn mình, thì mình nói :

19. *You are welcome.*	Không dám ạ. Không có chi.

hoặc

30. *You're welcome.*	Không dám ạ. Không có chi.

nghĩa đen là « Tôi hoan-nghênh anh, tôi săn lòng làm giúp anh, chứ không có gì đáng kể mà ơn với huệ ».

2. 4. Chủ-từ và túc-từ.

Trong câu *I am fine, I* là chủ-từ, nghĩa là chỉ người chủ-động làm cái gì. Còn trong câu 14 chẳng hạn, việc « cho » là do người khác mình yêu-cầu làm, nên « tôi » (túc-từ) thành ra *me* :

14. *Give me a pen.*	Cho tôi cái bút.
16. *Give me a pencil.*	Cho tôi cái bút chì.
20. *Show me a table.*	Chỉ cho tôi một cái bàn.
26. *Pass me the ink.*	Đưa cho tôi mực.

« tôi »	chủ-từ **I**
	túc-từ me

2. 5. Đây ạ. — Khi đưa cho người ta cái gì thì nói *Here you are.*

2. 6. It. Đại-danh-từ *it* chỉ vật vô-tri hay động-vật nhỏ.

2. 7. Thể rút ngắn. Chú ý những thể rút ngắn như :

what's	< *what is*	trong câu	6. *What's this ?*
that's	< *that is*	trong câu	11a. *That's a piece of paper.*

I'm	< I am	trong câu	I'm fine, thank you (Bài 1).
it's	< it is	trong câu	7a. It's a book.
you're	< you are	trong câu	30. You're welcome.
my name's	< my name is	trong câu	My name's Ba (Bài 1).
who's	< who is	trong câu	Who's your teacher ? (Bài 1).
how's	< how is	trong câu	How's your teacher ? (Bài 1).

D. EXERCISES

BÀI TẬP

1. Nhắc lại theo giáo-sư.

Good morning.
Good afternoon.
Good morning, teacher.
Good afternoon, teacher.
What's this ?

GOOD MORNING.
GOOD AFTERNOON.
GOOD MORNING, TEACHER.
GOOD AFTERNOON, TEACHER.
WHAT'S THIS ?

2. Nhắc lại theo giáo-sư.

(1) A book.
It is a book.
It's a book.
This is the book.
That is the book.
That's the book.

A BOOK.
IT IS A BOOK.
IT'S A BOOK.
THIS IS THE BOOK.
THAT IS THE BOOK.
THAT'S THE BOOK.

(2) A blackboard.
It is a blackboard.
It's a blackboard.
This is the blackboard.
That is a blackboard.
That's a blackboard.

A BLACKBOARD.
IT IS A BLACKBOARD.
IT'S A BLACKBOARD.
THIS IS THE BLACKBOARD.
THAT IS A BLACKBOARD.
THAT'S A BLACKBOARD.

(3) A piece of chalk.
It is a piece of chalk.
It's a piece of chalk.

A PIECE OF CHALK.
IT IS A PIECE OF CHALK.
IT'S A PIECE OF CHALK.

This is a piece of chalk.	THIS IS A PIECE OF CHALK.
That is a piece of chalk.	THAT IS A PIECE OF CHALK.
That's a piece of chalk.	THAT'S A PIECE OF CHALK.

(4) *A piece of paper.*   A PIECE OF PAPER.
    It is a piece of paper.   IT IS A PIECE OF PAPER.
    It's a piece of paper.   IT'S A PIECE OF PAPER.
    This is a piece of paper.   THIS IS A PIECE OF PAPER.
    That is a piece of paper.   THAT IS A PIECE OF PAPER.
    That's a piece of paper.   THAT'S A PIECE OF PAPER.

(5) *A pen*   A PEN.
    It is a pen.   IT IS A PEN.
    It's a pen.   IT'S A PEN.
    This is a pen.   THIS IS A PEN.
    That is a pen.   THAT IS A PEN.
    That's a pen.   THAT'S A PEN.

(6) *A pencil.*   A PENCIL.
    It is a pencil.   IT IS A PENCIL.
    It's a pencil.   IT'S A PENCIL.
    This is a pencil.   THIS IS A PENCIL.
    That is a pencil.   THAT IS A PENCIL.
    That's a pencil.   THAT'S A PENCIL.

3. Nhắc lại theo giáo-sư hai lần, lần thứ nhì thêm tiếng **please** :

Give me a book.   GIVE ME A BOOK.
                  GIVE ME A BOOK, PLEASE.

Give me a pen.   GIVE ME A PEN.
                  GIVE ME A PEN, PLEASE.

Give me a pencil.   GIVE ME A PENCIL.
                  GIVE ME A PENCIL, PLEASE.

Give me a desk.   GIVE ME A DESK.
                  GIVE ME A DESK, PLEASE.

Give me a chair.	GIVE ME A CHAIR.
	GIVE ME A CHAIR, PLEASE.
Give me a bench.	GIVE ME A BENCH.
	GIVE ME A BENCH, PLEASE.
Give me a piece of paper.	GIVE ME A PIECE OF PAPER.
	GIVE ME A PIECE OF PAPER, PLEASE.
Give me a piece of chalk.	GIVE ME A PIECE OF CHALK.
	GIVE ME A PIECE OF CHALK, PLEASE.
Give me your name.	GIVE ME YOUR NAME.
	GIVE ME YOUR NAME, PLEASE.
Show me your book.	SHOW ME YOUR BOOK.
	SHOW ME YOUR BOOK, PLEASE.
Pass me the ink.	PASS ME THE INK.
	PASS ME THE INK, PLEASE.
Pass me a pencil.	PASS ME A PENCIL.
	PASS ME A PENCIL, PLEASE.
Pass me a pen.	PASS ME A PEN.
	PASS ME A PEN, PLEASE.

4. Một học-sinh yêu-cầu cái gì. Học-sinh thứ hai nói « *Here you are* ». Học-sinh thứ nhất nói « *Thank you very much* ». Học-sinh thứ hai nói « *You're welcome* ».

Give me a book.	HERE YOU ARE.
	THANK YOU VERY MUCH.
	YOU'RE WELCOME.

Give me your book.
Give me a pen.
Give me your pen.
Give me a pencil.
Give me your pencil.
Show me your desk.
Give me a piece of chalk.
Give me a piece of paper.
Pass me the ink.
Pass me a pen.
Pass me a pencil.

23

Pass me a piece of chalk.
Pass me a piece of paper.

5. Ông Ngọc hỏi ta cái vật ta đang cầm trong tay là cái gì. Ta trả lời :

    a. It's a blackboard.

    b. It's a book.

    c. Give me a piece of chalk.

6. « Đây là cục phần, còn đây là tờ giấy. »

    a. This is a piece of paper, and that's a piece of chalk.

    b. This is a pencil, and that's a pen.

    c. This is a piece of chalk, and that's a piece of paper.

7. Ta hỏi xin một cái bút chì, ta nói :

    a. Give me a pencil, please.

    b. Give me a pencil and a pen.

    c. Show me your pencil.

8. Anh bạn đưa cho mình bút chì, anh ấy nói :

    a. Here you are.

    b. Thank you very much.

    c. Pass me the ink, please.

9. Ta cám ơn, anh ấy đáp :

    a. Thank you.

    b. This is my desk.

    c. You're welcome.

10. Tan học, ta chào thầy giáo :

    a. Good morning, teacher.

    b. Good bye, teacher.

    c. Good afternoon, teacher.

11. Xếp lại những câu sau đây :

    a. chalk this piece is of a.

    b. pencil give a me please.

    c. welcome you are.

    d. pass please ink the.

E. DICTATION   CHÍNH-TẢ

1. Good morning, Mr. Ngoc. How are you ?

2. I'm fine, thank you. And how are you ?

3. Very well, thank you.

4. What's this ?

5. This is a chair.

6. What's that ?

7. That's a bench.

8. This is a table and that's a desk.

9. Give me a pen and a pencil, please.

10. Show me a piece of chalk.

11. Pass me the ink and a piece of paper, please.

12. Here you are.

13. Thank you very much.

14. You're welcome.

15. Good - bye.

F. VOCABULARY   NGỮ - VỰNG

bench	/bɛnč/	ghế dài
blackboard	/blækbɔrd/	bảng đen

book	/búk/	sách
chair	/čɛ́r/	ghế
chalk	/čɔ́k/	phấn
desk	/dɛ́sk/	bàn viết, bàn giấy
to give	/tə gív/	cho
good-bye	/gud báy/	chào
here	/hiər/	đây, ở đây
ink	/íŋk/	mực
it	/it/	nó
me	/míy/	tôi [túc-từ]
much	/mɔ́č/	nhiều
paper	/péypər/	giấy
to pass	/tə pǽs/	đưa, chuyển
pen	/pɛ́ŋ	bút (mực)
pencil	/pɛ́ŋsəl/	bút chì
piece (of)	/píys əv/	miếng
please	/plíyz/	làm ơn
to show	/tə šów	chỉ
table	/téybəl/	bàn
that	/ðǽt/	cái ấy
this	/ðís/	cái này
very	/vɛ́riy/	rất
well	/wɛ́l/	mạnh khỏe
welcome	/wɛ́lkəm/	được hoan-nghênh

26

Yes, it is. No, it's not.
Trả lời «có» hay «không»

A. BASIC SENTENCES

NHỮNG CÂU CĂN-BẢN

1. *Good morning, teacher.*   Chào thầy ạ.
2. *How are you today?*   Hôm nay thầy mạnh không ạ?
   thanks   những lời cám ơn
3. *Fine, thanks.*   Cám ơn anh, tôi mạnh.
4. *And how are you?*   Còn anh thế nào?
5. *Very well, thank you.*   Dạ tôi cũng mạnh ạ, cám ơn thầy.
6. *What's this?*   Cái này là cái gì?
7. *It's a book.*   Cái này là quyển sách.
8. *What's that?*   Cái đó là cái gì?
9. *It's a notebook.*   Cái đó là quyển vở.
   notebook   quyển vở

A NOTEBOOK

A PEN

10. *Is this a book?*   Cái này có phải là quyển sách không?
    yes   có, phải, vâng

27

11. Yes, it's a book.   Thưa phải.
12. Yes, it is.   Thưa phải.
13. Is that a pen ?   Cái đó có phải là bút mực không?
14. Yes, it's a pen.   Dạ phải.
15. Yes, it is.   Dạ phải.
16. Is this a pencil ?   Cái này có phải là bút chì không ?

    no   không [khi trả lời]

    not   không [dùng với động-từ]

17. No, it · is not a pencil.   Thưa không, không phải bút chì.
17a. No, it's not a pencil.   Thưa không, không phải bút chì.
17b. No, it's not.   Thưa không, không phải.
18. What is it ?   Thế nó là cái gì ?
19. It's a pen.   Nó là (một) cái bút mực.

    fountain   máy nước

    fountain pen   bút máy

20. It's a fountain pen.   Nó là (một) cái bút máy.

    door   cửa lớn, cửa ra vào

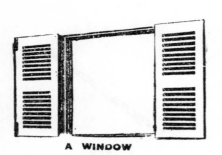

A WINDOW   **A DOOR**

window   cửa sổ
calendar   lịch

ruler	thước kẻ
21. It's a ruler,	Nó là (một) cái thước kẻ.
an	một
eraser	tẩy

A CALENDAR

A RULER

A FOUNTAIN PEN

AN ERASER

22. It's an eraser	Nó là (một) cái tẩy.
23. Are you well today ?	Hôm nay anh mạnh không ?
24. Yes, I'm well today	Dạ có. Hôm nay tôi mạnh.
25. No, I'm not well today.	Thưa không. Hôm nay tôi không được mạnh.
26. Is your name Bá ?	Tên anh có phải là Bá không ?
27. No, it's not Bá.	Dạ, không phải Bá.
28. What is it ?	Thế là gì ?
29. It's Ba.	Dạ, Ba.
one	một
question	câu hỏi
more	nữa

29

30. *One/more/question, please.*	Tôi xin hỏi một câu nữa.
31. *Yés, what/is/it ?*	Vâng, ông hỏi gì ạ ?
English	tiếng Anh
for	thay cho
32. *What's the English for «Ba»?*	Tiếng Anh, « Ba » là gì ?
three	ba
33. *Three.*	Ba.
to mean	định nói, muốn nói
two	hai
34. *You mean one, two, thrée ?*	Anh muốn nói : một, hai, ba ấy à ?
35. *Yés.*	Vâng.
36. *Good !*	Tốt !
37. *Good-bye.*	Chào anh (tôi đi).

B. PRONUNCIATION PHÁT-ÂM

1. Độ nhấn.

notebook	/nówtbuk/	**pencil**	/pénsəl/
teacher	/tíyčər/	*fountain*	/fáwntən/
ruler	/rúwlər/	*eraser*	/iréysər/
window	/window/	*question*	/kwésčən/
English	/íngliš/		

2. Ngữ-điệu 233. Trong bài thứ nhất, ta đã thấy ngữ-điệu 2 3 1, tức ngữ-điệu của

a) những câu nói thường (khẳng-định) ; hoặc

b) những câu hỏi (nghi-vấn) có vấn-từ *how, who, what*, v.v... đứng đầu.

Ta gọi những câu hỏi đó là câu hỏi về nội-dung (*content question*) cốt tìm biết một chi-tiết rõ-ràng, thí-dụ : anh là *ai*, tên anh *là gì*, anh mạnh-khỏe *ra sao*, anh đi *đâu*, v.v...

Nhưng ngoài ra, còn một loại câu hỏi khác mà ta có thể trả lời bằng « có » (hay gật đầu) hoặc « không » (hay lắc đầu). Những câu hỏi mà cần câu trả lời có hay *không* (*yes-or-no answer*) như thế thì có ngữ-điệu 233 : dọng nói bắt đầu ở bậc 2, lên cao đến bậc 3, rồi đến cuối câu vẫn cứ đứng nguyên ở đó. Thí-dụ :

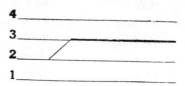

10. *Is this a book ?*

13. *Is that a pen ?*

16. *Is this a pencil ?*

23. *Are you well today ?*

26. *Is your name Ba ?* ·

34. *You mean one, two, three ?* ··

3. Vận /-ey/ như trong tiếng *day*

pay	/péy/	*lay*	/léy/
Kay	/kéy/	*hay*	/héy/
bay	/béy/	*neigh*	/néy/
day	/déy/	*May*	/méy/
gay	/géy/	*say*	/séy/

4. Vận /-uk/ như trong tiếng *book*

took	/túk/	*look*	/lúk/
cook	/kúk/	*nook*	/núk/
book	/búk/	*hook*	/húk/
shook	/šúk/	*rook*	/rúk/

---

* Chữ cuối câu này bắt buộc phải cao — nên nghe như *Bá* — dù là **người** Anh, **người** Mỹ muốn nói *Ba*.

** Câu này không đảo ngược chủ-từ và động-từ, nhưng vẫn là câu hỏi vì có ngữ-điệu 233.

5. **Phân biệt / -in /** như trong tiếng *in* và **/ -iyn /** như trong tiếng *mean*

tin	/tín/	thiếc	*teen*	/tiýn/	mười mấy
kin	/kín/	họ hàng	*keen*	/kiýn/	sắc, bén
bin	/bín/	cái thùng	*bean*	/bíyn/	đậu
gin	/jín/	rượu	*Jean*	/jíyn/	Jean
Linn	/lín/	Linn	*lean*	/líyn/	gầy
din	/dín/	tiếng ầm	*dean*	/díyn/	khoa-trưởng
Min	/mín/	Min	*mean*	/míyn/	có nghĩa là
sin	/sín/	tội-lỗi	*seen*	/síyn/	đã thấy

6. **Phân biệt / -im /** như trong tiếng *Tim* và **/ -iym /** như trong tiếng *team.*

Tim	/tím/	Tim	*team*	/tíym/	đội
Kim	/kím/	Kim	*scheme*	/skíym/	kế
dim	/dím/	mờ	*deem*	/díym/	cho rằng
			beam	/bíym/	tia
			seem	/síym/	hình như
			cream	/kríym/	kem

C. GRAMMAR   VĂN-PHẠM

3. 1. Mạo-từ a, an, và the.

Đằng trước một tiếng bắt đầu bằng một mẫu-âm, mạo-từ bắt-định *a* sẽ thành *an* /ən/ : *an eraser* ' một cái tẩy '.

Mạo-từ định *the* thì đằng trước một tiếng bắt bầu bằng một mẫu-âm sẽ đọc /ðiy/ chứ không đọc /ðə/ nữa :

the book	/ðə búk/	cuốn sách
the eraser	/ðiy iréyser/	cái tẩy

3. 2. Hỏi « có » hay « không ».

10 Is this a book ?   Cái này có phải là quyển sách không ?

13.	Is that a pen?	Cái đó có phải là bút mực không ?
16.	Is this a pencil?	Cái này có phải là bút chì không ?
26.	Is your name Bá?	Tên anh có phải là Bá không ?
23.	Are you well today?	Hôm nay anh mạnh không ?

Những câu hỏi trên đều có ngữ-điệu 233 (xem Phát-âm, Điểm 2). Ngoài ra, các động-từ (is, are) đều đứng trước chủ-từ (this, that, your name, you) của nó.

Thêm thí-dụ :

a.	Is Mr. Ngọc a teacher ?	Có phải ông Ngọc làm giáo-sư không ?
b.	Is Mr. Lâm your teacher ?	Có phải ông Lâm là thầy giáo anh không ?
c.	Is Thu-Ba a student ?	Có phải cô Thu-Ba là học-sinh không ?
d.	Is Thu-Ba your student ?	Có phải cô Thu-Ba là học-trò anh không ?
e.	Is your teacher fine ?	Thầy giáo (cô giáo) anh có mạnh không ?
f.	Is this a fountain pen ?	Cái này có phải là bút máy không ?
g.	Is this a ruler?	Cái này có phải là thước kẻ không ?
h.	Is that an eraser ?	Cái đó có phải là cái tẩy không ?

is	this	a book?					
			Yes,	it	is		(a book).
			No,	it	is	not	(a book).

Is	that	a pen ?					
			Yes,	it	is		(a pen).
			No,	it	is	not	(a pen).

Are	you	well ?				
			Yes,	I	am		(well).
			No,	I	am	not	(well).
Is	your name	Ba ?				
			Yes,	it	is		(Ba).
			No,	it	is	not	(Ba).

3. 3. Trả lời « có » hay « không ».

10.	Is this a book ?	Cái này có phải là quyển sách không ?
11.	Yes, it's a book.	Thưa phải.
12.	Yes, it is.	Thưa phải.
16.	Is this a pencil ?	Cái này có phải là bút chì không ?
17.	No, it is not a pencil.	Không, không phải bút chì.
17a.	No, it's not a pencil.	Không, không phải bút chì.

Câu trả lời cho những câu hỏi như 10 và 16 sẽ là « có » hoặc « không ». Nếu là có (câu 11) ta dùng *yes*, rồi nói cả câu kia cho xuôi, nghĩa là chủ-từ trước động-từ. Nếu là không, ta dùng *no*, rồi nói cả câu kia. Còn nếu muốn trả lời ngắn thì chỉ cần nói :

	12. Yes, it is.	Thưa phải.
hoặc	17b. No, it's not.	Không, không phải (bút chì).

Thêm thí-dụ :

a.	Are you a teacher ?	Có phải ông làm giáo-sư không ?
	— Yes, I am.	— Dạ, phải.

— *No, I am not.*   — Dạ, không phải.

b. *Are you a student ?*   Anh là học sinh phải không ?
— *Yes, I am.*   — Dạ, phải.
— *No, I'm not.*   — Dạ, không phải.

c. *Is your name Ba ?*   Có phải tên anh là Ba không ?
— *Yes, it is.*   — Dạ, phải.
— *No, it's not.*   — Dạ, không phải.

d. *Is Mr. Ngọc your teacher ?*   Có phải ông Ngọc là thầy giáo anh không ?
— *Yes, he is.*   — Dạ, phải.
— *No, he's not.*   — Dạ, không phải.

.4. No và Not.

17.   *No, it is not a pencil.*   Không, không phải bút chì.
17a.   *No, it's not (a pencil).*   Không, không phải (bút chì).

Ta dùng *no* để trả lời « không » cho những câu hỏi có ngữ-điệu 233 (xem hát-âm, Điểm 2). Còn *not* thì dùng kèm theo sau động-từ *to be* trong những câu ły-đủ hay ngắn.

Is Mr. Ngọc a teacher ?   Có phải ông Ngọc là thầy giáo không ?
— *No, he's not.*   — Dạ, không phải.

.5. Hình-dung-từ

a) Trong một đoạn, hình-dung-từ đứng trước danh-từ mà nó bổ nghĩa. Việt-ữ nói « một cuốn sách tốt » thì Anh-ngữ nói một « một tốt sách » :

a	good	book	một cuốn sách hay
a	good	teacher	một giáo sư giỏi
a	good	pen	một cái bút tốt
a	good	eraser	một cái tẩy tốt

Những tiếng *book, teacher, pen, eraser* là danh từ, có hình-dung-từ đứng trước bổ nghĩa.

b) Trong một câu, khi hình-dung-từ đang làm thuật-từ cho một chủ-từ, thì Anh-ngữ cần dùng đến động từ *to be*, chia cho đúng ngôi :

This book is good.	Quyển sách này tốt.
This pen is good.	Cái bút này tốt.
This notebook is good.	Quyển sách này tốt.
This pencil is good.	Cái bút chì này tốt.
This fountain pen is good.	Cái bút máy này tốt.

3.6. Danh-từ phức-hợp.

Fountain pen (bút máy) là một danh-từ phức-hợp (compound) do hai tiếng *fountain* (máy nước) và *pen* (bút, viết) cấu thành. *Notebook* (quyển vở) cũng là danh-từ phức-hợp như vậy : *note* (điều ghi chép) ghép với *book* (sách) để thành *notebook* viết liền, còn *fountain pen* viết rời. Để ý dấu nhẵn.

D. EXERCISES   BÀI TẬP

1. Đổi những câu sau đây thành câu hỏi. Thí dụ :

I am a student.   AM I A STUDENT ?

> 1 *I am a teacher.*
>
> 2 *I am the teacher.*
>
> 3 *Your name is Ba.*
>
> 4 *You are fine today.*
>
> 5 *Mr. Ngọc is a teacher.*
>
> 6 *Mr. Ngọc is your teacher.*
>
> 7 *Mr. Ngọc is the teacher.*
>
> 8 *Ba is your student.*
>
> 9 *Miss Tâm is a teacher.*
>
> 10 *Miss Tâm is the teacher.*
>
> 11 *Miss Tâm is your teacher.*
>
> 12 *Mr. Ngọc is well.*

13 You are well today.

14 This is a book.

15 That is a pen.

16 This is Mr. Ngọc.

17 That is Miss Tâm.

18 That is the question.

19 Loan is your student.

20 This is a piece of chalk.

21 That is a piece of paper.

2. Trả lời « có », rồi lại trả lời « không » cho những câu sau đây. thí-dụ :

    Am I the teacher ?   YES, YOU ARE.

                               NO, YOU ARE NOT.

  1 Am I a student ?

  2 Are you a teacher ?

  3 Are you the teacher ?

  4 Are you fine today ?

  5 Are you Mr. Ngọc ?

  6 Is your name Ba ?

  7 Is Mr. Ngọc a teacher ?

  8 Is Mr. Ngọc the teacher ?

  9 Is Mr. Ngọc your teacher ?

10 Is Ba your student ?

11 Is Miss Tâm a teacher ?

12 Is Miss Tâm the teacher ?

13 Is Miss Tâm your teacher ?

14 Is Mr. Ngọc well ?

15 Are you well today ?

16 Is this a book ?

17 Is that a pen ?
18 Is this Mr. Ngọc ?
19 Is that Miss Tâm ?
20 Is that the question ?

3. Trả lời «có» cho những câu sau đây. Thí-dụ :

Is this a book ?   YES, IT IS. IT'S A BOOK.

    1   Is this a notebook ?
    2   Is this a pen ?
    3   Is this a pencil ?
    4   Is this a fountain pen ?
    5   Is this a door ?
    6   Is this a window ?
    7   Is this a calendar ?
    8   Is this a ruler ?
    9   Is this an eraser ?
    10 Is this a desk ?

4. Trả lời những câu hỏi sau đây. Thí-dụ :

Is that a book ?   NO, THAT'S NOT A BOOK. THAT'S
                                   A NOTEBOOK.

    1   Is that a pen ?
    2   Is that a pencil ?
    3   Is that a notebook ?
    4   Is that a door ?
    5   Is that a ruler ?
    6   Is that an eraser ?
    7   Is that a fountain pen ?
    8   Is that a calendar ?

38

9 *Is that a teacher ?*

10 *Is that Mr. Ngọc ?*

5. Trả lời những câu hỏi sau đây. Thí-dụ :

What's the English for '*Giáo-sư* ' ?   THE ENGLISH FOR 'GIÁO-SƯ ' IS **TEACHER.**

1 *What's the English for* 'học-sinh' ?

2 *What's the English for* 'quyển vở' ?

3 *What's the English for* 'thước kẻ' ?

4 *What's the English for* 'cái tẩy' ?

5 *What's the English for* 'buổi sáng' ?

6 *What's the English for* 'buổi chiều' ?

7 *What's the English for* 'không có chi' ?

8 *What's the English for* 'cám ơn ông' ?

9 *What's the English for* 'câu hỏi' ?

6. Ta hỏi «what's that ?» Người ta sẽ trả lời :

a.   No, it's not.

b.   Yes, it is.

c.   That's a notebook.

7. Ta chỉ vào quyển lịch mà hỏi «Cái này có phải là quyển sách không? » Người ta sẽ trả lời :

a.   It's not a notebook.

b.   No, it's not. It's a calendar.

c.   Pass me the eraser, please.

8. Ta muốn hỏi một câu nữa, xem tên người ngoại-quốc có phải là *Brown* không ? Ta nói :

a.   One more question, please.

b.   One more question, please. Is your name Brown ?

    c.   *What's your name ?*

9. Ta muốn biết tiếng Anh «cái ghế dài» là gì. Ta hỏi :

    a.   *What's the Vietnamese for ' bench ' ?*

    b.   *Show me a bench, please.*

    c.   *What's the English for ' ghế dài ' ?*

10. Có người tưởng lầm cô Tâm là giáo-sư của bạn, bạn cải-chính.

    a.   *Is Miss Tâm your teacher ?*

    b.   *No, Miss Tâm is not my teacher.*

    c.   *That's Miss Tâm, and this is my teacher.*

11. Điền vào chỗ trống.

    a.   *How ___ you today ?*

    b.   *I ___ fine, thank you.*

    c.   *This is ___ notebook.*

    d.   *That is ___ eraser.*

    e.   *___ he well today ?*

    f.   *No, he is ___ well today.*

E. DICTATION   CHÍNH-TẢ

1. *Good morning, teacher. How are you today ?*

2. *Fine, thanks. And you ?*

3. *Very well, thank you.*

4. *Is this a book ?*

5. *Yes, it is.*

6. *Is this a notebook ?*

7. *No it's not.*

8. *What is it ?*

9. *It's a fountain pen.*

10. *Give me a ruler and an eraser, please.*

11. *Here you are.*

12. *Thank you.*

13. *You're welcome. One question, please.*

14. *Yes, what is it ?*

15. *What's the English for « bảng đen » ?*

16. *Blackboard.*

17. *One more question, please.*

18. *Yes.*

19. *What's the English for « một, hai, ba » ?*

20. *One, two, three.*

F. VOCABULARY

NGỮ-VỰNG

an	/ən/	một
calendar	/kǽlɛndər/	lịch
door	/dɔ́r/	cửa lớn, cửa ra vào
English	/íŋgliʃ/	tiếng Anh
eraser	/iréysər/	cái tẩy
for	/fɔ́r/	thay cho
fountain pen	/fáwntən pɛ̀n/	bút máy
to mean	/tə míyn/	định nói, muốn nói
more	/mɔ́r/	nữa
no	/nów/	không [trả lời]
not	/nɔ́t/	không [dùng với động-từ]
notebook	/nówtbùk/	quyển vở
one	/wʌ́n/	một
question	/kwésčən/	câu hỏi
ruler	/rúwlər/	thước kẻ
thanks	/θǽŋks/	những lời cám ơn
three	/θríy/	ba
two	/túw/	hai
window	/window/	cửa sổ
yes	/yɛ́s/	có, phải, vâng.

41

4 UNIT FOUR
BÀI BỐN

Can you? I can. I can't
Có thể... không? Có. Không.

A. BASIC SENTENCES	NHỮNG CÂU CĂN-BẢN

1. *Good morning, teacher.*   Chào thầy ạ.
    class   lớp học
2. *Good morning, class.*   Chào cả lớp.
    to hear   nghe thấy
    can   có thể
3. *Can you hear me?*   Các em có nghe được tôi không?
    we   chúng tôi, chúng em

YES, WE CAN HEAR YOU

LOAN CAN READ

4. *Yes, we can hear you*   Dạ có. Chúng em nghe được rồi.
5. *Yes, we can.*   Dạ có.
6. *Mr. Nam, can you hear Bắc?*   Anh Nam, anh có nghe thấy Bắc nói gì không?
    him   anh ấy, ông ấy [túc-từ]
7. *Yes, I can hear him.*   Dạ có.

her · chị ấy, bà ấy [túc-từ]

8. Yes, I can hear her. · Dạ có.

8a. Yes, I can. · Dạ có.

to speak · nói

9. Can Bắc speak English? · Anh Bắc có nói được tiếng Anh không?

a little · một chút

10. Yes, a little. · Dạ có, một chút thôi.

to read · đọc

11. Can Miss Loan read English? · Cô Loan có đọc được chữ Anh không?

just · vừa, chỉ

12. Just a little. · Chỉ một chút thôi.

to write · viết

she · chị ấy, bà ấy [chủ-từ]

13. Can she write English? · Cô ấy viết được Anh-văn không?

14. No, she cannot. · Dạ không.

14a. No, she can't. · Dạ không.

15. Can you give me a pencil? · Anh có thể cho tôi một cái bút chì không?

sure · chắc chắn

16. Sure, Here it is. · Có chứ. Đây.

17. You're welcome. · Dạ, không dám.

18. Can you show me a fountain pen? · Anh có thể cho tôi xem một cái bút máy không?

19. Yes, I can. · Dạ có.

to tell · nói, cho biết

20 Can you tell me your name? · Anh có thể cho tôi biết tên anh là gì không?

21 Yes, it's Nam. · Dạ có. Nam.

22. Can he write « notebook »? · Anh ấy có thể viết chữ « notebook » không?

23. Yes, he can. · Dạ có.

43

map	bản đồ
24. *Can you show me the map ?*	Anh có thể chỉ cho tôi xem bản đồ không?
25. *Yes. I can.*	Dạ có.
Vietnam	Việt-Nam
on	trên
26. *Can you show me Vietnam on the map ?*	Anh có thể chỉ vị-trí của Việt-Nam trên bản đồ không ?
27. *Yes. I can. Here's Vietnam*	Dạ có. Việt-Nam đây.
28. *Here's Saigon.*	Saigon đây.

HERE'S VIETNAM   **HERE'S SAIGON**

29. *Very good.*	Tốt lắm.
about	về, đến
how about	thế còn
30. *How about Dalat ?*	Thế còn Dalat ?
31. *Here it is.*	Đây, Dalat đây.
to spell	đánh vần
32. *Now, can you spell « map » ?*	Bày giờ, anh có thể đánh vần tiếng « map » không ?
Vietnamese	tiếng Việt, chữ Việt
33. *In Vietnamese ?*	Bằng tiếng Việt ấy à ?
34. *No, in English.*	Không, bằng tiếng Anh.
35. *M, a, p.*	M, a, p.
excellent	tốt lắm
36. *Excellent.*	Tốt lắm.

THE ENGLISH ALPHABET
TỰ-MẪU ANH-NGỮ

A	B	C	D	E	F	G	H	I	J	K	L	M
a	b	c	d	e	f	g	h	i	j	k	l	m
/éy	bíy	síy	díy	íy	éf	jíy	éyč	áy	jéy	kéy	él	ém

N	O	P	Q	R	S	T	U	V	W	X	Y	Z
n	o	p	q	r	s	t	u	v	w	x	y	z
én	ów	píy	kyúw	ár	és	tíy	yúw	víy	dɔ́blyuw	éks	wáy	zíy, zéd/

B. PRONUNCIATION — PHÁT-ÂM

1. Tử-âm /s/ và /z/ ở đầu tiếng.

	/ s- /			/ z- /	
Sue	/súw/	em bé Sue	zoo	/ztiw/	sở thú
« c »	/síy/	chữ c	« z »	/zíy/	chữ ʒ
sip	/síp/	nhấp (trà)	zip	/zíp/	kéo fermeture
sing	/síŋ/	hát	zing	/zíŋ/	tiếng ù ù
sown	/sówn/	đã reo-rắc	zone	/zówn/	vùng, khu
lacy	/léysiy/	có ren	lazy	/léyziy/	lười biếng

2. Tử-âm /s/ và /z/ ở cuối tiếng.

	/-s/			/-z/	
ice	/áys/	nước đá	eyes	/áyz/	hai mắt
bus	/bás/	xe buýt	buzz	/báz/	tiếng vo-vo
hiss	/hís/	tiếng suýt	his	/híz/	của anh ấy
loose	/lúws/	lỏng	lose	/lúwz/	mất

niece	/níys/	cháu gái	knees	/níyz/	hai đầu gối
mace	/méys/	cái gậy	maize	/méyz/	ngô, bắp

He buys some ice.   Anh ấy mua nước đá.

A bee says « buzz ».   Con ong kêu vo-vo.

Susie has nice eyes.   Susie có cặp mắt đẹp.

3. **Tử-âm** /t/ ở đầu tiếng (nghe giống âm *th-* trong Việt-ngữ)

tie	/táy/
tin	/tín/
two	/túw/
tea	/tíy/
toy	/tɔ́y/
time	/táym/
tongue	/tɔ́ŋ/
ton	/tɔ́ɪ/

4. **Tử-âm** /t/ và /d/ ở cuối tiếng.

/-t/			/-d/		
seat	/síyt/	chỗ ngồi	seed	/síyd/	hạt, hột
neat	/níyt/	sạch sẽ	need	/níyd/	cần
feet	/fíyt/	hai chân	feed	/fíyd/	cho ăn
set	/sɛ́t/	để	said	/sɛ́d/	đã nói
bet	/bɛ́t/	đánh cá	bed	/bɛ́d/	giường
bat	/bǽt/	con rơi	bad	/bǽd/	xấu
not	/nɔ́t, nát/	không	nod	/nɔ́d, nád/	gật đầu
sit	/sít/	ngồi	Sid	/síd/	Sid

Sid is sad.   Anh Sid buồn.

The food is bad.   Thức ăn dở.

I nod my head.   Tôi gật đầu.

Vận /-ow/.

Poe	/pów/	mow	/mów/
toe	/tów/	no	/nów/
bow	/bów/	hoe	/hów/
go	/gów/	low	/lów/
so	/sów/	row	/rów/
foe	/fów/	know	/nów/

Vận /-uw/.

too	/túw/	who	/húw/
two	/túw/	Lou	/lúw/
do	/dúw/	zoo	/zúw/
boo	/búw/	Sue	/súw/

C. GRAMMAR   VĂN-PHẠM

Can	you		hear	me ?
	We	can	hear	you.
Can	you		hear	Ba ?
	I	can	hear	him.
Can	Ba		speak	English ?
	Ba	can't	speak	English.

47

Can	you		give	me	a pencil ?
Can	you		show	him	a fountain pen ?
Can	you		tell	me	your name ?
Can	he		show	her	the map ?
	I	can	give	you	a pen.
	He	can't	show	you	the book.

4. 1. Trợ-động-từ can.

Nhắc lại những thí-dụ này theo giáo-sư :

3. Can you hear me ? Các em có nghe được tôi không ?
4. Yes, we can hear you. Dạ có. Chúng em nghe được.
5. Yes, we can. Dạ có.
7. Yes, I can hear him. Dạ có. Tôi nghe được anh ấy.
8. Yes, I can hear her. Dạ có. Tôi nghe được chị ấy.
8a. Yes, I can. Dạ, có.
9. Can Ba speak English ? Anh Ba có nói được tiếng Anh không ?

Trợ-động-từ *can* dùng trước một động-từ khác để chỉ khả-năng. Ta có thể dịch là 'có thể, làm được, làm nổi, biết'. Động-từ chính theo sau *can* sẽ không có chữ *to*. Trong câu hỏi thì *can* để trước chủ-từ. Trong câu xác-định hay phủ-định, bất luận chủ-từ thuộc ngôi nào, *can* vẫn không thay đổi. Chỉ có khi nào dấu nhấn nhẹ thì ta không nghe thấy / kæn / mà lại nghe thấy / kin / .

Thêm thí-dụ :

a. Can you hear her ? Anh có nghe được chị ấy không ?
aa. Yes, I can (hear her). Có, tôi nghe được chị ấy.
b. Can she read English ? Cô ấy có đọc được Anh-văn không ?

48

bb. Yes, she can (read English).	Có, cô ấy đọc được Anh-văn.
c. Can he write Vietnamese ?	Anh ấy có viết được Việt-văn không ?
cc. Yes, he can (write Vietnamese).	Có, anh ấy viết được Việt-văn.
d. Can you give me your name ?	Anh có thể cho tôi biết tên anh được không ?
e. Can you show me your book ?	Anh có thể chỉ cho tôi cuốn sách của anh được không ?
f. Can you show her the map ?	Anh có thể chỉ cho cô ta cái bản-đồ được không ?
g. Can you spell my name ?	Anh có thể đánh vần tên tôi không ?
h. Can you pass me the ink ?	Anh làm ơn đưa mực cho tôi.

Chú ý : Trong những câu trả lời số 5, 8a, aa, bb và cc, người ta không cần ắc lại cả ý trong câu hỏi, mà có thể trả lời vắn tắt : *Yes, we can ; Yes, I can...*

2. Cannot. Can't.

3. Can she write English ?	Cô ấy viết được Anh-văn không ?
4. No, she cannot.	Dạ, không.
a. No, she can't.	Dạ, không.

Khi muốn nói « không thể » thì người ta dùng *cannot* (viết liền một tiếng). Thường thường *cannot* nói rút ngắn thành *can't* /kænt/.

Thêm thí-dụ :

I cannot give you the pen.	Tôi không thể cho anh cái bút được.
I can't give you the pen.	Tôi không thể cho anh cái bút được.
He cannot give you my book.	Anh ấy không thể cho anh sách của tôi được.
He can't give you my book.	Anh ấy không thể cho anh sách của tôi được.
We cannot hear you.	Chúng tôi không thể nghe thấy anh (nói gì) được.
We can't hear you.	Chúng tôi không thể nghe thấy anh (nói gì) được.

[4 C]

g. *I cannot hear him.* — Tôi không thể nghe thấy anh ta (nói gì cả).

h. *I can't hear him.* — Tôi không thể nghe thấy anh ta (nói gì cả).

i. *I cannot hear her.* — Tôi không thể nghe thấy cô ta (nói gì cả).

j. *I can't hear her.* — Tôi không thể nghe thấy cô ta (nói gì cả).

k. *Ba cannot speak English.* — Anh Ba không nói được tiếng Anh.

l. *He can't speak English.* — Anh ấy không nói được tiếng Anh.

m. *Miss Loan cannot read English.* — Cô Loan không đọc được Anh-văn.

n. *She can't read English.* — Cô ấy không đọc được Anh-văn.

o. *I can spell my name in Vietnamese, but I can't in English.* — Tôi có thể đánh vần tên tôi bằng tiếng Việt, nhưng không thể (đánh vần) bằng tiếng Anh được.

4.3. Cách chủ-từ và cách túc-từ của nhân-xưng đại-danh-từ.

7. *Yes, I can hear him.* — Dạ có. Tôi nghe anh ta được.

3. *Can you hear me ?* — Các em có nghe được tôi không ?

23. *Can he write « notebook » ?* — Anh ấy có thể viết chữ « notebook » không ?

7. *Yes, I can hear him.* — Dạ, có. Tôi nghe anh ta được.

13. *Can she write English ?* — Cô ấy viết được Anh-văn không ?

8. *Yes, I can hear her.* — Dạ, có. Tôi nghe cô ta được.

3. *Can you hear me ?* — Các em có nghe được tôi không ?

4. *Yes, we can hear you ?* — Dạ, có. Chúng em nghe được.

Trong Bài 2 (Văn-phạm, Điểm 2.4), ta thấy đại-danh-từ ngôi thứ nhất số ít (tức là « tôi ») có hai cách : khi nào chủ-từ thì nói *I*, còn khi nào túc-từ thì nói *me*. (Xem câu 7 và 3 trong bài này.)

Ngôi thứ ba, số ít chỉ người (anh ấy, chị ấy) cũng có hai cách :

he và *him* — anh ấy, ông ấy, v.v...

she và *her* — chị ấy, cô ấy, bà ấy, v.v...

50

Riêng ngôi thứ nhì, số ít (hay số nhiều) thì cả hai cách chỉ có một thể thôi : *you* là chủ-từ trong câu 3, và túc-từ trong câu 4.

		CHỦ - TỪ	TÚC - TỪ
Số ít	Ngôi thứ 1	*I*	*me*
	Ngôi thứ 2	*you*	*you*
	Ngôi thứ 3	*he*	*him*
	Ngôi thứ 3	*she*	*her*

D. EXERCISES   BÀI TẬP

1. Trả lời những câu hỏi sau đây :

Can you hear me ?
    YES, WE CAN HEAR YOU.   YES, WE CAN.
    NO, WE CANNOT HEAR YOU.   NO, WE CAN'T.

Can you hear Ba ?
    YES, I CAN HEAR HIM.   YES, I CAN.
    NO, I CANNOT HEAR HIM.   NO, I CAN'T.

Can you hear her ?
    YES, I CAN HEAR HER.   YES, I CAN.
    NO, I CANNOT HEAR HER.   NO, I CAN'T.

Can Ba speak English ?
    YES, HE CAN SPEAK ENGLISH.   YES, HE CAN.
    NO, HE CANNOT SPEAK ENGLISH.   NO, HE CAN'T.

Can Loan read English ?
    YES, SHE CAN READ ENGLISH.   YES, SHE CAN.
    NO, SHE CANNOT READ ENGLISH.   NO, SHE CAN'T.

2. Đặt câu lại, làm cách giao-hoán theo giáo-sư. Thí-dụ :

Can you give me a book ?   CAN YOU GIVE ME A BOOK

     him   CAN YOU GIVE HIM A BOOK

     show   CAN YOU SHOW HIM A BOOK

     pass   CAN YOU PASS HIM A BOOK

     me   CAN YOU PASS ME A BOOK

1	*give*	16	*show*
2	*her*	17	*the ink*
3	*pen*	18	*table*
4	*piece of chalk*	19	*give*
5	*pass*	20	*desk*
6	*me*	21	*him*
7	*him*	22	*her*
8	*show*	23	*chair*
9	*piece of paper*	24	*bench*
10	*fountain pen*	25	*show*
11	*map*	26	*me*
12	*me*	27	*give*
13	*give*	28	*pen*
14	*eraser*	29	*pencil*
15	*blackboard*	30	*fountain pen*

3. Đặt câu lại, làm cách giao-hoán theo giáo-sư. Thí-dụ :

I can give you a pen.   I CAN GIVE YOU A PEN.

     he   HE CAN GIVE YOU A PEN.

     show   HE CAN SHOW YOU A PEN.

     pencil   HE CAN SHOW YOU A PENCIL

     give   HE CAN GIVE YOU A PENCIL

1	she	16	show
2	we	17	table
3	piece of chalk	18	desk
4	piece of paper	19	chair
5	I	20	bench
6	fountain pen	21	give
7	him	22	him
8	she	23	her
9	show	24	we
10	book	25	I
11	notebook	26	pen
12	pass	27	pencil
13	map	28	eraser
14	me	29	calendar
15	eraser	30	him

4 Bạn là diễn-giả. Bạn muốn biết những người ngồi đằng xa có nghe rõ không. Bạn hỏi :

    a. Can you hear me ?

    b. Can she hear you ?

    c. I can't hear you.

5. Người ta hỏi bạn có nghe thấy cô giáo nói gì không. Bạn trả lời « có ».

    a. No, I can't hear her.

    b. Yes, she can hear him.

    c. Yes, I can hear her.

6. Người ngoại-quốc hỏi bạn có biết nói tiếng Anh không. Bạn khiêm-tốn trả lời :

    a. Just a little.

    b. He can read a little English.

    c. She can't write English.

7. Ta nhờ một người bạn chỉ vị-trí của Saigon trên bản đồ cho ông giáo-sư ngoại-quốc thấy. Ta nói :

   a. *Can you show him Saigon on the map ?*
   b. *Can you show her Saigon on the map ?*
   c. *Can he show you the map ?*

8. Có người hỏi mượn cái bút máy của bạn. Bạn sốt sắng cho mượn và nói :

   a. *I can write « pencil ».*
   b. *This is a good fountain pen.*
   c. *Sure, here it is.*

9. Người ta hỏi bạn có biết đánh vần tên bạn bằng tiếng Anh hay không. Bạn trả lời « không » :

   a. *We can't spell in English.*
   b. *I can spell my name in Vietnamese, but I can't in English.*
   c. *She can spell her name in English.*

E. DICTATION   CHÍNH-TẢ

1. *Can you hear me ?*
2. *Yes, we can hear you.*
3. *I can hear him, but I can't hear her.*
4. *Can you speak English?*
5. *Just a little.*
6. *He can read English. She can't.*
7. *Can you show me a good fountain pen ?*
8. *Yes, here it is.*
9. *Thank you. How about a good map ?*
10. *Can you show me Vietnam on the map ?*
11. *Can you tell me your name ?*

12. *Can you spell « fountain pen » in English ?*
13. *Excellent. How about « notebook » ?*

F. VOCABULARY

about	/əbáwt/	về, đến
can	/kæn/	có thể
cannot, can't	/kæn nát, kænt/	không thể được
class	/klæs/	lớp học [các học sinh]
excellent	/ékselənt/	tốt lắm
to hear	/híər/	nghe thấy
her	/hór/	chị ấy, cô ấy, bà ấy [túc-từ]
him	/hím/	anh ấy, cậu ấy, ông ấy [túc-từ]
how about	/haw əbáwt/	thế còn
in	/ín/	trong, bằng
just	/jəst, jíst/	vừa, chỉ
a little	/e lítəl/	một chút
map	/mæp/	bản đồ
now	/náw/	bây giờ
on	/ɔ́n, án/	trên
to read	/tə ríyd/	đọc
she	/šíy/	chị ấy, cô ấy, bà ấy [chủ-từ]
to speak	/tə spíyk/	nói
to spell	/tə spél/	đánh vần
sure	/šúr/	chắc-chắn
to tell	/tə tél/	nói, bảo, cho biết
Vietnam	/vyətnám/	Việt-Nam
Vietnamese	/vyətnamíyz/	tiếng Việt, chữ Việt
we	/wíy/	chúng tôi, chúng ta
to write	/ráyt/	viết

5 UNIT FIVE
BÀI NĂM

May I? You may. You may not.
Được phép. Không được phép

A. BASIC SENTENCES	NHỮNG CÂU CĂN-BẢN
1. *Good morning, teacher.*	Chào giáo-sư ạ.
2. *Good morning, class.*	Xin chào cả lớp.
to stand up	đứng lên, đứng dạy
3. *Can you stand up. ?*	Các em đứng dạy được không ?
to sit down	ngồi xuống
4. *Can you sit down ?*	Các em ngồi xuống được không ?
to come	đến, lại
5. *Can you come here, Mr. Ninh?*	Em Ninh, em lại đây được không ?
to erase	tẩy, xóa
6. *Can you erase the black-board ?*	Em xóa bảng được không ?
to lend	cho mượn

CAN YOU SKETCH A HOUSE ?

CAN YOU ERASE THE BLACKBOARD?

7. *Can you lend me the map?* — Em có thể cho tôi mượn cái bản đồ được không?

8. *Yes, I can.* — Dạ, được.

9. *Who can show me the desk?* — Ai có thể chỉ cho tôi cái bàn giấy?

10. *He can.* — Anh ấy có thể chỉ được.

11. *Can you give Miss Trang a piece of chalk?* — Em có thể cho cô Trang một miếng phấn không?

to sketch — vẽ phác

house — nhà

A HOUSE

12. *Can you sketch a house?* — Em có thể vẽ phác cái nhà được không?

13. *No, I can't.* — Không, em không vẽ được.

14. *How about Cường?* — Thế còn em Cường?

15. *Can you sketch a table?* — Em vẽ cái bàn được không?

16. *Yes, I can* — Thưa được.

too — cũng, nữa

17. *I can sketch a chair, too.* — Em vẽ được cả cái ghế nữa.

may — được phép

to borrow — mượn

18. *May I borrow your pencil?* — Tôi mượn cái bút chì của em được không?

19. _May I sit down now_ ?   Bây giờ tôi ngồi xuống được không ?
        not yet   chưa

20. _No, not yet._   Chưa.
        to walk   đi (bộ)

21. _Can you walk to the door_ ?   Em có thể đi ra chỗ cửa không ?
        to close   đóng lại

22. _Can you close it_ ?   Em có thể đóng cửa lại không ?
        _it_   nó [túc-từ]
        to open   mở ra

23. _Now, can you open it_ ?   Bây giờ em có thể mở cửa ra không ?

24. _Ba, open the window, please._   Em Ba, em làm ơn mở cửa sổ ra.
        one   cái, con

25. _This one_ ?   Cái này ấy à ?

26. _No, that one._   Không, cái kia.
        seat   chỗ ngồi

CAN YOU CLOSE THE DOOR?

LOAN AND NINH CAN GET THE PICTURE.

27. _Now, you may go to your seat._   Bây giờ em có thể về chỗ.

28. *You may sit down.*

Em có thể ngồi xuống.

    to write

viết

29. *You may write on the black-board.*

Em có thể viết lên bảng.

    but

nhưng mà

    wall

tường

30. *But you may not write on the wall.*

Nhưng em không được phép viết lên tường.

    picture

tranh, ảnh, hình

31. *Loan and Ninh can get the picture*

Loan và Ninh có thể đi lấy bức tranh.

    they

họ [chủ-từ]

32. *They can get the picture.*

Hai người ấy [họ] có thể đi lấy bức tranh.

    them

họ [túc-từ]

33. *Who can get the map for them?*

Ai có thể lấy bản đồ cho họ?

33a. *Who can get them the map?*

Ai có thể lấy bản đồ cho họ?

    to hang

treo

WHO CAN HANG IT UP FOR US?   **WE MAY NOT SMOKE IN THE CLASSROOM**

us   chúng tôi, chúng ta [túc-từ

34. We can, but who can hang
    it up for us ?

Chúng tôi, nhưng ai có thể treo nó
lên cho chúng tôi ?

to smoke   hút thuốc

classroom   lớp học, buồng học

35. We may not smoke in the
    classroom.

Chúng ta không được phép hút thuốc
lá trong lớp.

B. PRONUNCIATION   PHÁT-ÂM

1. Tử-âm /g/ ở đầu tiếng.

	/g-/		/g-/
gum	/gám/	gone	/gón/
get	/gét/	good	/gúd/
got	/gát/	guy	/gáy/
go	/gów/	game	/géym/
goat	/gówt/	gut	/gát/
gun	/gán/	goose	/gúws/

2. Tử-âm /k/ và /g/ ở cuối tiếng.

	/-k/			/-g/	
duck	/dák/	con vịt	dug	/dág/	đã đào
buck	/bák/	con hoẵng	bug	/bág/	rệp
tack	/tæk/	đanh rệp	tag	/tæg/	đuổi
back	/bæk/	lưng	bag	/bæg/	cái bị
leak	/líyk/	rò, chảy	league	/líyg/	liên-đoàn
Dick	/dík/	Dịch, Richard	dig	/díg/	đào
beck	/bék/	mỏ chim	beg	/bég/	xin
lock	/lák/	khóa	log	/lóg/	cây gỗ

60

I see a dog.	Tôi thấy một con chó.
I see his leg.	Tôi thấy cái chân nó.
I see an egg.	Tôi thấy một quả trứng.

. Tử-âm /z/, /ð/ và /d/

	/z-/			/ð/			/d/	
'z'	/zíy/	chữ z	*thee*	/ðíy/	mày	'd'	/díy/	chữ đ
—	/zɔ́/	—	*the*	/ðɔ́/	cái, người	—	/dɔ́/	—
—	/zéy/	—	*they*	/ðéy/	họ	*day*	/déy/	ngày
—	/zów/	—	*though*	/ðów/	tuy rằng	*dough*	/dów/	bột
—	/záy/	—	*thy*	/ðáy/	của mày	*die*	/dáy/	chết
—	/zǽt/	—	*that*	/ðǽt/	cái đó	—	/dǽt/	—
Zen	/zɛ́n/	thiền	*then*	/ðɛ́n/	lúc ấy	*den*	/dɛ́n/	hang
—	/zǽn/	—	*than*	/ðǽn/	hơn	*an*	/dǽn/	Dan, Daniel
—	/zówz/	—	*those*	/ðówz/	những cái đó	*doze*	/dówz/	ngủ

. Tử-âm /ð/

1) *this — that — these — those — them — they — there — then*

 ðis   ðǽt   ðíyz   ðów·   ðɛ́m   ðéy   ðɛ́r   ðɛ́n

2)

the	*the*	*the*
the boy.	*the man*	*the cat.*
I like the boy.	*I see the man.*	*I see the cat.*
I like this boy.	*I see this man.*	*I see this cat.*
I like that boy.	*I see that man.*	*I see that cat.*

3) *The boy is in the zoo.*   Thằng bé ở trong sở thú.

    I know the date.   Tôi biết cai ngày đó.

[5. B]

I know they do.	Tôi biết họ có làm thế.
I see the dog.	Tôi thấy con chó.
I see the duck.	Tôi thấy con vịt.
I like this hat.	Tôi thích cái mũ này.
I like that one.	Tôi thích cái kia.
I like those shoes.	Tôi thích đôi giày đó.
Do you like them ?	Ai có thích đôi giày đó không ?
Yes, I do. And I like those, too.	Có, tôi có thích. Tôi cũng thích đôi này nữa.

(5)

other	/ə́ðər/	khác, kia	weather	/wéðər/	thời tiết
mother	/mə́ðər/	mẹ	feather	/féðər/	lông chim
brother	/brə́ðər/	anh, em trai	together	/təgéðər/	cùng nhau
father	/fáðər/	cha	to gather	/tə gǽðər/	hội-họp

(6)

Who's this ?	Ai đây ?
— This is my father.	— Đây là cha tôi.
Who's that ?	Đó là ai ?
— She's my mother.	— Đó là mẹ tôi.
Who is this boy ?	Cậu này là ai ?
— He's my brother.	— Anh tôi.
And who's that boy?	Còn cậu kia là ai ?
— He's my other brother.	— Cũng anh tôi nữa. (Người anh kia của tôi).

5. Vận /-owm/

tome	/tówm/	loam	/lówm/
comb	/kówm/	foam	/fówm/

dome	/dówm/	ohm	/ówm/
home	/hówm/	roam	/rówm/

6. Vận /uwm/

tomb	/túwm/	loom	/lúwm/
boom	/búwm/	whom	/húwm/
doom	/dúwm/		

C. GRAMMAR   VĂN-PHẠM

5. I. Túc-từ trực-tiếp và túc-từ gián-tiếp.

7. *Who can lend* **me** *a map ?*   Ai có thể cho tôi mượn cái bản đồ ?

9. *Who can show* **me** *the desk ?*   Ai có thể chỉ cho tôi cái bàn giấy ?

11. *Can you give* **Miss Trang**   Em có thể cho cô Trang một miếng phấn
a piece of chalk ?   không ?

21. *Can you walk to* **the door ?**   Em có thể đi ra chỗ cửa sổ không ?

Trong những câu trên, tiếng in chữ đậm theo liền sau những động-từ *lend*, *show*, *give*, v.v... là túc-từ gián-tiếp. *A map, the desk, a piece of chalk* đều là những túc-từ trực-tiếp. Túc-từ gián-tiếp hoặc ở trước hoặc ở sau :

7. *Who can lend* **me** *a map ?*

7a. *Who can lend a map* **to me ?**

9. *Who can show* **me** *the desk ?*

9a. *Who can show the desk* **to me ?**

11. *Can you give* **Miss Trang** *a piece of chalk ?*

11a. *Can you give a piece of chalk* **to Miss Trang**

Nếu túc-từ gián-tiếp để sau, thì nó phải kèm theo sau giới-từ của nó. Thí-dụ *to me* « cho tôi », *to Miss Trang* « cho cô Trang », *to the door* « tới chỗ cửa ».

Thêm thí-dụ :

a. *Give* **me** *a pencil.*   Cho tôi một cái bút chì.

b. *Give* **me** *a pen, please.*	Anh làm ơn cho tôi một cái bút.
c. *Show* **me** *a desk.*	Chỉ cho tôi một cái bàn giấy.
d. *Show* **me** *a table, please.*	Anh làm ơn chỉ cho tôi một cái bàn.
e. *Pass* **me** *the ink.*	Đưa mực cho tôi.
f. *Pass* **me** *the ink, please.*	Anh làm ơn đưa mực cho tôi.
g. *Lend* **me** *your map, please.*	Anh làm ơn cho tôi mượn bản đồ của anh.

33. *Who can get the map* **for them** ? 　　Ai có thể đi lấy bản đồ cho họ ?

33a. *Who can get* **them** *the map* ? 　Ai có thể đi lấy bản đồ cho họ ?

Can	*you*		*erase*		*the blackboard ?*
Can	*you*		*lend*	*me*	*the map ?*
Can	*you*		*give*	*Miss Trang*	*a piece of chalk ?*

Can	*he*		*sketch*	*a house ?*	
	I	*can*	*sketch*	*a house,*	*too.*
May	*I*		*borrow*	*your pencil ?*	*now ?*
May	*I*		*sit down*		

Can	*you*		*close*	*the door ?*	
	You	*can*	*open*	*it*	*now.*

I	*can*		*close*			*the door.*	
You	*may*		*go*		*to*	*your seat.*	
You	*may*		*write*		*on*	*the blackboard*	
You	*may*	*not*	*write*		*on*	*the blackboard.*	
I	*can*		*get*	*them*	*for*	*you,*	*too.*
He	*can*		*hang*	*it*	*for*	*us.*	*too.*
You	*may*	*not*	*smoke*		*in*	*the classroom.*	

5. 2. **Too** : cũng, nữa.

17. *I can sketch a chair, too.*   Tôi còn vẽ được cái ghế nữa.

Tiếng *too* ở cuối câu có nghĩa là « cũng còn. . . . nữa».

Bao giờ cũng có dấu nhấn mạnh nhất /túw/.

Thêm thí-dụ :

1. *He can come here.*   Anh ấy có thể đến đây.
   — *I can come here, too.*   — Tôi cũng có thể đến đây.

2. *He can lend me a map.*   Anh ấy có thể cho tôi mượn một bản đồ.
   — *I can lend you a map, too.*   — Tôi cũng có thể cho anh mượn một bản đồ.

3. *He can sketch a house.*   Anh ấy biết vẽ một cái nhà.
   — *She can sketch a house, too.*   — Chị ấy cũng biết vẽ một cái nhà.

4. *May I borrow your pencil ?*   Tôi có thể mượn bút chì của anh không ?
   — *You may borrow my pen, too.*   — Anh có thể mượn cả bút mực của tôi nữa.

5. *Loan and Ninh can get the picture.*   Loan và Ninh có thể đi lấy bức tranh.

65

— *We can. too.*   — Chúng tôi cũng có thể đi lấy bức tranh

5. 3 <u>Can</u> và <u>may</u>.

18. *May I borrow your pencil ?*   Tôi mượn cái bút chì của em được không

19. *May I sit down now ?*   Bây giờ tôi ngồi xuống được không ?

27. *Now you may go to your seat.*   Bây giờ em có thể về chỗ.

28. *You may sit down.*   Em có thể ngồi xuống.

29. *You may write on the blackboard*   Em có thể viết lên bảng.

30. *But you may not write on the wall.*   Nhưng em không được phép viết lên tường.

35. *We may not smoke in the classroom.*   Chúng ta không được phép hút thuốc lá trong lớp.

Cả *can* lẫn *may* đều là trợ-động-từ thường được dịch là ' có thể '. Nhưng *can* thì chỉ khả-năng ('. . . . được ; . . . . nổi ; biết. . . . '), còn *may* thì dùng khi nào chủ-từ được phép làm cái gì.

Thêm thí-dụ :

a. *May I sit down ?*   Tôi ngồi xuống được không ?
    — *No, you may not.*   — Không được.
    — *Yes, you may.*   — Được.

b. *You may come here.*   Em có thể tới đây.
    You may sit here.   Em có thể ngồi đây.
    — *Thank you.*   — Cám ơn.

c. *You may borrow my pen.*   Em có thể mượn bút mực của tôi.
    — *Thanks.*   — Cám ơn.

d. *You may go to your seat.*   Em có thể đi về chỗ.

e. *May I smoke ?*   Tôi hút thuốc được không ?
    — *No, you may not.*   — Không được.
    — *Yes, you may.*   — Được.

4. <u>One</u> : cái, con.

25. *This* **one** ?   Cái này ấy à ?
26. *No, that* **one.**   Không cái kia.

One là đại-danh-từ bắt-định chỉ một đồ vật, một con vật gì hay một người ào đó.

This one có nghĩa là ' cái này, con này, người này '.

That one có nghĩa là ' cái ấy (kia), con ấy (kia), người ấy (kia)'.

Câu 25 có nghĩa là ' Cái này ấy à ? ' nên có ngữ điệu 233 (xem Bài 3, hát-âm) Điểm 2).

. 5. Trạng-từ.

3. *Can you stand up* ?   Các em đứng dạy được không ?
4. *Can you sit down* ?   Các em ngồi xuống được không ?
28. *You may sit down.*   Em có thể ngồi xuống.
34. *Who can hang it up for us* ? Ai có thể treo nó lên cho chúng tôi ?

Những tiếng *up* 'lên' *down* 'xuống' dùng cũng như trong Việt-ngữ ta nói đứng n, ngồi xuống, mở ra, đóng vào.

Thêm thí-dụ :

a. *Come up here.*   Lên đây.
b. *Come down here.*   Xuống đây.
c. *Walk up here.*   Đi lên đây.
d. *Walk down here.*   Đi xuống đây.
e. *Go up there.*   Lên trên kia.
f. *Go down there.*   Xuống dưới kia.
g. *Walk up there.*   Đi lên trên kia.
h. *Walk down there.*   Đi xuống dưới kia.

. 6. I'm sorry.

Ta dùng câu *I'm sorry* hoặc *I'm very sorry* để xin lỗi vì ta đã nói lầm, để :ỏ về ệc cái gì đã sẩy ra hay để chia buồn.

5. 7. Good evening và good night.

Buổi tối mà gặp ai thì nói *Good evening*. Còn lúc chia tay để ai về nhà nấy đi ngủ thì nói *Good night*.

5. 8. Cách chủ-từ và cách túc-từ (Tiếp 4.3)

Các nhân-xưng đại-danh-từ tóm tắt sau đây :

		Chủ-từ	*Túc-từ*
Số ít	Ngôi thứ 1	I	me
	Ngôi thứ 2	you	you
	Ngôi thứ 3	he	him
	Ngôi thứ 3	she	her
	Ngôi thứ 3	it	it
Số nhiều	Ngôi thứ 1	we	us
	Ngôi thứ 2	you	you
	Ngôi thứ 3	they	them

D. EXERCISES   BÀI TẬP

1. Đọc những câu hỏi sau đây (có ngữ-điệu 233), rồi trả lời 'Có' rồi 'Không'.

Thí-dụ : *Can you stand up ?*   YES, I CAN.

NO, I CAN'T.

1. Can you stand up ?

2. Can you sit down ?

3. Can he come here ?

4. Can we go there ?

5. Can you erase the blackboard ?

6. Can you lend me the map ?

7. Can you show me your desk ?

8. Can you give her a piece of chalk ?

9 Can she sketch a house ?

10 Can you walk there ?

11 Can you get the picture ?

12 Can you hear me (số nhiều) ?

13 Can you tell me your name ?

2. Đọc những câu hỏi sau đây (có ngữ-điệu 233), rồi **trả lời 'Có chứ'.**

Thí-dụ : *Can you stand up, please ?*   SURE.

1 *Can you stand up, please ?*

2 *Can you come here, please ?*

3 *Can you go there, please ?*

4 *Can you erase the blackboard, please ?*

5 *Can you lend me the map, please ?*

6 *Can you show me my desk, please ?*

7 *Can you give me a piece of chalk, please ?*

8 *Can you sketch a house for me, please ?*

9 *Can you walk there and get the map, please ?*

10 *Can you go and get picture for me, please ?*

11 *Can you tell me his name, please ?*

12 *Can you spell it for me, please ?*

13 *Can you spell it in English for me, please ?*

3. Đọc những câu hỏi trong bài tập số 2 ở trên (có ngữ-điệu 233) rồi trả lời ' Tôi rất tiếc. Tôi không làm được '.

Thí-dụ : *Can you stand up, please ?*   I'M SORRY. I CAN'T.

4. Đọc những câu hỏi sau đây (có ngữ-điệu 233) rồi trả lời ' Có ' và ' Không '.

Thí-dụ : *May I sit down now ?*   YES, YOU MAY.
          NO, YOU MAY NOT.

1 *May I sit down now ?*

2. *May I stand up ?*

3. *May I go up ?*

4. *May I go there ?*

5. *May I borrow your pencil ?*

6. *May I close the door ?*

7. *May I open the window ?*

8. *May I go to my seat ?*

9. *May I smoke here ?*

10. *May I see you tomorrow ?*

11. *May we speak Vietnamese ?*

5. Đọc những câu hỏi sau đây (có ngữ-điệu 2 3 1) rồi trả lời xem ai có thể ?

Thí-dụ : *Who can show me a desk ?* (tôi)   I CAN SHOW **YOU** A DESK.

1. *Who can show me a desk ?* (tôi)

2. *Who can lend me a map ?* (tôi)

3. *Who can give her a piece of chalk ?* (anh Tý)

4. *Who can sketch a house ?* (chúng tôi)

5. *Who can get them a map ?* (anh ấy)

6. *Who can hang it up for us ?* (thầy giáo)

7. *Who can speak English ?* (chúng tôi)

8. *Who can show me Vietnam on the map ?* (chị ấy)

9. *Who can spell my name in English ?* (tôi)

6. Bạn mỏi chân muốn ngồi xuống. Bạn nói :

a. *Can we go down there ?*

b. *Can I sit down here ?*

c. *Can you sketch a chair ?*

7. Bạn xin phép xóa bảng.

a. *May I borrow your eraser ?*

b. *May we borrow your blackboard ?*
c. *May I erase the blackboard ?*

E. DICTATION CHÍNH-TẢ

1. *Mr. Ninh, sit down, please.*
2. *Now, stand up, please.*
3. *Come here.*
4. *Erase the blackboard.*
5. *Show me Vietnam on the map.*
6. *Write your name on the blackboard.*
7. *Sketch a house.*
8. *Now erase it and sketch a table.*
9. *Very good. Walk to the door now.*
10. *Close it. Open it.*
11. *Go to your seat now.*
12. *You may sit down.*
13. *Mr. Binh, can you go and get the picture ?*
14. *This one ?*
15. *No, that one.*
16. *Thank you.*
17. *You're welcome.*
18. *Can he walk there and get the map for us ?*
19. *He can't.*
20. *May I borrow it now ?*

F. VOCABULARY NGỮ-VỰNG

to borrow /tə bɔ́row, tə bárow/ mượn

71

but	/bɔ́t/	nhưng mà
can	/kǽn/	có thể
classroom	/klǽsruwm/	lớp học, buồng học
to close	/tə klówz/	đóng. gập
to come	/tə kám/	đến, lại
down	/dáwn/	xuống
to erase	/tə iréys/	tẩy, xóa
evening	/íyvniŋ/	buổi chiều
to hang	/tə hǽŋ/	treo
house	/háws/	nhà
it	/ít/	nó [túc-từ]
to lend	/tə lɛ́nd/	cho mượn
may	/méy/	được phép
night	/náyt/	đêm
not yet	/nát yɛt/	chưa
one	/wɔ́n/	cái, con
to open	/tə ówpən/	mở ra
picture	/píkčər/	tranh, ảnh, hình
seat	/síyt/	chỗ ngồi
to see	/tə síy/	gặp, trông thấy
to sit down	/tə sít dáwn/	ngồi xuống
to sketch	/tə skɛ́č/	vẽ phác
to smoke	/tə smówk/	hút thuốc
sorry	/sɔ́riy, sáriy/	tiếc
to stand up	/tə stǽnd əp/	đứng lên, đứng dậy
they	/ðéy/	họ [chủ-từ]
them	/ðɛ́m/	họ [túc-từ]
up	/ə́p/	lên
us	/ə́s/	chúng tôi, chúng ta [túc-từ]
to walk	/tə wɔ́k/	đi (bộ)
wall	/wɔ́l/	tường
to write	/tə ráyt/	viết

UNIT SIX
BÀI SÁU 6

Numbers. Plural Form.
Tập đếm. Số nhiều.

A. BASIC SENTENCES

NHỮNG CÂU CĂN-BẢN

to count

đếm

1. Can you count in English?

Anh có biết đếm bằng tiếng Anh không?

2. Yes. One, two, three.

Dạ có. One, two, three.

all

tất cả

3. Is that all?

Có thế thôi à?

4. Yes. That's all.

Vâng. Có thế thôi.

5. How about you, Miss Loan?
   Can you count in English?

Thế còn cô, cô Loan?

Cô biết đếm bằng tiếng Anh không?

6. Not yet. I can't count yet.

Dạ chưa. Tôi chưa biết đếm.

to listen

nghe

then

thế thì, rồi thì

7. Listen to me then.

Thế thì nghe tôi đây.

8. One, two, three, four, five, six.

1, 2, 3, 4, 5, 6.

8a. One, two, three, four, five, six.

1, 2, 3, 4, 5, 6.

to repeat

nhắc lại

after

sau, theo

9. Repeat after me.

Nhắc lại theo tôi.

10. Seven, eight, nine, ten, eleven, twelve.

7, 8, 9, 10, 11, 12.

73

[6. A]

10a. *Seven. eight. nine. ten.*   7, 8, 9, 10, 11, 12.
eleven. twelve.

    once   một lần

11. *Once more. please.*   Một lần nữa.

    room   buồng, phòng

12. *Please count the chairs in*   Anh làm ơn đếm những cái ghế
this room.   trong buồng này.

    how many   mấy, bao nhiêu

    there are   có [số nhiều]

13. *How many chairs are there* Trong buồng này có bao nhiêu cái
in this room ?   ghế ?

14. *Twelve. There are twelve* 12 cái. Trong buồng này có 12 cái
chairs in this room.   ghế.

    right   đúng

15. *Right. How many desks ?* Đúng. Bao nhiêu cái bàn viết ?

16. *Eleven.*   11 cái.

17. *No, that's not right.*   Không, không đúng.

    there is   có

    only   chỉ

18. *There is only one desk.*   Chỉ có một cái bàn viết thôi.

18a. *There's only one desk.*   Chỉ có một cái bàn viết thôi.

    finger   ngón tay

TEN FINGERS

74

19 *Count your fingers now.*   Bây giờ đếm các ngón tay xem.

20. *One, two, three, four, five,*   Một, hai, ba, bốn, năm, sáu, bảy,
    six, seven, eight, nine, ten.   tám, chín, mười.

        to see   thấy

        do   [trợ-động-từ]

21. *Very good. Now, how ma-*   Tốt lắm. Bây giờ anh thấy bao nhiêu
    ny windows do you see ?   cái cửa sổ ?

22. *I see six windows.*   Tôi thấy 6 cái cửa sổ.

        wrong   sai, trật

23. *Wrong. There are seven of*   Sai rồi. Có 7 cái.
    them.

24. *How many doors do you*   Anh thấy bao nhiêu cái cửa ra vào ?
    see ?

25. *Just two.*   Vừa đúng hai cái.

**THERE ARE FOUR PICTURES
ON THIS WALL**

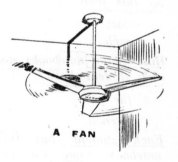

A FAN

        fan   quạt

26. *How about fans ?*   Thế còn quạt ?

27. *We have four fans in this*   Chúng ta có 4 cái quạt trong buồng
    room.   này.

        person   người

28. *There are twelve persons in*   Trong buồng này có 12 người : một
    this room : one teacher and   thầy giáo và mười một học-sinh.
    eleven students.

75

29. *Miss Mai. how many pens do yon have?* — Cô Mai, cô có bao nhiêu cái bút mực?

30. *I have only one pen, but two pencils.* — Tôi chỉ có một cái bút mực, nhưng những hai bút chì.

31. *Is there a map in the classroom?* — Trong lớp có bản đồ nào không?

32. *Yes, there is a map in the classroom.* — Dạ, có. Trong lớp có một cái bản-đồ.

33. *No, there's not a map in the classroom.* — Dạ, không. Trong lớp không có bản-đồ.

34. *Are there pictures on the walls?* — Trên tường có tranh ảnh không?

35. *Yes, there are four pictures on this wall.* — Dạ, có. Trên tường này có bốn bức tranh.

36. *No, there are no pictures on this wall.* — Dạ, không. Trên tường này không co tranh.

does — [trợ-động-từ]
each — mỗi

37. *How many notebooks does each student have?* — Mỗi học-sinh có mấy quyển vở?

for — cho
French — Pháp-văn

38. *Each student has three notebooks: one for Vietnamese, one for French, and one for English.* — Mỗi học-sinh có ba quyển vở: một quyển vở Việt-văn, một quyển vở Pháp-văn, và một quyển vở Anh-văn.

39. *But I do not have three.* — Nhưng tôi không có ba quyển.

39a. *But I don't have three.* — Nhưng tôi không có ba quyển.

the other — cái kia, quyển kia
both — cả hai

40. *I have only two: one for Vietnamese, and the other for both French and English.* — Tôi chỉ có hai quyển: một quyển cho môn Việt-văn và quyển kia cho cả Pháp-văn lẫn Anh-văn.

76

B. PRONUNCIATION   PHÁT-ÂM

1. Vận /-owp/

lope	/tówp/	soap	/sówp/
dope	/dówp/	hope	/hówp/
pope	/pówp/	lope	/lówp/
cope	/kówp/	elope	/ilówp/
mope	/mówp/	slope	/slówp/
rope	/rówp/		

2. Vận /-ɔŋ/

pingpong	/pɪŋpɔ́ŋ/	song	/sɔ́ŋ/
tong	/tɔ́ŋ/	long	/lɔ́ŋ/
gong	/gɔ́ŋ/		

3. Vận /-æŋ/

pang	/pǽŋ/	fang	/fǽŋ/
tang	/tǽŋ/	sang	/sǽŋ/
bang	/bǽŋ/	hang	/hǽŋ/
gang	/gǽŋ/	lang	/lǽŋ/

4. Điệu nhấn. Tiếng Anh có đặc-sắc là các vần đọc không nhấn mạnh bằng nhau. Bốn độ nhấn (stress) thường dùng là : ´, ˆ, ` và ˜.

(a) Thí-dụ về ba-nhắt/ ` ´ /

I am	/ày ǽm/	tôi là . . .
I know	/ày nów/	tôi biết
I have	/ày hǽv/	tôi có
I see	/ày síy/	tôi thấy
I do	/ày dúw/	tôi làm
he does	/hìy dʌ́z/	anh ấy làm
no name	/nòw néym/	không có tên
no book	/nòw búk/	không có sách
no chalk	/nòw čɔ́k/	không có phẫn

77

no pen	/nòw pέn/	không có bút
no desk	/nòw dέsk/	không có bàn
no chair	/nòw čέr/	không có ghế
no bench	/nòw bέnč/	không có ghế dài
no ink	/nòw íŋk/	không có mực
my name	/mày néym/	tên tôi
my book	/mày búk/	sách tôi
my chalk	/mày čɔ́k/	phấn của tôi
my pen	/mày pέn/	bút tôi
my desk	/mày dέsk/	bàn tôi
my chair	/mày čέr/	ghế tôi
my bench	/mày bέnč/	ghế dài của tôi
my ink	/mày íŋk/	mực của tôi

(b) Thí dụ về tư-nhất / ˇ ′ /

a name	/ə néym/	một cái tên
a book	/ə búk/	một quyển sách
a pen	/ə pέn/	một cái bút
a desk	/ə dέsk/	một cái bàn viết
a chair	/ə čέr/	một cái ghế
a bench	/ə bέnč/	một cái ghế dài
a door	/ə dɔ́r/	một cái cửa
a map	/ə mǽp/	một cái bản đồ
a class	/ə klǽs/	một lớp học
a « p »	/ə píy/	một chữ p
to be	/tə bíy/	là
to give	/tə gív/	cho
to show	/tə šów/	chỉ
to pass	/tə pǽs/	đưa
to thank	/tə θǽŋk/	cám ơn
to mean	/tə míyn/	muốn nói
to hear	/tə híər/	nghe thấy
to read	/tə ríyd/	đọc
to tell	/tə tέl/	bảo
to spell	/tə spέl/	đánh vần

6. Ngữ-điệu của câu đếm.

Trong câu đếm, ta có hai ngữ-điệu khác nhau :

Hoặc ^{3}*on*^{3}, ^{3}*two*^{3}, ^{3}*three*^{3}, ^{3}*four*^{3}, ^{3}*five*^{1}.

(mỗi tiếng đọc mạnh và ở độ cao 3, cuối câu mới xuống dọng.)

Hoặc ^{2}*one*^{2}, ^{2}*two*^{2}, ^{2}*three*^{2}, ^{2}*four*^{2}, ^{3}*five*^{1}.

(mỗi tiếng đọc mạnh nhưng chỉ ở độ 2 thôi, tiếng cuối câu lại xuống dọng như trên.)

Thí-dụ nữa :

| One, | two, | three, | four, | five, | six. |

ay

| One, | two, | three, | four, | five, | six. |
| Seven, | eight, | nine, | ten, | eleven, | twelve. |

ay

| Seven, | eight, | nine, | ten, | eleven, | twelve. |

C. GRAMMAR   VĂN-PHẠM

6. 1. Thể động-từ cho ngôi thứ ba số ít : « to have ».

| 30. I *have* only one pen. | Tôi chỉ có một cái bút mực. |
| 38. *Each student has three* *notebooks.* | Mỗi học-sinh có ba quyển vở. |

Động-từ *to have* 'có' về thì hiện-tại, bao nhiêu ngôi khác dùng *have* cả (I have, you have, we have, you have, they have), duy có ngôi thứ ba số ít thì lại dùng *has* (he has, she has, it has).

Thêm thí-dụ :

a. *I have only two notebooks.*   Tôi chỉ có hai quyển vở thôi.
b. *You have a good teacher.*   Anh có một giáo-sư giỏi.

c. Mr. Ngọc has eleven students.   Ông Ngọc có mười một người học-trò.

d. Miss Mai has two pencils.   Cô Mai có hai cái bút chì.

e. The classroom has seven windows.   Lớp học có bảy cái cửa sổ.

f. We have four fans in this room.   Trong phòng này chúng ta có bốn cái quạt.

g. You have ten fingers.   Anh có mười ngón tay.

h. They have twelve rooms.   Họ có mười hai buồng.

6. 2. Thể động-từ cho ngôi thứ ba số ít : « to be ».

I am fine.	*I'm fine.*	Tôi mạnh.
You are fine.	*You're fine.*	Anh mạnh.
He is fine.	*He's fine.*	Anh ấy (ông ấy) mạnh.
She is fine.	*She's fine.*	Chị ấy (bà ấy) mạnh.
It is a book.	*It's a book.*	Nó (đó) là quyển sách.
We are fine.	*We're fine.*	Chúng tôi mạnh.
You are fine.	*You're fine.*	Các ông mạnh.
They are fine.	*They're fine.*	Các ông ấy mạnh.

Động-từ *to be* « là », về thì hiện-tại có tới ba thể :

       am   cho ngôi thứ nhất số ít,

       is   cho ngôi thứ ba số ít,

       are   cho các ngôi khác.

Ta nhắc lại rằng *am* /æm/ đọc tắt thành '*m* /m/, trừ khi nó đứng đầu câu (Am I a student ?), hoặc cuối câu (I am), hoặc trước tiếng *too* (I am, too). Khi dùng sau *he* và *she*, thì *is* /iz/ đọc tắt thành '*s* /z/. Sau *it*, *is* đọc tắt thành '*s* /s/. Còn *are* /ar/ thì đọc thành '*re* /r/.

6. 3. Thể động-từ cho ngôi thứ ba số ít : « to do», v. v...

    To do   'làm'

To listen 'nghe'
To see 'thấy'
To count 'đếm'
To repeat 'nhắc lại'

I do.	*He does.*	*She does.*	*It does.*
I listen.	*He listens.*	*She listens.*	*It listens.*
I see.	*He sees.*	*She sees.*	*It sees.*
I count.	*He counts.*	*She counts.*	*It counts.*
I repeat.	*He repeats.*	*She repeats.*	*It repeats.*

Ngoài *to have* và *to be* ra, các động-từ khác cũng có thể riêng cho ngôi thứ ba số ít (nghĩa là, khi chủ-từ là *he, she* hay *it*) ở thì hiện-tại. Viết thì thêm *-s* hoặc *-es*. Còn đọc thì ta thấy thêm hoặc /-s/, hoặc /-iz/, hoặc /-z/.

Riêng trong trường-hợp *to do*, mẫu-âm cũng đổi từ /uw/ thành /ə/ trước khi thêm /-z/ : *he does* /hiy də́z/, *she does* /šiy də́z/, *it does* /it də́z/.

Thêm thí-dụ :

/-s/	*a.*	*He thanks you.*	Anh ấy cám ơn ông.
/-z/	*b.*	*She gives him a pen.*	Cô ấy biếu anh ấy cái bút.
/-z/	*c.*	*He shows us Dalat.*	Ông ấy chỉ Dalat cho chúng tôi.
/-iz/	*d.*	*He passes me the map.*	Ông ấy đưa bản đồ cho tôi.
/-z/	*e.*	*She means you.*	Cô ấy muốn nói tên anh ấy.
/-z/	*f.*	*She reads English.*	Chị ấy đọc nổi Anh-văn.
/-s/	*g.*	*Mr. Brown speaks Vietnamese.*	Ông Brown nói tiếng Việt.
/-s/	*h.*	*Miss Tâm writes us.*	Cô Tâm thường viết thơ cho chúng tôi
/-z/	*i.*	*She comes here each morning.*	Sáng nào cô ấy cũng tới đây.
/-iz/ /-z/	*j.*	*He closes the book, then opens it.*	Anh ấy gấp sách lại, rồi thì lại mở sách ra.
/-z/	*k.*	*He borrows my book.*	Nó mượn sách của tôi.

81

/-z/	l. *She lends me her pencil.*
/-s/	m. *He walks to the door.*

Chị ấy cho tôi mượn cái bút chì.
Anh ấy đi tới chỗ cửa.

6. 4. Thể nghi-vấn của động-từ.

21.	*How many windows do you see ?*	Anh trông thấy mấy cái cửa sổ ?
24.	*How many doors do you see ?*	Anh trông thấy mấy cái cửa ra vào ?
29.	*How many pens do you have ?*	Cô có bao nhiêu bút mực ?
37.	*How many notebooks does each student have ?*	Mỗi học-sinh có mấy quyển vở ?

Muốn đổi câu xác-định (statement) thành câu nghi-vấn (question), ta cần dùng đến trợ-động-từ *to do*, mà hai thể là *do* và *does* (xem 6.3).

		You	see.	
	Do	*you*	*see ?*	
		You	*have*	*three pencils.*
How many pencils	*do*	*you*	*have ?*	

		Each student	has	two notebooks.
How many books	*does*	*each student*	*have ?*	
		He	*speaks*	*English.*
	Does	*he*	*speak*	*English ?*
		You	*see*	*three windows.*
How many windows	*do*	*you*	*see ?*	

82

Ta để *do* hay *does* lên trên, nhưng phải nhớ rằng động-từ chính (*have, see,* *peak,* v.v...) trong câu hỏi không thay đổi gì nữa.

Khi trả lời thì dùng : *Yes, I do* ; *yes, he does* ; *no, I don't* ; *no, she does not,* v.v...
Thêm thí-dụ :

a. Do you mean «blackboard »?   Ông định nói cái bảng đen ấy à ?

a. Yes, I do.   Vâng.

b. Does he hear you ?   Ông ấy có nghe thấy ông (nói gì)
                                        không ?

b. Yes, he does.   Có.

c. Does she read English ?   Cô ấy đọc được chữ Anh không ?

c. Yes, she does ?   Có.

5. Thể số nhiều của danh-từ.

2. Please count the *chairs* in   Anh làm ơn đếm những cái ghế trong
    this room.   buồng này.

3. How many *chairs* are there in   Trong buồng này có bao nhiêu cái ghế ?
    this room ?

4. There are twelve *chairs* in   Trong buồng này có 12 cái ghế.
    this room.

5. How many *desks* ?   Bao nhiêu cái bàn viết ?

6. Count your *fingers* now.   Bây giờ đếm các ngón tay xem.

1. How many *windows* do you   Anh thấy bao nhiêu cái cửa sổ.
    see ?

2. I see six *windows*   Tôi thấy 6 cái cửa sổ.

4. How many *doors* do you see?   Anh thấy bao nhiêu cái cửa ra vào ?

7. We have four *fans* in this   Chúng ta có 4 cái quạt trong buồng này.
    room.

8. There are twelve *persons* in   Trong buồng này có 12 người.
    this room.

83

28.	*Eleven students*	Mười một học sinh.
29.	*How many pens do you have ?*	Cô có bao nhiêu cái bút mực ?
30.	*Two pencils*	Hai bút chì.
35.	*There are four pictures on this wall.*	Trên tường này có bốn bức tranh.
38.	*Each student has three notebooks*	Mỗi học sinh có 3 quyển vở.

Những tiếng gạch dưới đều là danh-từ về số nhiều, trong chính-tả viết thêm chữ **s** đằng sau, nhưng đọc lên ta nghe có trường hợp thành /-z/, có trường-hợp thành /-s/.

/-z/

finger	*fingers*	ngón tay
window	*windows*	cửa sổ
door	*doors*	cửa ra vào
fan	*fans*	quạt
person	*persons*	người
pen	*pens*	bút mực
pencil	*pencils*	bút chì
picture	*pictures*	tranh ảnh
chair	*chairs*	ghế
afternoon	*afternoons*	buổi chiều
morning	*mornings*	buổi sáng
name	*names*	tên
teacher	*teachers*	giáo-sư
blackboard	*blackboards*	bảng đen
table	*tables*	bàn
calendar	*calendars*	quyển lịch

/-s/

desk	*desks*	bàn viết

84

student	students	học-sinh
notebook	notebooks	cuốn vở
book	books	sách
map	maps	bản-đồ
seat	seats	chỗ ngồi

Lại có trường-hợp ta nghe thấy thể số ít của danh-từ mà đọc thêm /-iz/ đằng sau là thành số nhiều :

'ghế dài'	bench	benches
'miếng'	piece	pieces
'lớp'	class	classes
'nhà'	house	houses

Tuy nhiên, trong tiếng *houses* « những cái nhà » thì căn-ngữ (tức cái tiếng gốc) lại đọc là /hawz/ trước khi thêm tiếp-vĩ-ngữ (tức cái đuôi đi liền sau) /-iz/. Thể số ít của *house* 'cái nhà' thì tử-âm cuối là /-s/ chứ không phải là /-z/.

Trong phần Bài Tập, ta sẽ tập đọc thể số nhiều của tất cả các danh-từ đã học từ đầu đến giờ.

D. EXERCISES   BÀI-TẬP

1. Đọc những con số này :

1, 2, 3, 4, 5, 6, 7, 8, 9, 10, 11, 12.

2. Nhắc lại theo giáo-sư :

One plus two is three.   ONE PLUS TWO IS THREE

1   *One plus three is four.*

2   *Two plus three is five.*

3   *Five plus three is eight.*

4   *Six plus four is ten.*

5   *Three plus nine is twelve.*

6   *Ten plus one is eleven.*

[6. D]

3. Trả lời những bài tính cộng sau đây :

   How much is two plus three ?   TWO PLUS THREE IS FIVE.

   1   How much is three plus seven ?
   2   How much is four plus eight ?
   3   How much is seven plus four ?
   4   How much is seven plus seven ?
   5   How much is six plus six ?
   6   How much is five plus five ?
   7   How much is four plus four ?
   8   How much is seven plus one ?
   9   How much is seven plus three ?
   10 How much is four plus seven ?

4. Cho những thể số nhiều của các danh-từ đã học rồ'

one book	TWO BOOKS	THREE BOOKS
one afternoon	TWO AFTERNOONS	THREE AFTERNOONS
one morning	TWO MORNINGS	THREE MORNINGS
one name	TWO NAMES	THREE NAMES
one student	TWO STUDENTS	THREE STUDENTS
one teacher	TWO TEACHERS	THREE TEACHERS
one blackboard	TWO BLACKBOARDS	THREE BLACKBOARDS
one bench	TWO BENCHES	THREE BENCHES
one chair	TWO CHAIRS	THREE CHAIRS
one desk	TWO DESKS	THREE DESKS
one pen	TWO PENS	THREE PENS
one pencil	TWO PENCILS	THREE PENCILS
one piece	TWO PIECES	THREE PIECES
one table	TWO TABLES	THREE TABLES

one calendar	TWO CALENDARS	THREE CALENDARS
one door	TWO DOORS	THREE DOORS
one eraser	TWO ERASERS	THREE ERASERS
one fountain pen	TWO FOUNTAIN PENS	THREE FOUNTAIN PENS
one notebook	TWO NOTEBOOKS	THREE NOTEBOOKS
one question	TWO QUESTIONS	THREE QUESTIONS
one ruler	TWO RULERS	THREE RULERS
one window	TWO WINDOWS	THREE WINDOWS
one class	TWO CLASSES	THREE CLASSES
one map	TWO MAPS	THREE MAPS
one classroom	TWO CLASSROOMS	THREE CLASSROOMS
one evening	TWO EVENINGS	THREE EVENINGS
one house	TWO HOUSES	THREE HOUSES
one night	TWO NIGHTS	THREE NIGHTS
one picture	TWO PICTURES	THREE PICTURES
one seat	TWO SEATS	THREE SEATS
one wall	TWO WALLS	THREE WALLS

5. Đổi túc-từ _me_ thành _him_ và _her_.

    Listen to _me_.   LISTEN TO HIM. LISTEN TO HER.

1 Repeat after _me_.
2 Give _me_ a pen.
3 Show _me_ a pencil.
4 Pass _me_ the ink.

. Đổi túc-từ _me_ thành _us_ và _them_.

1 Listen to _me_.   LISTEN TO US.   LISTEN TO THEM.
2 Repeat after _me_.
3 Give _me_ a fountain pen.
4 Show _me_ your fingers.
5 Pass _me_ your notebook.

7. Nhắc lại những câu này, nhưng thêm *please.*

    Listen to him.   LISTEN TO HIM, PLEASE.
                                  PLEASE LISTEN TO HIM.

   1 *What's your name ?*
   2 *Give me a pen.*
   3 *Give me a pencil.*
   4 *Show me your desk.*
   5 *Give me a piece of chalk.*
   6 *Pass me the ink.*
   7 *One more question.*
   8 *What's the English for* bản đồ?
   9 *Stand up.*
  10 *Sit down.*
  11 *Come here.*
  12 *Erase the blackboard.*
  13 *Lend me the map.*
  14 *Sketch a house,*
  15 *Walk to the door.*
  16 *Close the door.*
  17 *Open the window.*
  18 *Go to your seat.*

8. Đổi túc-từ thành *her,* rồi *them.*

    I thank him.   I THANK HER   I THANK THEM.
   1 *I thank him.*
   2 *I give him.*
   3 *I pass him the ink.*
   4 *I show him.*
   5 *I mean him.*
   6 *I see him.*

9. Đếm từ 1 đến 12.

10. Đếm ngược lại từ 12 quay về 1.

1. Trả lời những câu hỏi sau đây :

How many books do you have ?   I HAVE TWO BOOKS.
                                   I HAVE THREE BOOOKS·

1 *How many teachers do you have ?*
2 *How many chairs do you have ?*
3 *How many desks do you have ?*
4 *How many pens do you have ?*
5 *How many pencils do you have ?*
6 *How many windows does this room have ?*
7 *How many doors does this room have ?*
8 *How many notebooks does each student have ?*

DICTATION   CHÍNH-TẢ

1. *What are Mr. Ngọc and Miss Tâm ?*
2. *Mr. Ngọc and Miss Tâm are teachers.*
3. *They are my teacher.*
4. *Mr. Ngọc is my French teacher, and Miss Tâm is my English teacher.*
5. *How many doors are there in this classroom ?*
6. *There are two doors in this classroom.*
7. *How many windows ?*
8. *Seven windows ?*
9. *Please give Mr. Ba a pen.*
10. *Please give him a pencil, too.*
11. *Please show Miss Liên your notebooks.*

89

12. *Not this one. That one.*
13. *What's the English for* ' hai cuốn sách tốt ' ?
14. *The English for* ' hai cuốn sách tốt ' *is two good books.*
15. *Can you spell your name ?*
16. *Yes, I can.* ... , ... , ...
17. *Can you spell my name ?*
18. *Yes, I can.* ... , ... , ...
19. *Can you count from 1 to 12 ?*
20. *Yes, I can.* 1, 2. 3, 4, 5, 6, 7, 8, 9, 10, 11, 12.

F. VOCABULARY   NGỮ - VỰNG

after	/ǽftər/	sau, theo
all	/ɔl/	tất cả, hết thảy
both	/bówθ/	cả hai
to count	/tə káwnt/	đếm
do	/dúw/	[trợ động từ]
does	/dɔz/	[trợ động từ]
each	/íyč/	mỗi một
fan	/fǽn/	quạt
finger	/fíngər/	ngón tay
for	/fɔr/	cho
French	/frɛnč/	Pháp-văn
how many	/haw mɛniy/	mấy, bao nhiêu
to listen	/tə lísən/	nghe
once	/wɔns/	một lần
only	/ównliy/	chỉ
other	/ɔðər/	cái kia, quyển kia
person	/pɔrsən/	người
to repeat	/tə rɪpíyt/	nhắc lại
right	/ráyt/	đúng
room	/rúwm/	buồng, phòng
to see	/tə síy/	thấy
then	/ðɛn/	thế thì, rồi thì
there is	/ðɛr íz/	có
there are	/ðɛr ár/	có [số nhiều]

UNIT SEVEN
BÀI BẢY 7

Colors
Màu sắc

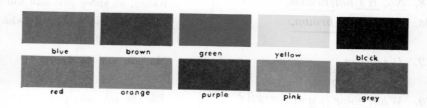

blue	brown	green	yellow	blcck
red	orange	purple	pink	grey

A. BASIC SENTENCES

NHỮNG CÂU CĂN-BẢN

1. What's this ?   Cái gì đây ?

2. It's a book ?   Đây là một cuốn sách.
       new   mới

3. It's a new book.   Đây là một cuốn sách mới.
       old   cũ

4. It's an old book.   Đây là một cuốn sách cũ.
       color   màu

5. What color is it ?   Nó màu gì ?
       blue   xanh (da trời)

A DICTIONARY

A PENCIL

91

[7. A]

6. It's blue.	Nó màu xanh da trời.
brown	nâu
7. What color is my desk ?	Bàn tôi màu gì ?
Brown ?	Nâu, phải không ?
8. No, it's not brown.	Không, nó không phải màu nâu.
8a. No, it isn't brown.	Không, nó không phải màu nâu.
green	xanh lá cây
9. It's green.	Nó màu xanh lá cây.
yellow	vàng
10. What color is your pencil ?	Bút chì anh màu gì ?
Yellow?	Màu vàng phải không ?
11. Yes, it's yellow.	Vàng, màu vàng.
lead	chì
black	đen
12. But the lead is black.	Nhưng chì thì màu đen.
also	cũng
red	đỏ
13. I also have a red pencil and a blue pencil.	Tôi cũng còn có một cái bút chì và một cái bút chì xanh.

flag	cờ
14. *This is a Vietnamese flag.*	Đây là một lá cờ Việt-Nam.
15. *It's red and yellow.*	Nó có màu đỏ và vàng.
16. *Red and yellow are Vietnamese colors.*	Đỏ và vàng là những màu cờ Việt-Nam.
French	Pháp
white	trắng
17. *The French flag is red, white and blue.*	Cờ Pháp thì đỏ, trắng và xanh.

British	Anh
18. *The British flag is also red, white and blue.*	Cờ Anh cũng đỏ, trắng và xanh.
American	Mỹ
19. *The American flag also has red, white and blue.*	Cờ Mỹ cũng có màu đỏ, màu trắng và màu xanh.
these	những cái này
orange	màu da cam
20. *What color are these books?*	Những cuốn sách này màu gì?
Are they orange?	Da cam, phải không?
cover	bìa
purple	tím
21. *No. The covers are purple, and the paper is white.*	Không. Bìa thì tím, và giấy thì trắng.

93

22. *Chalk is white, too.*   Phấn cũng trắng.

23. *What color is the blackboard ?*   Cái bảng màu gì ?

24. *This blackboard is black, and that blackboard is green.*   Cái bảng này màu đen, còn cái bảng kia màu xanh.

     sometimes   thỉnh-thoảng, đôi khi

A BLACKBOARD

A PIECE OF CHALK

25. *Blackboards are sometimes green.*   Bảng đen trong lớp đôi khi lại màu xanh.

     blue-black   xanh-đen

26. *My ink is blue-black.*   Mực của tôi màu xanh-đen.

27. *These pictures are not in color.*   Những tấm hình này không phải hình màu.

27a. *These pictures aren't in color.*   Những tấm hình này không phải hình màu.

28. *They are black and white.*   Nó là hình đen trắng.

     dog   con chó

29. *This is a black dog, and that's a yellow dog.*   Đây là một con chó đen (mực), và đó là một con chó vàng.

     those   những cái ấy

     cow   bò

30. *Are those cows ?*   Những con đó có phải là bò không?

water	nước
buffalo	trâu
water buffalo	trâu
water buffaloes	trâu [số nhiều]

31. No, they are water buffaloes.　　　Không, đó là những con trâu.

A BLACK DOG

A COW

31a. No, they're water buffaloes.　　　Không, đó là những con trâu.
　　　　usually　　　　　　　　　　　thường thường

32. Cows are usually yellow.　　　　Bò thường thường màu vàng
　　　　generally　　　　　　　　　　thường thường

TWO COWS

TWO WATER BUFFALOES

33. *Water buffaloes are gene-rally black.*

Trâu thường thường màu đen.

    some

    một vài

    pink

    hồng

34. *Some buffaloes are pink.*

Một vài con trâu màu hồng (trắng

    flower

    hoa

35. *What color are these flo-wers ?*

Những bông hoa này màu gì ?

36. *These are red.*

Những bông này màu đỏ.

37. *Those are yellow.*

Những bông kia màu vàng.

    like

    thích

38. *I like yellow flowers.*

Tôi thích màu vàng.

    dictionary

    tự-điển

39. *The dictionary has a green cover.*

Cuốn tự-điển có cái bìa xanh.

    typewriter

    máy chữ

    grey

    xám.

40. *The typewriter is grey.*

Cái máy chữ màu xám.

    hat

    mũ

41. *This hat isn't black.*

Cái mũ này không phải màu đen.

It's grey.

Nó màu xám.

    to excuse

    tha lỗi

42. *Excuse me. How do you spell « grey » ?*

Xin lỗi ông. Tiếng « grey » đán vần thế nào ?

43. *G, R, E, Y.*

G, R, E, Y.

44. *Once more, please.*

Xin ông làm ơn nói lại một lần nữa

45. *G, R, E, Y.*

G, R, E, Y.

46. *Thank you.*

Cám ơn ông.

THE ENGLISH ALPHABET
TỰ-MẪU ANH-NGỮ

A	B	C	D	E	F	G	II	I	J
a	b	c	d	e	f	g	h	i	j
/éy	bíy	síy	díy	íy	éf	jíy	éyč	áy	jéy/
K	L	M	N	O	P	Q	R		
k	l	m	n	o	p	q	r		
/kéy	él	ém	én	ów	píy	kyúw	ár/		
S	T	U	V	W	X	Y	Z		
s	t	u	v	w	x	y	z		
/és	tíy	yúw	víy	dɔblyuw	éks	wáy	zíy, zɛd/		

MY NAME IS_____ : _____, _____, _____, ...

(Viết tên em)   (Đánh vần bằng tiếng Anh)

B. PRONUNCIATION   PHÁT-ÂM

Ngữ-điệu 231 và 31.

Học-sinh tập vẽ đường chỉ ngữ-điệu.

(a)	John.	I see John.	I like John.	I like him.
	Jack.	I see Jack.	I like Jack.	I like him.
	Sue.	I see Sue.	I like Sue.	I like her.
	Jane.	I see Jane.	I like Jane.	I like her.
	Tim.	I see Tim.	I like Tim.	I like him.
	Tom.	I see Tom.	I like Tom.	I like him.
	Ann.	I see Ann.	I like Ann.	I like her.
	Kay.	I see Kay.	I like Kay.	I like her.
	Dick.	I see Dick.	I like Dick.	I like him.

Bob.	I see Bob.	I like Bob.	I like him.
Ike.	I see Ike.	I like Ike.	I like him.

(b)

Susie.	I like Susie.	I like her.
Mary.	I like Mary.	I like her.
Johnny.	I like Johnny.	I like him.
Harry.	I like Harry.	I like him.
Tommy.	I like Tommy.	I like him.
Sidney.	I like Sidney.	I like him.
Nancy.	I like Nancy.	I like her.
Debbie.	I like Debbie.	I like her.

(c)

Book.	I see the book.	I like the book.	I like it.
Name.	I see the name.	I like the name	I like it.
Bench.	I see the bench.	I like the bench.	I like it.
Chair.	I see the chair.	I like the chair.	I like it.
Desk.	I see the desk.	I like the desk.	I like it.
Ink.	I see the ink.	I like the ink.	I like it.
Pen.	I see the pen.	I like the pen.	I like it.
Door.	I see the door.	I like the door,	I like it.
Class.	I see the class.	I like the class.	I like it.
Map.	I see the map.	I like the map.	I like it.
Song.	I hear the song.	I like the song.	I like it.
House.	I see the house.	I like the house.	I like it.
Hat.	I see the hat.	I like the hat.	I like it.
Flag.	I see the flag.	I like the flag.	I like it.

(d)

Morning.	I like the morning.
Student.	I like the student.
Teacher.	I like the teacher.
Blackboard.	I like the blackboard.

Paper.	*I like the paper.*
Pencil.	*I like the pencil.*
Table.	*I like the table.*
Notebook.	*I like the notebook.*
Question.	*I like the question.*
Ruler.	*I like the ruler.*
Window.	*I like the window.*
Picture.	*I like the picture.*
Classroom.	*I like the classroom.*

Vận /-ə́m/

come	/kə́m/	*mum*	/mə́m/
bum	/bə́m/	*numb*	/nə́m/
dumb	/də́m/	*some*	/sə́m/
gum	/gə́m/	*hum*	/hə́m/

Vận /-ə́n/

pun	/pə́n/	*gun*	/gə́n/
ton	/tə́n/	*nun*	/nə́n/
bun	/bə́n/	*none*	/nə́n/
done	/də́n/	*sun*	/sə́n/
run	/rə́n/	*son*	/sə́n/

Vận /-ə́ŋ/

bung	/bə́ŋ/	*sung*	/sə́ŋ/
dung	/də́ŋ/	*hung*	/hə́ŋ/
		lung	/lə́ŋ/

Tử-âm /p-/ và /b-/ ở đầu tiếng

	/p-/			/b-/	
« *p* »	/píy/	chữ *p*	« *b* »	/bíy/	chữ *b*
p u	/píy/	đậu	*bee*	/bíy/	con ong

99

pay	/péy/	trả	bay	/béy/	vịnh
pear	/péər/	quả lê	bear	/béər/	con gấu
Poe	/pów/	Poe	beau	/bów/	bạn trai
pin	/pín/	ghim	bin	/bín/	thùng
pun	/pɔ́n/	chơi chữ	bun	/bɔ́n/	bánh

C. GRAMMAR   VĂN-PHẠM

7.1. Viết hoa những tiếng chỉ quốc-tịch hay ngôn-ngữ.

Những tiếng *Vietnamese, French, British, English, American* đều viết hoa vì nó chỉ quốc-tịch hay ngôn-ngữ.

7.2. Mạo-từ bất-định (ôn lại).

Trong Bài 1 (Văn-phạm 1.3), ta đã phân-biệt mạo-từ bất-định *a* (hay *an* trước một mẫu-âm, xem Bài 3, Văn-phạm) và mạo-từ định *the*. Ta bảo *a teacher* nghĩa là 'một giáo-sư trong số rất đông giáo-sư', còn *the teacher* nghĩa là 'ông giáo-sư mà lúc nãy đã nói chuyện đến. Đó là về số ít.

Còn nếu ta muốn nói 'các giáo-sư (nói chung)' thì ta phải dùng số nhiều : thay vì *a teacher*, ta sẽ nói *teachers* /tíyčərz/.

(Mà nếu ta muốn nói 'những giáo-sư vừa nói đó' thì ta vẫn để nguyên mạo-từ *the* và chỉ việc đổi *teacher* thành *teachers* thôi.)

Đây là cách nói chung về một loại :

32. *Cows are usually yellow.* }   Bò thường mầu vàng.
    A cow is usually yellow. }

33. *Water buffaloes are generally black.* }   Trâu thường thường mầu đen
    A water buffalo is generally black. }

38. *I like yellow flowers.*   Tôi thích hoa vàng (nói chung).
    I like red pencils.   Tôi thích bút chì đỏ (nói chung).
    I like good books.   Tôi thích những sách hay.

I like new dresses.	Tôi thích áo mới (nói chung).
I see green blackboards.	Tôi thấy bảng viết màu xanh.
I see black cows.	Tôi thấy (một số những con) bò đen.

.3. Danh-từ đếm được và danh-từ không đếm được.

'0. *What color are these books ?*	Những cuốn sách này màu gì ?
1. *The covers are purple.*	Bìa thì màu tím.
7. *These pictures are not in color.*	Những tấm hình này không phải hình màu.
1. *They are water buffaloes.*	Đó là những con trâu.
2. *Cows are usually yellow.*	Bò thường thường màu vàng.
3. *Water buffaloes are generally black.*	Trâu thường thường màu đen.
8. *I like yellow flowers.*	Tôi thích hoa vàng.

Những danh-từ gạch dưới trong bảy câu trên đều chỉ những vật mà ta có thể đếm được từng đơn-vị một : *one book, two books, three books ; one flower, two flowers, three flowers*, v.v...

Ta gọi những danh-từ đó là *countable nouns* (danh-từ đếm được). Còn một số danh-từ như *ink, chalk, English, paper* trong những câu sau đây thì là danh-từ không đếm được (*non-countable nouns*) :

I like black ink.	Tôi thích mực đen.
He likes purple ink.	Anh ấy thích mực tím.
She likes green ink.	Chị ấy thích mực xanh lá cây.
My teacher likes yellow chalk.	Thầy giáo tôi thích phấn vàng.
I speak a little English.	Tôi nói một ít tiếng Anh.
Give me some paper.	Cho tôi một ít giấy.
Give me a piece of paper.	Cho tôi một tờ giấy.
Give me some chalk.	Cho tôi một ít phấn.
Give me a piece of chalk.	Cho tôi một miếng phấn.

Give me some ink. Cho tôi một ít mực.

Để ý: Những danh-từ không đếm được có thể có *a little, some* hay *a piece c* & đằng trước, chứ những danh-từ đếm được thì không thể có *a little* hay *a piece o* & đằng trước.

COUNTABLE NOUNS			NON -COUNTABLE NOUNS	
A	*book*		*Chalk*	
(An	*eraser)*			
	Books		*Chalk*	
The	*book*	*The*	*chalk*	
The	*books*	*The*	*chalk*	
Some	*books*	*Some*	*chalk*	
This	*book*	*This*	*chalk*	
These	*books*	. . . . . .	. . . . . .	
That	*book*	*That*	*chalk*	
Those	*books*	. . . . . .	. . . . . .	
. . . .	. . . .	A little	*chalk*	
. . . .	. . . .	A piece of	*chalk*	
	ĐƠN-VỊ ĐẾM ĐƯỢC		CHẤT	

7.4. Trạng-từ usually, generally, sometimes.

25. *Blackboards are sometimes green.* Bảng đen trong lớp đôi khi lại mà xanh.

32. *Cows are usually yellow.* Bò thường thường màu vàng.

33. *Water buffaloes are generally black.* Trâu thường thường màu đen.

Những trạng-từ chỉ xem việc gì có năng xảy ra hay không (tiếng Anh gọi là *adverbs of frequency*) bao giờ cũng đứng liền sau động-từ *to be*. Thêm thí-dụ :

Blackboards are sometimes green.	Bảng đen trong lớp đôi khi lại màu xanh.
Chalk is usually white.	Phấn thường thường màu trắng.
The students here are generally very good.	Học-sinh ở đây thường tốt lắm.
My teacher is usually well.	Giáo-sư tôi thường thường khỏe mạnh.
Calendars are usually correct.	Lịch thường thường đúng.
He is usually sure.	Thường thường anh ấy chắc vậy.

Nhưng những trạng-từ như *sometimes, usually, generally*, v.v... lại đứng trước các trợ-động-từ như *can, may* (mà ta đã học trong Bài 4) hoặc các động-từ thường :

We usually speak Vietnamese.	Chúng tôi thường thường nói tiếng Việt.
We sometimes speak English.	Chúng tôi thỉnh thoảng nói tiếng Anh.
I can sometimes hear him.	Thỉnh thoảng tôi cũng nghe thấy anh ấy nói gì.
They may sometimes go to Dalat.	Thỉnh thoảng họ có thể đi Dalat.

7.5. Số nhiều bất-qui-tắc của danh-từ.

Tiếng *buffalo* /bófəlow/ số nhiều đọc thêm /-z/ thành /bófəlowz/, nhưng trong chính-tả phải thêm - *es*, chứ không phải chỉ thêm - *s* mà thôi.

D. EXERCISES   **BÀI TẬP**

1. Hỏi màu các đồ vật trong lớp học :

  1 What color is this wall ?   THIS WALL IS......
  2 What color is that wall ?
  3 What color is my book ?

4   *What color is his book ?*

5   *What color is her book ?*

6   *What color is my desk ?*

7   *What color is the blackboard ?*

8   *What color is your ink ?*

9   *What color is this cow ?*

10   *What color is that dog ?*

2.   Trả lời ' không ' và nói em thích cái kia. Thí-dụ :

Do you like green pencils ?   NO, I DON'T.

I DON'T LIKE GREEN PENCILS.

(bút chì đen)   I LIKE BLACK PENCILS.

1   *Do you like a blue pencil ?*   (Bút chì đỏ)

2   *Do you see a white flag ?*   (Cờ vàng)

3   *Do you see a French flag ?*   (Cờ Việt-Nam)

4   *Do you like an orange cover ?*   (Bìa xanh lá cây)

5   *Do you like white chalk ?*   (Phấn vàng)

6   *Can you show me a black dog ?*   (Chó vàng)

7   *Do you see a yellow cow ?*   (Bò đen)

8   *Do you see a black water buffalo ?*   (Trâu trắng — hồng)

9   *Do you have a black hat ?*   (Mũ xám)

10   *Do you like yellow flowers ?*   (Hoa đỏ)

3.   (a)

book

a book

an English book

a new English book

I have a new English book.

You have a new English book.

You also have a new English book.

(b)

pen

a pen

a fountain pen

a good fountain pen

Show me a good fountain pen.

Please show me a good fountain pen.

Please show me some good fountain pens.

Đọc những câu khẳng-định sau đây (ngữ-điệu 2 3 1) rồi đổi thành câu hỏi (ngữ-điệu 2 3 3), để người bên cạnh sẽ trả lời « có ». Thí-dụ :

He is a good student   IS HE A GOOD STUDENT ?

— YES, HE IS.

1 *This is a good book.*

2 *She is a good teacher.*

3 *You are a good student.*

4 *You like a good pencil.*

5 *He likes a green desk.*

6 *She likes a black pencil.*

7 *They like a Vietnamese flag.*

8 *Mr. Brown speaks Vietnamese.*

9 *Those pictures are black and white.*

10 *Those are cows.*

11 *These are water buffaloes.*

12 *This dictionary is excellent.*

. Đặt câu có *these* và *those*, dùng hai hình-dung-từ người ta cho.

Thí-dụ :

pencils : red, blue   THESE PENCILS ARE RED,

AND THOSE ARE BLUE.

1 *hats*   :   *grey, black*

2 *blackboards*   :   *black, green*

105

3	books	:	new, old
4	desks	:	blue, brown
5	pencils	:	black, blue
6	flags	:	blue, yellow
7	covers	:	orange, purple
8	pictures	:	good, not good
9	dogs	:	black, yellow
10	cows	:	yellow, black
11	water-buffaloes	:	black, pink
12	flowers	:	red, pink

6. Đánh vần (spell) những tiếng sau đây :

blackboard : B, L, A, C. K, B, O, A, R, D.

typewriter :

picture :

American :

Vietnamese :

buffalo :

afternoon :

eraser :

welcome :

7. Đổi những tiếng gạch dưới trong các câu sau đây thành đại-danh-từ cho đúng cách chủ-từ. Thí-dụ :

Miss Tâm and Mr. Ngọc are teachers.   THEY ARE TEACHERS.

I like Miss Tâm and Mr. Ngọc.   I LIKE THEM.

1   Lâm and I both like my book.

2   Mr. Ngọc is an excellent teacher.

3   Miss Thanh is a good teacher, too.

4 *May he and I sit here ?*
5 *Tân and you are good students.*
6 *(My name is Hào) The teacher likes Hào.*
7 *My teacher can show Dalat to you and me.*
8 *I can usually hear Miss Nga.*
9 *We can get the dictionary for you now.*
10 *Mr. Ngọc and Mr. Kim are both English teachers.*
11 *This classroom has eight windows,*
12 *Mr. and Mrs. Smith are in Vietnam now.*

E. DICTATION   CHÍNH-TẢ

1. *I have a new English book.*
2 *You also have a new English book.*
3. *We both have new English books.*
4. *What color are your new English books ?*
5. *They are green. The covers are green.*
6. *What are the colors on the Vietnamese flag ?*
7. *They are yellow and red.*
8. *Are blackboards sometimes green ?*
9. *Yes, blackboards are sometimes green.*
10. *In Vietnam you sometimes see pink water buffaloes.*

F. VOCABULARY   NGỮ-VỰNG

also	/ɔ́lsow/	cũng
American	/əmérəkən/	Mỹ
black	/blǽk/	đen

107

blue	/blúw/	xanh (da trời)
blue-black	/blúw-blæk/	xanh-den
British	/brítiš/	Anh
brown	/bráwn/	nâu
buffalo	/báfəlow/	trâu
color	/káler/	mầu
cover	/kávər/	bìa
cow	/káw/	bò
dictionary	/díkšənɛriy/	tự-điển
dog	/dág, dóg/	con chó
to excuse	/tə ikskyúwz/	tha lỗi
flag	/flǽg/	cờ
flower	/fláwər/	hoa
French	/frɛ́nč/	Pháp
generally	/jɛ́nərəliy/	thường thường
green	/gríyn/	xanh lá cây
grey	/gréy/	xám
hat	/hǽt/	mũ
lead	/lɛ́d/	chì
new	/nyúw, núw/	mới
old	/ówld/	cũ
orange	/ɔ́rınj, árınj/	mầu da cam
pink	/píŋk/	hồng
red	/rɛ́d/	đỏ
some	/sám/	một vài
sometimes	/sámtaymz/	thỉnh thoảng, đôi khi
these	/ðíyz/	những cái này
those	/ðówz/	những cái ấy
typewriter	/táypràytər/	máy chữ
usually	/yúwžuəly/	thường thường
water	/wɔ́ter, wátər/	nước
water-buffalo	/wɔ́tər bəfəlow/	trâu
white	/hwáyt/	trắng
yellow	/yɛ́low/	vàng

Students and Their Work
Học-sinh và công việc học-hành

A. BASIC SENTENCES

NHỮNG CÂU CĂN-BẢN

to look	trông, có vẻ
tired	mệt
1. You look tired.	Trông anh có vẻ mệt.
2. I am tired. I'm very tired.	Đúng, tôi mệt. Tôi mệt lắm.

"I'M VERY TIRED"

to work	làm việc
hard	nhiều
too	quá
3. You work too hard.	Anh làm việc nhiều quá.
to have to	phải
exam	thi
week	tuần lễ

109

4. I have to. _We have exams this week._ — Tôi bắt buộc phải học nhiều. Tuần lễ này chúng tôi thi.

       hard — khó

5. _Are the exams very_ hard? — Thi có khó không?

       especially — nhất là

6. _Yes, very. Especially the English exam._ — Có, khó lắm. Nhất là bài thi Anh-văn.

       always — luôn luôn
       busy — bận

7. _Are you always busy?_ — Anh có bận luôn không?

8. _Yes, I'm always busy._ — Có, tôi bao giờ cũng bận.

8a. _Yes, I am._ — Có, tôi bao giờ cũng bận.

       boy — cậu con trai

9. _How about the other boys? Are they busy, too?_ — Thế còn các cậu kia? Cũng bận chứ?

       all — tất cả

10. _Yes, they are. We all are._ — Vâng. Tất cả chúng tôi đều bận.

       lesson — bài học

11. _Is this lesson hard?_ — Bài này có khó không?

       easy — dễ

12. _Yes, it is. That one is easy._ — Có Bài kia thì dễ.

       interesting — hay

13. _Are the lessons interesting?_ — Bài học có hay không

14. _Yes, they are._ — Có

       long — dài

15. _Are they very long?_ — Có dài lắm không?

16. _No, they aren't._ — Không.

       sleepy — buồn ngủ

17. _Are you boys sleepy?_ — Các cậu có buồn ngủ không?

110

No, we aren't. — Không.

Are you a teacher ? — Cậu có phải là giáo-sư không ?
still — còn

No, I'm not. I'm still a student. — Dạ, không. Tôi còn là học-sinh.

Are they teachers ? — Họ có phải là giáo-sư không ?

No, they aren't. — Không.

Are they students ? — Họ có phải là sinh-viên không ?
in fact — thật ra

Yes, they are. In fact, they are both students and teachers. — Phải. Thật ra họ vừa là sinh-viên, vừa là giáo-sư.

They are student teachers then. Am I wrong ? — Thế thì họ là giáo-sinh rồi. Tôi có sai không ?

No, you aren't. You're right. — Không, không sai. Ông nói đúng.
university — đại-học

They are university students. — Họ là sinh-viên đại-học.
to do — làm
practice teaching — thực-tập
school — trường

They do practice teaching in our school. — Họ tập dạy ở trường chúng tôi.
intelligent — thông minh

They look intelligent. — Trông họ thông minh.
friendly — niềm nở

They look friendly. — Trông họ niềm nở, tử tế.
happy — sung sướng
people — người ta [nói chung]

They're happy people. — Họ là những người sung sướng.
girl — cô con gái

111

32. *How about those girls?*　　　Thế còn các cô kia?
    What are they?　　　　　　Là gì?
33. *They are also students.*　　　Các chị ấy cũng là học sinh.
    from　　　　　　　　　　từ (từ đâu lại)
34. *Where are they from?*　　　Các cô ấy học ở đâu?

THEY'RE FROM GIA-LONG

35. *They're from Gia-Long.*　　Các chị ấy ở trường Gia-Long.
    high school　　　　　　　trường trung-học
    to know　　　　　　　　biết
36. *That's the other high school*　Đó là trường nữ trưng-học kia đó
    for girls, you know.　　　chắc ong biết chớ.

OUR PRINCIPAL

THEIR PRINCIPAL

gentleman	ông
our	của chúng tôi (ta)
principal	hiệu-trưởng.

7. That gentleman is our principal. Ông đó là hiệu-trưởng chúng em.

lady	bà
their	của họ

8. That lady is their principal. Bà đó là hiệu-trưởng của các chị ấy.

9. You boys have classes today ? Hôm nay các cậu có lớp học không?

0. Not this morning. Sáng nay thì không.

ceremony	buổi lễ
to go	đi
home	nhà

1. After the ceremony we go home. Sáng buổi lễ chúng em về nhà.

off	nghỉ

2. We have the afternoon off, too. Buổi chiều cũng được nghỉ nữa.

nice	thích, khoái

3. That's nice. Thích nhỉ!

PRONUNCIATION   PHÁT-ÂM

Ngữ-điệu 231. Trong bài 3 (Phát-âm, Điểm 2), ta đã thấy là những câu hỏi ở đầu có một vấn-từ như who, what, v.v... cũng có điệu 231 như câu khẳng-định thường (bài 1, Phát-âm, Điểm 6) :

Who are you ?	Anh là ai ?
What's your name?	Tên anh là gì ?
Who is M. Ngọc ?	Ông Ngọc là ai ?

32.	*How about those girls ?*	Thế còn các cô kia ?
32.	*What are they ?*	Các cô ấy làm gì ?
34.	*Where do they study ?*	Các cô ấy học ở đâu ?

Thêm thí-dụ :

Whom do you know ?	Anh biết ai ?
What do you study ?	Anh học cái gì ?
What do you like ?	Anh thích cái gì ?
What do you see ?	Anh thấy cái gì ?
What do you hear ?	Anh nghe thấy cái gì ?
How do you spell « grey » ?	Anh đánh vần tiếng *grey* thế nào ?

2. **Ngữ-điệu 231.** Những câu sai khiến cũng có ngữ-điệu 231. Trong b:
z và 5 có nhiều kiểu câu đó. Ta hãy ôn lại :

Give me a pen.	Cho tôi cái bút.
Give me a pencil.	Cho tôi cái bút chì.
Show me a good table.	Cho tôi một cái bàn tốt.
Give me a piece of chalk.	Cho tôi một miếng phấn.
Give me a bench.	Cho tôi một cái ghế dài.
Pass me the ink.	Đưa cho tôi mực.
Stand up.	Đứng dạy.
Sit down.	Ngồi xuống.
Come here.	Lại đây.
Erase the blackboard.	Xóa bảng đi.
Lend me the map.	Cho tôi mượn bản đồ.
Walk to the door.	Đi ra chỗ cửa kia.
Close the door.	Đóng cửa lại.
Open the window.	Mở cửa sổ ra.
Go to the seat.	Đi về chỗ.

Sit down.	Ngồi xuống.
Hang the picture up.	Treo cái tranh lên.
Repeat after me.	Nhắc lại theo tôi.
Say it again.	Nói lại lần nữa.

Ngữ-điệu 233. Trong bài 3 (Phát âm, Điểm 2), ta đã thấy rằng những câu hỏi mà ta có thể trả lời bằng « có » (hay gật đầu) hoặc « không » (hay là lắc đầu) đều có ngữ-điệu 233.

Trong bài này, câu số 39 có ngữ-điệu ấy :

²*You boys have classes to*³*day*³ ?   Hôm nay các cậu có lớp học không ?

Cũng một câu này, nếu nói theo ngữ-điệu 231, thì lại là một câu khẳng-định không phải là câu nghi-vấn nữa :

²*You boys have classes to*³*day*¹.   Hôm nay các cậu có lớp học đấy nhé.

Ngữ-điệu rất quan-trọng vì mình nó có thể đổi một câu nói thường thành câu hỏi, hay ngược lại. Vậy ta phải chú-ý tập đọc cho đúng ngữ-điệu. Thí-dụ :

²*We have exams this* ³*week*¹.	Tuần này chúng tôi thi.
²*We have exams this* ³*week*³ ?	Tuần này chúng tôi phải thi à ?
²*That one is* ³*easy*¹.	Bài kia thì dễ.
²*That one is* ³*easy*³ ?	Bài ấy mà dễ ư ?
²*You mean one, two,* ³*three*³ ? (Bài 3)	Anh muốn nói « một, hai, ba » ấy à ?
²*In Vietna*³*mese*³ ? (Bài 4)	Bằng tiếng Việt ấy à ?
²*This* ³*one*³ ? (Bài 5)	Cái này ấy à ?
³*Yellow*³ ? (Bài 7)	Mầu vàng à ?

Điệu nhấn tư-nhất và ba-nhất

To give	/tə gív/	cho	*I give*	/ày gív/	tôi cho
To show	/tə šów/	chỉ	*I show*	/ày šów/	tôi chỉ

115

To pass	/tə pǽs/	đưa	I pass	/ày pǽs/	tôi đưa
To thank	/tə θǽŋk/	cám ơn	I thank	/ày θǽŋk/	tôi cám ơn
To mean	/tə míyn/	muốn nói	I mean	/ày míyn/	tôi muốn
To name	/tə néym/	đặt tên	My name	/mày néym/	tên tôi
To pen	/tə pɛ́n/	viết	My pen	/mày pɛ́n/	bút tôi

5. Vận /-eyp/

ape	/éyp/		gape	/géyp/
tape	/téyp/		nape	/néyp/
cape	/kéyp/			

6. Vận /-ǽp/

tap	/tǽp/		map	/mǽp/
cap	/kǽp/		nap	/nǽp/
gap	/gǽp/		sap	/sǽp/

7. Vận /-ɔ́p/

top	/táp, tɔ́p/		mop	/máp, mɔ́p/
cop	/káp, kɔ́p/		hop	/háp, hɔ́p/
stop	/stáp, stɔ́p/		lop	/láp, lɔ́p/

C. GRAMMAR   VĂN-PHẠM

8. I. Động-từ được nhấn mạnh.

Thường thường nếu muốn nói « Tôi mệt » chỉ cần nói I am tired hay I'm tired với ngữ-điệu 231 là đủ rồi.

Tuy nhiên, trong bài này có hai câu :

1. *You look tired.*   Trông anh có vẻ mệt.
2. *I am tired.*   Đúng, tôi mệt.

Câu số 2 có ý nhấn mạnh rằng người nói câu số 1 đã nói đúng, vì thế n

116

ng-từ *am* được đọc rõ ràng và nhấn mạnh là /ǽm/. Đáng lẽ vần đầu của tiếng
red đọc cao nhất và nhấn mạnh nhất thì bây giờ vần *am* lại đọc cao nhất và nhấn
mạnh nhất.

²*I'm* ³*tired*¹.   Tôi mệt.

2. ²*I* ³*am tired*¹.   Tôi mệt thật.

Trong chính-tả, người ta thường gạch dưới (hoặc in chữ ngả) những tiếng
ào được nhấn mạnh trong khi đàm-thoại.

2. Động-từ to look.

Động-từ *to look* có thể đứng trước một hình-dung-từ như *tired, intelli-*
ent, friendly như trong những câu căn-bản sau đây :

2. *You look tired.*	Trông anh có vẻ mệt.
29. *They look intelligent.*	Trông họ thông minh.
30. *They look friendly.*	Trông họ niềm nở, tử-tế.

Thêm thí-dụ :

This book looks good.	Cuốn sách này có vẻ tốt.
This lesson may look very easy, but it is hard.	Bài này có thể trông rất dễ, nhưng thật ra lại khó.
The teacher looks good.	Giáo-sư trông có vẻ khỏe mạnh.
He looks fine.	Ông ấy trông có vẻ khỏe mạnh.
Miss Tâm looks tired.	Cô Tâm trông có vẻ mệt.
She does not look well.	Trông cô không khỏe.
The new book looks excellent.	Cuốn sách mới có vẻ hay lắm.
The alphabet looks hard.	Tự-mẫu trông có vẻ khó.
This hat looks new.	Cái mũ này trông mới.
That hat looks old.	Cái mũ ấy trông cũ.

3. Trạng từ too.

Trạng-từ *too* cũng ở một vị-trí như *very* có nghĩa là 'nhiều lắm, nhiều quá,
ái quá'. (1)

---

(1) Đừng lẫn với too nghĩa là 'cũng, nữa' (Bài 5).

2. *I'm very tired.*   Tôi mệt lắm.

3. *You work too hard.*   Anh làm việc nhiều quá.

5. *Are the exams very hard ?*   Thi có khó lắm không ?

15. *Are they very long ?*   Những bài ấy có dài lắm không ?

Thêm thí-dụ :

I'm too tired.   Tôi mệt quá lắm. (Không làm nổ
                                               Không thiết làm)

He works very hard.   Ông ấy làm việc nhiều lắm.

This exam is too hard for me.   Bài thi này đối với tôi khó quá.

It is too easy for him.   Đối với anh ấy thì nó dễ quá.

My teacher is usually very busy.   Thày giáo tôi thường thường bận lắm

This lesson is too easy for her.   Bài học này đối với chị ấy dễ quá.

These lessons are very interesting.   Những bài này rất lý-thú.

This book is too long.   Cuốn sách này dài quá.

Nam is always very sleepy.   Nam bao giờ cũng rất buồn ngủ.

The student is very intelligent.   Người học trò ấy rất thông-minh.

He's too intelligent.   Anh ấy thông-minh lắm (không dễ
                                               lừa đâu).

8.4. To have to

Động-từ **have to** có nghĩa là 'phải, cần phải' và động từ theo sau để nguyên thể, không chia : cần để ý cách đọc /hæf tə/ *have to* và /hæs tə/ *has to*.

I have to work hard.   Tôi bắt buộc phải học nhiều.

He has to work hard.   Nó bắt buộc phải học nhiều.

Trong bài, câu số 4 *I have to* là để nói vắn-tắt câu *I have to work hard*, này đã diễn ra trong câu số 3.

8.5. Trạng-từ always, still

Hai trạng-từ *always* và *still* cùng là loại trạng-từ adverbs of frequency, đứng sau động-từ *to be*, nhưng lại đứng trước động-từ thường.

7. Are you *always* busy ?	Anh có bận luôn không ?
8. I'm *always* busy.	Tôi bao giờ cũng bận.
0. I'm *still* a student.	Tôi còn là học-sinh.

6. Hai danh-từ ghép lại thành một đoạn.

5. They are *student teachers.*	Họ là giáo-sinh.
7. They are *university students.*	Họ là sinh-viên đại-học.
8. They do *practice teaching* in our school.	Họ tập dạy ở trường chúng tôi.

Những đoạn gạch dưới trong ba câu trên có giá-trị như các danh-từ mặc dầu em có hai danh-từ đi theo liền nhau, cái trước định nghĩa cho cái sau, cũng như ững danh-từ phức-hợp.

fountain pen	bút máy
morning classes	lớp học buổi sáng
afternoon classes	lớp học buổi chiều
evening classes	lớp học buổi tối
desk calendar	lịch để bàn
grammar lesson	bài học về văn-phạm
vocabulary lesson	bài học về ngữ-vựng
pronunciation lesson	bài học về phát-âm

Danh-từ trước cũng có nhiệm-vụ như một hình-dung-từ, và về số nhiều chỉ có -từ chính, là danh-từ sau, thay đổi hình-thái (thêm -s, -z hoặc -iz) thôi.

7. **Our** và **their.** Hình-dung-từ sở-hữu *our* ' của chúng tôi, của chúng

ta' và *their* 'của họ' cũng có vị-trí như *my* và *you* (học ở Bài ɪ, Văn phạm ɪ.4) :

Our principal   Ông hiệu-trưởng của chúng tôi (ta)
Their principal   Ông hiệu-trưởng của họ

D. EXERCISES   BÀI TẬP

1. Đọc những câu sau đây, rồi thêm một trạng-từ chỉ frequency.

Thí-dụ : *You look tired. (sometimes)* YOU SOMETIMES LOOK TIRED.

1 *I am tired. (sometimes)*
2 *I'm very tired. (still)*
3 *He works very hard. (usually)*
4 *Are the exams very hard ? (always)*
5 *Are they busy ? (always)*
6 *She's busy. (always)*
7 *Your lessons are very long. (usually)*
8 *Are the lessons interesting ? (generally)*
9 *Cows are yellow. (generally)*

2. Đổi chủ-từ những câu sau đây và, nếu cần, đổi hình-thái của động-từ nữa.

Thí-dụ :

      You look tired. (She)   SHE LOOKS TIRED.
                     (He)   HE LOOKS TIRED.

1 <u>*I*</u> *am tired.*   *(They)*
                      (We)
2 <u>*I*</u>*'m very tired and sleepy. (He)*
                      (She)
3 <u>*You*</u> *work very hard. (Mr. Ngọc)*
                      (Miss Tâm)

4 *I have to work very hard.* (We)
                               (He)

5 *We are always busy.* (He)
                          (She)

6 *They look intelligent.* (He)
                             (She)

Đổi những câu sau đây thành số nhiều. Thí-dụ :

	This is a book.	THESE ARE BOOKS.

1 *This is a boy.*
2 *This is a girl.*
3 *This is a name.*
4 *This is a blackboard.*
5 *This is a bench.*
6 *This is a chair.*
7 *This is a desk.*
8 *This is a pen.*
9 *This is a pencil.*
10 *This is a table.*

11 *This is a calendar.*
12 *This is a door.*
13 *This is an eraser.*
14 *This is a fountain pen.*
15 *This is a notebook.*
16 *This is a ruler.*
17 *This is a window.*
18 *This is a class.*
19 *This is a map.*
20 *This is a song.*

Đổi những câu sau đây thành số ít. Thí-dụ ·

	Those are cows.	THAT IS A COW·

1 *Those are classrooms.*
2 *Those are houses.*
3 *Those are color pictures.*
4 *Those are good seats.*
5 *Those are yellow walls.*
6 *Those are English books.*
7 *Those are new notebooks.*

11 *Those are not cows.*
12 *Those are water buffaloes.*
13 *Those are student teachers.*
14 *Those are high school boys.*
15 *Those are high school girls.*
16 *Those are university students·*
17 *Those are English books.*

121

8   *Those are nice colors.*   18   *Those are desk calendars.*

9   *Those are black pencils.*   19   *Those are intelligent students*

10 *Those are green blackboards.*   20   *Those are happy boys.*

5. Đổi những câu sau đây thành số nhiều. Thí dụ :

    This is a very good pen.   THESE ARE VERY GOOD PENS.

1   *This is an excellent book.*

2   *That is an intelligent student.*

3   *This is a very fine teacher.*

4   *That is a nice morning,*

5   *That is a very good song.*

6   *This is a nice desk calendar.*

7   *This is a good fountain pen.*

8   *This is a big classroom.*

9   *That is a happy girl.*

10 *This is a very fine boy.*

6. Đặt câu khẳng-định và phủ-định *This is . . . good . . .* và *This is not . . . good . . .*
bằng những tiếng cho sau đây. Danh-từ nào đếm được thì nhớ dùng mạo-từ *a.*

Danh-từ không đếm được thì đừng dùng mạo-từ *a.* Thí-dụ :

    afternoon   THIS IS A GOOD AFTERNOON.

                          THIS ISN'T A GOOD AFTERNOON.

    ink   THIS IS GOOD INK.

                          THIS ISN'T GOOD INK.

1   *name*   11   *English*

2   *student*   12   *door*

3   *teacher*   13   *calendar*

4   *book*   14   *notebook*

122

5	paper	15	alphabet
6	chalk	16	paper
7	chair	17	question
8	desk	18	map
9	pen	19	Vietnamese
10	table	20	picture

DICTATION   CHÍNH-TẢ

1. Your teacher looks very tired today.
2. My teacher works very hard, too.
3. He is always very busy, but he is not always tired.
4. We all have English exams this week.
5. Is this lesson very long and hard ?
6. No, it is both easy and interesting.
7. I am not a student teacher.
8. I am still a student.
9. We are university students.
10. We are just high school students.
11. These students all look intelligent and friendly.
12. Those girls all look happy. They are happy.
13. We are from Chu-Van-An High School.
14. That gentleman is our principal.
15. After the ceremony the students go home.
16. They have the morning off.
17. We have the afternoon off.

F. VOCABULARY NGỮ-VỰNG

always	/ɔ́lwiz, ɔ́lweyz/	luôn luôn
boy	/bɔ́y/	cậu con trai
busy	/bíziy/	bận
ceremony	/sɛ́rəmowniy/	buổi lễ
to do	/tə dúw/	làm
easy	/íyziy/	dễ
especially	/əspɛ́ʒəliy/	nhất là
exam	/igzǽm/	thi
friendly	/frɛ́ndliy/	niềm nở
from	/frám, frən/	từ
gentleman	/jɛ́ntəlmən/	ông
girl	/gɔ́rl/	cô con gái
to go	/tə gów/	đi
happy	/hǽpiy/	sung sướng
hard	/hárd/	khó
to have to	/tə hǽv tə/	phải
high school	/háy skuwl/	trường trung-học
home	/hówm/	nhà
in fact	/ın fǽkt/	thật ra
intelligent	/ıntɛ́ləjənt/	thông-minh
interesting	/ínt(ə)rıstıŋ/	hay
to know	/tə nów/	biết
lady	/léydiy/	bà
lesson	/lɛ́sən/	bài học
long	/lɔ́ŋ/	trông, có vẻ
to look	/tə lúk/	thích, khoái
nice	/náys/	nghỉ
off	/ɔ́f/	của chúng tôi, của

124

our	/áwr, ar/	chúng ta
people	/píypəl/	người ta (nói chung)
practice teaching	/prǽktɪs tiyčɪŋ/	thực-tập giáo-khoa
principal	/prínsəpəl/	hiệu-trưởng
school	/skúwl/	trường
sleepy	/slíypiy/	buồn ngủ
still	/stíl/	vẫn còn
student teacher	/stúwdənt tiyčər/	giáo-sinh
their	/ðɛr/	của họ
tired	/táyrd/	mệt
too	/túw/	quá
university	/yuwnəvə́rsətiy/	đại-học
week	/wíyk/	tuần lễ
to work	/tə wɔ́rk/	làm việc

9 UNIT NINE
BÀI CHÍN

Numbers (cont'd). Age and Size
Số đếm (tiếp theo). Tuổi và kích thước

A. BASIC SENTENCES   NHỮNG CÂU CĂN-BẢN

old   già

1. *How old are you ?*   Em bao nhiêu tuổi ?

year   năm

thirteen   mười ba

2. *I am twelve years old, and*   Em mười hai, còn anh ấy mười ba tuổi.
   he is thirteen years old.

2a. *I'm twelve years old. and*   Em mười hai, còn anh ấy mười ba tuổi.
   he's thirteen years old.

3. *How old is that girl ?*   Cô ấy bao nhiêu tuổi ?

fourteen   mười bốn.

4. *She is fourteen..*   Cô ấy mười bốn.

THEY'RE IN GRADE 2

She's fourteen.

grade

We are in Grade 7.

small

We are small boys.

Our desks are small.

I see.

Those boys are in Grade 2.

big

nineteen

They are big boys. They are nineteen.

They're big boys. They're nineteen.

large

Their desks are large.

Is that a very long pencil ?

Yes, it's very long.

How long is it ?

inch

It's seven inches long.

short

This is a short ruler.

It's only five inches long.

How much is an inch ?

centimeter

half

Cô ấy mười bốn.

lớp

Chúng em học lớp Đệ Thất.

nhỏ

Chúng em là trò nhỏ.

Bàn của chúng em nhỏ.

À, tôi hiểu.

Các anh kia học lớp Đệ Nhị.

lớn

mười chín

Các anh ấy lớn rồi. Các anh ấy 19.

Các anh ấy lớn rồi. Các anh ấy 19.

lớn

Bàn của các anh ấy lớn.

Đó có phải là một cái bút chì dài không ?.

Dạ phải, dài lắm.

Nó dài bao nhiêu ?

inch, phân Anh

Nó dài 7 inch.

ngắn ; lùn, thấp

Đây là một cái thước kẻ ngắn.

Nó chỉ dài có 5 inch thôi.

Một inch là bao nhiêu ?

phân, cm

nửa

127

	and a half,	rưỡi
18.	*Two and a half centimeters.*	Hai phân rưỡi.
	foot, feet	bộ
	to make	làm
19.	*Twelve inches make one foot.*	Mười hai *inch* thành một bộ (*foot*)
	yard	mã
20.	*Three feet make one yard.*	Ba *foot* thành một mã (*yard*).
	man	đàn ông
21.	*This man is short.*	Người này lùn (thấp).
	tall	cao
22.	*That man is tall.*	Người ấy cao.

THIS MAN IS TALL

THIS WOMAN IS FAT

	thick	dày
23.	*This book is thick*	Cuốn sách này dày.
	thin	mỏng ; gầy, ốm
24.	*That book is thin.*	Cuốn sách đó mỏng.
	woman	đàn bà

5. *This woman is thin.*
   fat

Người đàn bà nầy gầy (ốm).

béo, mập

6. *That woman is fat.*
   to measure

Người đàn bà ấy béo (mập).

đo

7. *Can you measure my desk ?*

Em có thể đo cái bàn của tôi không ?

8. *Yes, it's four feet long.*

Có. Nó dài 4 bộ (foot).

9. *How much is that ?*
   to let

Thế là bao nhiêu ?

để, để cho

0. *Let me see. A foot is 30*
   centimeters.

Để tôi xem nào : một bộ là 30 phân.

   time

lần

   meter

thước, mét

1. *Four times three is 12 :*
   *1.2 meters. ***

Bốn lần ba là 12 : 1 thước 2.

2. *How tall are you ?*

Em cao bao nhiêu?

3. *I'm four feet six (4'6").*

Em cao 4 *foot* 6 *inches*,

   father

ba, tía, cha

4. *How old is your father ?*

Ba em bao nhiêu tuổi ?

   forty

bốn mươi

5. *He's forty years old this year.*

Ba em năm nay 40.

   mother

má, mẹ

   thirty-four

ba mươi bốn

6. *My mother is about thirty-four.*

Má em độ 34.

   grandfather

ông nội, ông ngoại

---

* Dấu phầy (virgule) sau đơn-vị, trong Anh-ngữ thay bằng dấu chấm và to phải nói * một, ăm, hai * : *one, point, two.*

37 How old is your |grand|father ?   Ông nội em bao nhiêu tuổi ?

over   trên

sixty   sáu mươi

38. He's over |sixty.   Ông em ngoài 60 rồi.

almost   gần, hầu

seventy   bảy mươi

MY GRANDFATHER IS ALMOST 70

39. He's almost |seventy.   Ông em ngót bảy mươi rồi.

wonderful   hay, kỳ lạ

40. Won|derful.   Hay quá nhỉ ? (Quí quá nhỉ !)

grandmother   bà nội, bà ngoại

41. How about your |grand|mother   Thế còn bà nội em ?

sixty-one   sáu mươi mốt

42. She's sixty|one.   Bà em 61.

cousin   anh họ, chị họ, em họ

43. How old is your |cousin ?   Anh (chị) họ em bao nhiêu tuổi?

age   tuổi

44. He's about |my |age.   Anh ấy chừng tuổi em.

45. She's about |my |age   Chị ấy chừng tuổi em.

130

NUMBERS

1	2	3	4	5	6
one	two	three	four	five	six
7	8	9	10	11	12
seven	eight	nine	ten	eleven	twelve

13	14	15	16	17	18	19
thirteen	fourteen	fifteen	sixteen	seventeen	eighteen	nineteen

20	twenty		10	ten
21	twenty-one		20	twenty
22	twenty-two		30	thirty
23	twenty-three		40	forty
24	twenty-four		50	fifty
25	twenty-five		60	sixty
26	twenty-six		70	seventy
27	twenty-seven		80	eighty
28	twenty-eight		90	ninety
29	twenty-nine			

B. PRONUNCIATION   PHÁT-ÂM

1. Vận /-eyk/

ache	/éyk/	fake	/féyk/
take	/téyk/	make	/méyk/
cake	/kéyk/	sake	/séyk/
bake	/béyk/	rake	/révk/
lake	/léyk/	shake	/šéyk/

2. Vận /-æk/

tack	/tǽk/	hack	/hǽk/
back	/bǽk/	lack	/lǽk/
Mac	/mǽk/	rack	/rǽk/
knack	/nǽk/	shack	/šǽk/
sack	/sǽk/	Jack	/ǰǽk/

3. Vận /-ak/

bock	/bák, bɔ́k/	sock	/sák, sɔ́k/
dock	/dák, dɔ́k/	shock	/šák, šɔ́k/
mock	/mák, mɔ́k/	hock	/hák, hɔ́k/
knock	/nák, nɔ́k/	lock	/lák, lɔ́k/

4. Mẫu-âm [iy] và [i]

		/iy/	/i/			/iy/	/i/
each	itch	/íyč/	/íč/	feel	fill	/fíyl/	/fíl/
eat	it	/íyt/	/ít/	keen	kin	/kíyn/	/kín/
peep	pip	/píyp/	/píp/	seen	sin	/síyn/	/sín/
peach	pitch	/píyč/	/píč/	cheap	chip	/číyp/	/číp/
peak	pick	/píyk/	/pík/	cheek	chick	/číyk/	/čík/
peel	pill	/píyl/	/píl/	Jean	gin	/ǰíyn/	/ǰín/
peat	pit	/píyt/	/pít/	meet	mit	/míyt/	/mít/
bean	bin	/bíyn/	/bín/	leap	lip	/líyp/	/líp/
beat	bit	/bíyt/	/bít/	lead	lid	/líyd/	/líd/
bead	bid	/bíyd/	/bíd/	leak	lick	/líyk/	/lík/
team	Tim	/tíym/	/tím/	reap	rip	/ríyp/	/ríp/
deep	dip	/díyp/	/díp/	real	rill	/ríyl/	/ríl/
deed	did	/díyd/	/díd/	heap	hip	/híyp/	/híp/
deem	dim	/díym/	/dím/	seat	sit	/síyt/	/sít/
deal	dill	/díyl/	/díl/	sheep	ship	/šíyp/	/šíp/

keel	kill	/kíyl/	/kíl/	leave	live	/líyv/	/lív/
feet	fit	/fíyt/	/fít/				

We see the meat.	/wiy siy ðə míyt/
We feed the sheep.	/wiy fiyd ðə síyp/
We need tea.	/wiy niyd tiy/

This is it.	/ðis iz it/
I live in the city.	/ay liv in ðə sitiy/
Tim is on the ship.	/tim iz an ðə šíp/

Sit in your seat.	/sit in yuwr siyt/
Tim is on the team,	/tim iz an ðə tiym/
They don't fit my feet.	/ðey downt fit may fiyt/

He beat the dog.	He bit the dog.
/hiy biyt ðə dag/	/hiy bit ðə dag/

A SHEEP

A SHIP

This is a sheep.

/ðis iz ə šiyp/

This is a ship.

/ðis iz ə šip/

GRAMMAR   VĂN-PHẠM

1. **Số đếm** (Tiếp theo). Tới nay ta đã học các con số từ 1 đến 12. Từ số *13*
đến số 19, ta thấy có tiếp-vĩ-ngữ *teen* (<*ten*) đằng sau:

thirteen *13*,   fourteen *14*,   fifteen *15*,   sixteen *16*,

seventeen *17*,   eighteen *18*,   nineteen **19**.

133

Những con số chỉ bội-số của 10 thì đều có tiếp-vĩ-ngữ -ty đằng sau :

twenty 20,   thirty 30,   forty 40,   fifty 50,   sixty 60
seventy 70,   eighty 80,   ninety 90.

Còn từ 21 đến 29 chẳng hạn, thì cứ việc chắp như trong Việt ngữ : 20 + 1
twenty-one,   20 + 2 twenty-two,   20 + 3   twenty-three,   20 + 4   twenty-four
20 + 5 twenty-five, 20 + 6 twenty-six, 20 + 7 twenty-seven, 20 + 8 twenty-eight
20 + 9 twenty-nine.

Nên chú-ý cách viết những con số đã học.

9. 2. Cách hỏi và nói tuổi.

1. *How old are you ?*   Em bao nhiêu tuổi ?

Câu số 1 trong Phần A (Những câu căn-bản) của bài này, nghĩa đen là « Em
già ra làm sao ? »

Những câu hỏi đó mở đầu bằng vấn-từ *How*, rồi đến *old*, rồi đến động-từ
to be, rồi đến chủ-từ chỉ người.

3. *How old is that girl ?*   Cô ấy bao nhiêu tuổi ?
34. *How old is your father ?*   Ba em bao nhiêu tuổi ?
37. *How old is your grandfather ?*   Ông nội anh bao nhiêu tuổi ?
43. *How old is your cousin ?*   Anh (chị) họ anh bao nhiêu tuổi ?

Còn khi nói tuổi thì đặt câu như thế này :

> Chủ-từ + to be + ... + years + old.

‛ bao nhiêu đấy ’   ‘ năm ’   ‘ già ’

Thí-dụ :

2. *I am twelve years old.*   Em mười hai.
2. *He is thirteen years old.*   Anh ấy mười ba tuổi.
4. *She is fourteen.*   Cô ấy mười bốn.
10. *They are nineteen.*   Các anh ấy mười chín.
35. *He's forty years old*   Ba em năm nay 40.
    this year.
36. *My mother is about thirty-*   Má em độ 34.
    four.

8.	*He's over sixty.*	Ông em ngoài 60 rồi.
9.	*He's almost seventy.*	Ông em ngót 70 rồi.
2.	*She's sixty-one.*	Bà em 61.
4.	*He's about my age.*	Anh ấy chừng tuổi em.
5.	*She's about my age.*	Chị ấy chừng tuổi em.

Chú ý : Phần *years old* có thể không nói, thành Câu 2 có thể rút ngắn là : *I am ·elve, and he is thirteen.*

3. Câu hỏi dùng <u>How</u> + Hình-dung-từ.

4.	*How long is it ?*	Dài bao nhiêu ?
2.	*How tall are you ?*	Em cao bao nhiêu ?

Những câu hỏi về chiều dài, chiều cao, v.v... cũng dùng vấn-từ *how*, rồi đến nh-dung-từ *long, tall,* v.v..., rồi đến động-từ *to be,* rồi đến chủ-từ.

Câu trả lời cũng đặt như câu nói tuổi :

Chủ-từ + to be + ... + ... + long, tall, v. v...
' bao nhiêu đấy ' ' đơn-vị '

Thí-dụ :

5.	*It's seven inches long.*	Nó dài 7 *inch.*
6.	*It's only five inches long.*	Nó chỉ dài có 5 *inch* thôi.
8.	*It's four feet long.*	Nó dài 4 bộ.
3.	*I'm four feet six (inches tall).*	Em cao 4 *foot* 6 *inch.*

How	old	are	you ?				
			I	am	twelve	(years	old).
How	long	is	it ?				
			It	is	seven	inches	long.

9. 4. How much và how many. *Much* và *Many* đều nghĩa là 'nhiều'.

Ta dùng *how much* trước một danh-từ chỉ thể-chất (không đếm được) và *how many* trước một danh-từ chỉ những đơn-vị đếm được.

Bài 6 có những câu sau đây :

How many chairs are there in this room?	Trong buồng này có bao nhiêu cái ghế ?
How many desks?	Bao nhiêu cái bàn viết ?
How many windows do you see?	Anh thấy bao nhiêu cửa sổ ?
How many doors?	Bao nhiêu cửa ra vào ?
How many times?	Mấy lần ?

Những câu sau đây dùng *how much*, vì danh-từ theo sau là danh-từ không đếm được :

How much ink?	Bao nhiêu mực ?
— A little ink.	— Một ít mực.
How much chalk?	Bao nhiêu phấn ?
— Some chalk.	— Một ít phấn.
How much English?	Bao nhiêu Anh văn ?
— A little English.	— Một chút tiếng Anh.
How much paper?	Bao nhiêu giấy ?
— A piece of paper.	— Một tờ giấy.

Chú ý : People 'người ta (nói chung)' bao giờ cũng dùng số nhiều :

How many people?	Bao nhiêu người?
Three people.	Ba người.
Ninety-nine people.	99 người.

9. 5. Số nhiều bất - qui - tắc. Trong Bài 6 (Văn - phạm, Bài tập), ta đã

ấy số đồng danh-từ về số nhiều thêm /-s/ , /-z/ hoặc /-iz/. Nay ta học thêm ba
anh-từ nữa, đọc có /-z/ đằng sau, nhưng viết thì đổi y ra i, rồi thêm -es đằng sau :

lady	ladies	/léydiy	léydiyz/
university	universities	/yuwnəvə́rsətiy	yuwnəvə́rsətiyz/
ceremony	ceremonies	/sérəmowniy	sérəmowniyz/

Cũng như *class* thành *classes*, tiếng *inch* ' phân Anh ' đổi số nhiều bằng cách
êm /-iz/ : inch — inches.

Còn tiếng *foot* thì lại không thêm gì, chỉ đổi mẫu-âm /-u/ thành /-iy/ trong
huôn khổ f . . . t.

foot	— feet	/fút	fíyt/

EXERCISES BÀI TẬP

Đặt những câu hỏi tuổi sau đây, dùng ngữ-điệu 231. Thì-dụ :

How old are you ?	HOW OLD ARE YOU ?
that girl	HOW OLD IS THAT GIRL ?
she	HOW OLD IS SHE ?
your father	HOW OLD IS YOUR FATHER ?
How old are you ?	HOW OLD ARE YOU ?
your mother	*Mr. Ngọc*
she	*he*
your grandfather	*the students*
he	*they*
your grandmother	*your pen*
she	*this map*

your cousin	*your house*
he	*ii*
your teacher	*this picture*
she	*that person*

· 2. Nói xem ai học lớp nào ?

(1) *We are in Grade 7.* (đệ thất)
They are in Grade 6. (đệ lục)
They are in Grade 5. (đệ ngũ)
They are in Grade 4. (đệ tứ)
They are in Grade 3. (đệ tam)
They are in Grade 2. (đệ nhị)
They are in Grade 1. (đệ nhất)

(2) *We are in Grade 6.* (đệ lục)
They are in Grade 7. (đệ thất)
They are in Grade 5. (đệ ngũ)
v.v...

(3) *We are in Grade 5.* (đệ ngũ)
v.v...

(4) *We are in Grade 4.* (đệ tứ)
v.v...

(5) *We are in Grade 3.* (đệ tam)
v.v...

(6) *We are in Grade 2.* (đệ nhị)
v.v...

(7) *We are in Grade 1.* (đệ nhất)
v.v...

3. Một em hỏi ' Bao nhiêu . . . ? '. Một em trả lời bằng một con số mình thuộc rồi. Thí dụ :

book   HOW MANY BOOKS?   THREE BOOKS.

1	*student*	*11*	*notebook*
2	*teacher*	*12*	*chair*
3	*boy*	*13*	*desk*
4	*girl*	*14*	*door*
5	*week*	*15*	*window*
6	*exam*	*16*	*fan*
7	*lesson*	*17*	*finger*
8	*high school*	*18*	*cow*
9	*class*	*19*	*dog*
10	*time*	*20*	*morning*

Mỗi em đổi những câu này thành câu hỏi (có ngữ-điệu 233), rồi một em khác trả lời «phải» (dùng *those*).

These are students.	Học-sinh A :	ARE THOSE STUDENTS?
	Học-sinh B :	YES, THEY ARE.

1 These are cows.

2 These are maps.

3 These are books.

4 These are houses.

5 These are hats.

6 These are teachers.

7 These are student teachers

8 These are high schools.

9 These are universities.

10 These are water buffaloes.

139

E. DICTATION CHÍNH-T.

1. *How old are you?*
2. *I am eleven years old. He is twelve, and she is thirteen.*
3. *We are in Grade 7, and they are in Grade 2.*
4. *We are small boys, and they are big boys.*
5. *How old are they?*
6. *They are nineteen.*
7. *Our desks are small, and their desks are large.*
8. *My pencil is six inches long. It is very long.*
9. *My ruler is only five inches long.*
10. *An inch is two and a half centimeters.*
11. *Twelve inches make one foot, and three feet make one yard.*
12. *This man is tall. He is not short.*
13. *This book is thin. It is not thick.*
14. *That woman is not thin. She is fat.*
15. *How old is your father?*
16. *My father and my mother are both forty.*
17. *My grandfather is over seventy, and my grandmother is almost sixty*

E. VOCABULARY NGỮ-VỰNG

age	/ɔ́yɨ̇/	tuổi
almost	/ɔ́lmowst/	gần, hầu
big	/bíg/	lớn
centimeter	/sɛ́ntəmiytər/	phần, cm
cousin	/kɔ́zən/	anh họ, chị họ, em họ.

eighteen	/eytíyn/	18
eighty	/éytiy/	80
fat	/fǽt/	béo, mập
father	/fáðɔr/	ba, tía, cha
feet	/fíyt/	bộ [số nhiều]
fifteen	/fiftíyn/	15
fifty	/fíftiy/	50
foot	/fút/	bộ
forty	/fɔ́rtiy/	40
fourteen	/fɔrtíyn/	14
grade	/gréyd/	lớp
grandfather	/grǽnfaðer/	ông nội, ông ngoại
grandmother	/grǽnmɔðer/	bà nội, bà ngoại
half	/hǽf/	nửa
inch	/ínč/	inch, phân Anh
large	/lárǰ/	lớn
to let	/tɔ lét/	để, để cho
to make	/tɔ méyk/	làm
man	/mǽn/	đàn ông
to measure	/tɔ méžer/	đo
meter	/míytɔr/	thước, mét
mother	/mɔ́ðɔr/	má, mẹ
nineteen	/nayntíyn/	19
ninety	/náyntiy/	90
old	/ówld/	già
over	/ówvɔr/	trên
seventeen	/sɛvɔntíyn/	17
seventy	/sévɔntiy/	70
short	/šˑrt/	ngắn; lùn, thấp
sixteen	/sikstíyn/	16

sixty	/síkstiy/	60
size	/sáyz/	kích thước
small	/smɔ́l/	nhỏ
tall	/tɔ́l/	cao
thick	/θík/	dày
thin	/θín/	mỏng, gầy, ốm
thirteen	/θərtíyn/	13
thirty	/θə́rtiy/	30
time	/táym/	lần
woman	/wúmən/	đàn bà
wonderful	/wɔ́ndərfəl/	hay, kỳ lạ
yard	/yárd/	mã
year	/yír/	năm

Do you...? I do. I don't.
Có không..? Có. Không.

BASIC SENTENCES

NHỮNG CÂU CĂN-BẢN

thirsty	khát
to want	muốn, cần
water	nước (lạnh)
I'm thirsty. I want water.	Tôi khát. Tôi muốn có nước lạnh.
cup	tách
tea	trà
I want a cup of tea.	Tôi muốn một tách trà.

A CUP OF TEA

hungry	đói
3. I'm hungry.	Tôi đói.
to eat	ăn
4. I want to eat.	Tôi muốn ăn.

143

[10. A]

5. *Let's eat now.*   Chúng ta hãy ăn bây giờ đi.

    rice   cơm

    every   mọi

    day   ngày

6. *Do you eat rice every day ?*   Anh có ăn cơm hàng ngày không ?

7. *Yes, we eat rice every day.*   Có, chúng tôi ngày nào cũng ăn cơm

8. *Yes, we do.*   Có

9. *The Vietnamese eat rice every*   Người Việt-Nam ngày nào cũng ăn cơm
    day.

        bread   bánh mì

10. *We Vietnamese don't eat*   Người Việt-Nam Chúng tôi không ăn
    bread every day.   bánh mì hàng ngày.

11. *Does Mr. Brown eat rice*   Ông Brown có ăn cơm hàng ngày không
    every day ?

12. *Yes, he eats rice every day.*   Có, ngày nào ông ấy cũng ăn cơm.

        to like   thích

13. *He likes it.*   Ông ấy thích cơm.

        seldom   ít khi

14. *No, he seldom eats rice.*   Không. Ông ấy ít khi ăn cơm.

15. *No, he doesn't.*   Không. Ông ấy không ăn cơm.

16. *He doesn't like it.*   Ông ấy không thích cơm.

        to cook   nấu

        own   của riêng

        meal   bữa ăn

17. *Do you cook your own*   Anh có nấu cơm lấy không ?
    meals ?

144

8. No. I don't cook my own meals.

Không. Tôi không nấu cơm lấy.

9. I don't know how to cook.

Tôi không biết nấu ăn.

10. I don't know how.

Tôi không biết nấu ăn.

11. My mother always cooks them for me.

Mẹ tôi bao giờ cũng nấu cơm cho tôi.

sister

chị, em gái

never

không bao giờ

12. My sister never cooks them for us.

Chị tôi chẳng bao giờ nấu cho chúng tôi.

to drink

uống

wine

rượu vang, rượu chát

with

với

13. Do you drink wine with your meals?

Anh có uống rượu vang trong khi ăn cơm không?

14. No, we don't.

Không. Chúng tôi không uống rượu vang.

15. The French drink wine with their meals.

Người Pháp uống rượu vang trong khi ăn cơm.

milk

sữa

16. Do you drink milk with your meals?

Anh có uống sữa trong khi ăn cơm không?

little

bé

brother

anh, em trai

17. I don't but my little brother does.

Tôi không uống sữa nhưng em trai tôi thì có.

glass

ly, cốc

18. He drinks three glasses every day.

Ngày nào nó cũng uống ba ly.

HE DRINKS THREE GLASSES OF MILK EVERY DAY

	to prefer	thích
	coffee	cà-phê
28.	Do you prefer tea or coffee ?	Anh thích trà hay cà-phê hơn ?
29	I prefer tea, please	Tôi thích trà hơn.
30	With milk in it ?	Có sữa chứ ?
	sugar	đường
31.	No. thanks. Just a little sugar.	Dạ không, cám ơn. Tôi chỉ cần một chút đường thôi.
32.	I like to drink my tea with sugar.	Tôi thích uống trà với đường.
	to seem	hình như
	a lot of. . .	nhiều
33.	The Vietnamese seem to drink a lot of tea.	Người Việt-Nam hình như uống nhiều trà lắm nhỉ.
34.	That's right. We do.	Dạ phải. Chúng tôi uống nhiều trà.
	to take	lấy

breakfast

to have

bữa điểm tâm

dùng (ăn, uống)

35. *Take my father.*
    He has tea in the morning.
    after breakfast.

Hãy lấy ba tôi làm thí-dụ

Ba tôi uống trà buổi sáng, sau bữa điểm-tâm.

noon

lunch

(12 giờ) trưa

bữa ăn trưa

36. *He has tea at noon. after*
    lunch.

Ông ấy uống trà lúc 12 giờ, sau bữa ăn trưa.

dinner

bữa ăn tối

37. *And he has it in the evening.*
    after dinner.

Rồi ông ấy lại uống trà buổi tối, sau bữa ăn tối.

so

thế, vậy

38. *Is that so ?*

Thế à ?

meat

thịt

39. *Have some more meat.*

Mời anh dùng thêm chút thịt nữa.

enough

đủ

40. *Thank you... That's enough.*

Dạ. Cám ơn ông... Thế đủ rồi.

41. *More bread ?*

Anh dùng thêm bánh mì nhé ?

42. *No more, thank you.*

Dạ thôi, cám ơn ông.

another

một cái nữa

43. *This is good tea. May I have*
    another cup ?

Trà này ngon. Tôi xin một tách nữa. được không ?

44. *Sure, you may.*

Có chứ.

cake

bánh ngọt

45. *How about some cake ?*

Chút bánh ngọt nhé ?

full

đầy

46. *No, thank you. I'm full.*

Dạ, thôi cám ơn ông. Tôi no rồi.

147

B. PRONUNCIATION   PHÁT-ÂM

1. Mẫu-âm /ɛ và æ/.

Ed	/ɛ́d/	Ed	add	/ǽd/	cộng
bed	/bɛ́d/	giường	bad	/bǽd/	xấu
said	/sɛ́d/	đã nói	sad	/sǽd/	buồn
head	/hɛ́d/	đầu	had	/hǽd/	đã có
set	/sɛ́t/	để	sat	/sǽt/	đã ngồi
bet	/bɛ́t/	đánh cá	bat	/bǽt/	con dơi
men	/mɛ́n/	nhiều người	man	/mǽn/	một người
beck	/bɛ́k/	mỏ	back	/bǽk/	lưng
beg	/bɛ́g/	xin	bag	/bǽg/	bị

He's a fat man.   Ed can add.
I have a black cat.   He said he was sad.
He sat in the back.   The bed was bad.

2. Mẫu-âm /ow và ɔ/.

so	/sów/	thế	saw	/sɔ́/	đã thấy
low	/lów/	thấp	law	/lɔ́/	luật
oat	/ówt/	đại-mạch	ought	/ɔ́t/	nên
boat	/bówt/	thuyền	bought	/bɔ́t/	đã mua
coat	/kówt/	áo	caught	/kɔ́t/	đã bắt
note	/nówt/	ghi	naught	/nɔ́t/	không
phone	/fówn/	điện-thoại	fawn	/fɔ́n/	nai con
loan	/lówn/	cho vay	lawn	/lɔ́n/	bãi cỏ

I bought a boat.   /ay bɔt ə bowt/
We saw the coat.   /wiy sɔ ðə kowt/

148

Mẫu-âm /ə, u và uw/

buck	book	——	/bɔ́k/	búk	búwk/
tuck	took	——	/tɔ́k/	túk	túwk/
luck	look	Luke	/lɔ́k/	lúk	lúwk/
cud	could	cooed	/kɔ́d/	kúd	kúwd/
stud	stood	stewed	/stɔ́d/	stúd	stúwd/

a good book	/ə gud buk/
a cook book	/ə kuk buk/
a good woman	/ə gud wumen/
good-looking	/gudlukiŋ/
I took a good look.	/ay tuk ə gud luk/
Look at my foot.	/luk ət may fut/
Put the book down.	/put ðə buk dawn/
I have a good book.	/ay hæv ə gud buk/
Look at Luke.	/luk ət luwk/
I like good foot.	/ay layk gud fuwd/
Luke took a bus.	/luwk tuk ə bəs/
Luke has good luck.	/luwk hæz gud lək/

Tử-âm /š / và /č-/.

shoe	/šúw/	giầy	chew	/čúw/	nhai
shin	/šín/	ống chân	chin	/čín/	cằm
sheep	šíyp/	cừu	cheap	/číyp/	rẻ
ship	/šíp/	tầu thủy	chip	/číp/	khoai rán
shoes	š íwz/	giầy	choose	/čúwz/	chọn
sheik	šíyk/	vua	cheek	/číyk/	má
share	šέr/	phần	chair	/čέr/	ghế

I cut my shin.	/ay kət may šin/
I cut my chin.	/ay kət may čin/
The baby said, 'shoe'	/ðə beybiy sɛd š ɪw/
Em bé nói 'giầy'.

149

The baby said, 'chew'.   /ðə beybiy sɛd čuw/

Em bɛ́ nói 'nhai'.

    Those are sheep.   /ðowz ar šiyp/

Những con đó là con cừu.

    Those are cheap.   /ðowz ar čiyp/

Những cái đó rẻ.

5. Tử-âm /č-/.

chief	/číyf/	*Charlie is the chief.*	/čarliy ız ðə číyf/
child	/čáyld/	*The children like Charlie.*	/ðə čıldrən layk čar...
children	/číldrən/	*He's only a child.*	/hiyz ownliy ə čayld/
chair	/čɛ́r/		
chalk	/čɔ́k/		
check	/čɛ́k/		

C. GRAMMAR   VĂN-PHẠM

10. 1. Câu hỏi dùng trợ-động-từ to do. (Tiếp theo 6. 4)

6.	<u>Do</u> you eat rice every day ?	Anh có ăn cơm hàng ngày không ?
11.	<u>Does</u> Mr. Brown eat rice every day ?	Ông Brow có ăn cơm hàng ngày khôn
17.	<u>Do</u> you cook your own meals ?	Anh có nấu cơm lấy không ?
22.	<u>Do</u> you drink wine with your meals ?	Anh có uống rượu vang trong khi cơm không ?
25.	<u>Do</u> you drink milk with your meals ?	Anh có uống sữa trong khi ăn cơ không ?

Những câu hỏi trên, theo ngữ-điệu 233, đều dùng trợ-động-từ *to do*. Thứ-cả câu là :

150

DO	I we they you	eat rice ?
DOES	he she it	

Riêng ngôi thứ ba số ít, ta dùng thể *does* /dəz/, còn thì dùng thể *do* /duw/.

Thêm thí-dụ :

Do you want water ?	Anh có muốn nước lạnh không ?
Do you want a cup of tea ?	Anh có muốn một tách trà không ?
Do you want to eat ?	Anh có muốn ăn không ?
Do you like tea ?	Anh có thích nước trà không ?
Do you mean one, two, three ?	Anh muốn nói : một, hai, ba, ấy à ?

0. 2. Câu phủ-định dùng trợ-động-từ to do.

10. *We Vietnamese don't eat bread every day.*	Người Việt chúng tôi không ăn bánh mì hàng ngày.
16. *He doesn't like it.*	Ông ấy không thích cơm.
18. *I don't cook my own meals.*	Tôi không nấu cơm lấy.
9a. *I don't know how.*	Tôi không biết nấu ăn.
26. *I don't, but my little brother does.*	Tôi không uống sữa nhưng em trai tôi thì có.

Câu phủ-định dùng trợ-động-từ *to do* trước tiếng *not* rồi mới đến động-từ ính :

I We They You	DO		
		not	động-từ
He She It	DOES		

Hai tiếng *do not* /Juw nát/ thường đọc liền thành *don't* /downt/, còn hai tiế *does not* /dəz nát/ thường đọc liền thành *d.esn't* /dəzənt/.

Thêm thí-dụ :

I don't want water.	Tôi không muốn nước lạnh.
I don't want to eat.	Tôi không muốn ăn cơm.
He doesn't eat rice every day.	Ông ấy không ăn cơm hàng ngày.
The French don't drink milk with their meals.	Trong bữa ăn, người Pháp không uố sữa.
I don't have three notebooks.	Tôi không có ba quyển vở.
He doesn't work very hard.	Anh ấy không làm việc nhiều lắm.
We don't have exams this week.	Tuần này, chúng tôi không thi.

10.3. Trả lời vắn tắt.

6.	*Do you eat rice every day ?*	Anh có ăn cơm hàng ngày không ?
7.	*Yes, we do.*	Có.
11.	*Does Mr. Brown eat rice every day ?*	Ông Brown có ăn cơm hàng ngày không ?
15.	*No, he doesn't.*	Không. Ông ấy không ăn cơm.

152

Do you drink wine with your meals ?	Anh có uống rượu vang trong khi ăn cơm không ?
<u>*We don't.*</u>	Không. Chúng tôi không uống rượu vang.
Do you drink milk with your meals ?	Anh có uống sữa trong khi ăn cơm không ?
<u>*I don't but my little brother does.*</u>	Tôi không uống sữa nhưng em trai tôi thì có.

Để trả lời những câu hỏi dùng trợ-động-từ *do*, ta có thể nói những câu vấn-xác-định thì dùng *Yes, I do,* v.v... còn phủ-định thì dùng *No, I don't,* v.v...

Do you.....?	*Yes, I do.*	*No, I don't.*
Do we .....?	*Yes, we do.*	*No, we don't.*
Do they ....?	*Yes, they do.*	*No, they don't.*
Do I ....?	*Yes, you do.*	*No, you don't.*
Does he ....?	*Yes, he does.*	*No, he doesn't.*
Does she ...?	*Yes, she does.*	*No, she doesn't.*
Does it ....?	*Yes, it does.*	*No, it doesn't.*

4. Câu hỏi cho người ta lựa chọn.

²Do you prefer ³tea³|¹or coffee¹ ?   Anh thích trà hay cà-phê hơn ?

Trong một câu hỏi cho người ta lựa chọn cái này hay cái kia, phần câu trước *or* 'hay là' có ngữ-điệu 233, rồi nghỉ, rồi phần còn lại (bắt đầu từ tiếng *or*) ngữ-điệu 231.

Thêm thí-dụ :

²Do you want ³tea³|²or ³water¹ ?	Anh muốn trà hay nước lạnh ?
²Do you want ³rice³|²or ³bread ?	Anh muốn cơm hay bánh mì ?
²Do you like ³wine³|²or ³milk¹ ?	Anh thích rượu vang hay sữa ?
²Do you prefer a ³chair³|¹or a ³bench¹ ?	Ghế thường và ghế dài, anh thích ghế nào hơn ?

Do you want chalk³⌐²or ³ink¹ ?	Anh muốn phấn hay mực ?

10. 5. To want và to want to.

1. I want <u>water</u>	Tôi muốn nước lạnh.
2. I want <u>a cup of tea.</u>	Tôi muốn một tách trà.
4. I want <u>to eat.</u>	Tôi muốn ăn cơm.

Động-từ *to want* kèm theo danh-từ thì nghĩa là 'muốn, cần [thứ gì]'. Còn k⸍ nào sau nó có một động-từ khác thì có nghĩa là 'muốn [làm việc gì]'.

Đừng bao giờ nói ₓ*I want eat.*

10. 6. Seldom và never.

Ta đã học những trạng-từ *generally* 'thường thường', *sometimes* 'thỉnh thoảng' *usually* 'thường thường', *always* 'luôn luôn'. Bài này ta học thêm những trạng-t⸍ tương-tự *seldom* 'ít khi', *never* 'không bao giờ'.

14. He <u>seldom</u> eats rice.	Ông ấy ít khi ăn cơm.
20. My mother <u>always</u> cooks them for me.	Mẹ tôi bao giờ cũng nấu cơm cho tôi.
21. My sister <u>never</u> cooks them for us.	Chị tôi chẳng bao giờ nấu cơm cho chúng tôi.

Những trạng-từ này đều đứng sau động-từ *to be*, nhưng đứng trước các độn⸍ từ khác.

10. 7. To have 'ăn, uống, dùng'.

35. He <u>has</u> tea in the morning.	Ba tôi uống trà buổi sáng.
36. He <u>has</u> tea at noon.	Ông ấy uống trà lúc 12 giờ.
37. He <u>has</u> it in the evening.	Ông ấy lại uống trà buổi tối.
93. <u>Have</u> some more meat.	Mời anh dùng thêm chút thịt nữa.
43. May I <u>have</u> another cup ?	Tôi xin một tách nữa, được không ?

To have có nghĩa là 'ăn, uống, dùng' khi ta nói đến thức ăn, thức uống.

Ɔ. 8. Let's... Chúng ta hãy... đi !

Let us, thường nói tắt là *let's* /lets/, nghĩa là ' chúng ta hãy... đi ! '

Let's eat now.	Chúng ta hãy ăn bây giờ đi.
Let's eat rice.	Chúng ta hãy ăn cơm (thay vì bánh mì. mì, v.v...)
Let's eat bread.	Chúng ta hãy ăn bánh mì (thay vì cơm, phở, v.v...)
Let's go.	Chúng ta hãy đi đi.
Let's read.	Chúng ta hãy đọc sách đi.
Let's speak English.	Chúng ta hãy nói tiếng Anh.

Ɔ. 9. Cách cám ơn.

More bread ?	Anh dùng thêm bánh mì nhé ?
No more, thank you.	Dạ thôi, cám ơn ông.
How about some cake ?	Chút bánh ngọt nhé ?
No, thank you.	Dạ, thôi cám ơn ông.

Trong câu 41, chủ nhà mời ta dùng thêm bánh mì : ta không muốn lấy thêm a nên nói *No more, thank you.* Trong câu 45, chủ nhà mời ta dùng bánh ngọt : ta ông muốn ăn bánh ngọt nên nói rõ *No, thank you.*

Nếu chỉ nói *thank you* không thôi như trong câu 40, thì người ta sẽ hiểu là nh muốn ăn. Vậy nếu không muốn, phải nói *No, thank you*, và nếu ăn đủ rồi, ông muốn ăn nữa thì phải nói *No more, thank you.*

EXERCISES   BÀI TẬP

Đổi những câu sau đây thành câu hỏi. Thí dụ :

    I want water.   DO I WANT WATER ?

1 *I want a cup of tea,*

2 *I want to eat.*

3 *I eat rice every day.*

4   We eat rice every day.

5   The Vietnamese eat rice every day.

6   Mr. Brown eat rice every day.

7   He likes rice.

8   I cook my own meals.

9   I know how.

10 My father drinks a lot of tea.

2. Đổi những câu sau đây thành câu hỏi, dùng *chủ-từ* và *túc-từ* người ta ch

Thí-dụ :

    I want water. (you, tea)   DO YOU WANT TEA ?

1   I want a cup of tea. (you, a cup of coffee)

2   I want to eat. (you, to drink)

3   I eat rice every day. (you. bread)

4   The Vietnamese eat rice every day. (they, bread)

5   Mr. Brown eats rice every day. (he, bread)

6   Mr. Brown likes rice (Mrs. Brown, rice)

7   They drink with their meals. (they, milk)

8   He drinks milk every day (he, three glasses)

9   I prefer tea (he, coffee)

10 I like to drink tea with sugar. (you milk)

11 The Vietnamese drink a lot of tea. (the French, tea)

12 He has tea at noon, after lunch, (she, coffee)

3. Đổi những câu sau đây thành câu phủ-định, rồi nhắc lại một lần thứ hai dùn

chủ-từ người ta cho trong dấu ngoặc đơn. Thí-dụ :

    I want water. (he)   I DON'T WANT WATER.

                      HE DOESN'T WANT WATER.

1   I am thirsty. (she)

2 I want tea. *(we)*

3 I want coffee. *(they)*

4 I am hungry. *(you)*

5 We want to eat. *(he)*

6 He eats rice every day. *(she)*

7 We eat bread every day. *(they)*

8 He likes it. *(I)*

9 I know how to cook. *(she)*

10 She cooks them for me. *(he)*

11 I drink wine. *(they)*

12 They drink milk. *(we)*

13 He drinks three glasses every day. *(we)*

14 I like cake. *(he)*

15 I eat a lot of rice. *(she)*

Theo câu mẫu, một học-sinh hỏi xin một thức gì (dùng *some* trư'c danh-từ không đếm được), rồi một học-sinh khác trả lời 'Có chứ ?'. Thí-dụ :

rice   (Học-sinh A) : PLEASE, MAY I HAVE SOME RICE ?

   (Học-sinh B) : SURE, YOU MAY.

1	water	9	lunch
2	tea	10	dinner
3	rice	11	meat
4	bread	12	cake
5	milk	13	ink
6	coffee	14	chalk
7	sugar	15	paper
8	breakfast	16	wine

Theo câu mẫu, một học-sinh nói muốn *một ít* (cơm, đường, v.v...) rồi một học-sinh nói muốn *thật nhiều* (cơm, đường, v. v...) Thí-dụ :

		(Học-sinh A) :	I LIKE A LITTLE RICE.
	rice	(Học-sinh B) :	I LIKE A LOT OF RICE.
1	water	7	sugar
2	tea	8	meat
3	rice	9	cake
4	bread	10	ink
5	milk	11	chalk
6	coffee	12	paper

6. Một học-sinh nhắc lại những câu sau đây, rồi một học-sinh khác đặt câu về họ sinh đó (dùng *he* hoặc *she*) có một trạng-từ như *always, usually, seldom*, v.v

Thí-dụ :

I am tired. (Học-sinh A)   I AM TIRED.

(he, always) (Học-sinh B)   HE IS ALWAYS TIRED.

1 *I am sleepy. (she, always)*

2 *I am not thirsty. (he, never)*

3 *I am hungry. (he, always)*

4 *I do not eat rice. (he, seldom)*

5 *I do not eat bread. (she, seldom)*

6 *I do not drink wine. (he never)*

7 *I drink a lot of milk. (he, always)*

8 *I am tired. (she. sometimes)*

9 *I am hungry at noon. (he, usually)*

10 *I am busy in the morning. (he, generally)*

11 *I am happy. (she, always)*

12 *I am not sleepy. (he, never)*

DICTATION   CHÍNH-TẢ

Nam is thirsty. He wants a glass of water. He doesn't want tea. He doesn't like it.

Bắc is also thirsty. He wants a cup of tea with sugar.

I'm hungry. I want to eat. I want some rice and meat and two glasses of milk.

The Vietnamese don't eat bread every day. They eat rice every day. They like rice. They seldom eat bread.

I don't cook my own meals. My mother or my sister always cooks them for me.

My father doesn't drink wine or milk with his meals. He prefers tea. He drinks it in the morning, at noon and in the evening.

Is that so?

Yes, he has tea after breakfast, after lunch, and after dinner. Do you prefer tea or water? I like both.

VOCABULARY   NGỮ-VỰNG

another	/ənɔ́ðər/	một cái nữa
bread	/brɛ́d/	bánh mì
breakfast	/brɛ́kfəst/	bữa điểm-tâm
brother	/brɔ́ðər/	anh, em trai
cake	/kéyk/	bánh ngọt
coffee	/kɔ́fiy/	cà-phê
to cook	/tə kúk/	nấu
cup	/kɔ́p/	tách
day	/déy/	ngày
dinner	/dínər/	bữa ăn tối

159

to drink	/tə dríŋk/	uống
to eat	/tə íyt/	ăn
enough	/inə́f/	đủ
every	/ə́vriy/	mọi
full	/fúl/	đầy
glass	/glǽːs/	ly, cốc
to have	/tə hǽv/	dùng (ăn uống)
hungry	/hə́ŋgriy/	đói
to like	/tə láyk/	thích
little	/lítəl/	bé
a lot of	/ə lát əv/	nhiều
lunch	/tə́nč/	bữa ăn trưa
meal	/míyl/	bữa ăn
meat	/míyt/	thịt
milk	/mílk/	sữa
never	/névər/	không bao giờ
noon	/núwn/	(12 giờ) trưa
own	/ówn/	của riêng
to prefer	/tə prifə́r/	thích
rice	/ráys/	cơm
to seem	/tə síum/	hình như
seldom	/séldəm/	ít khi
sister	/sístər/	chị, em gái
so	/sów/	thế, vậy
sugar	/š'ígər/	đường
to take	/tə téyk/	lấy
tea	/íy/	trà
thirsty	/θə́rstiy/	khát
to want	/tə wánt/	muốn, cần
water	/wɔ́tər/	nước lạnh
wine	/wáyn/	rượu vang, rượu chát
with	/wíθ, wíð/	với, cùng

Shape : Hình-thể

A. BASIC SENTENCES

NHỮNG CÂU CĂN-BẢN

shape	hình
sun	mặt trời
What shape is the sun ?	Mặt trời hình gì ?
pardon	tha lỗi
to beg	xin
I beg your pardon.	Xin lỗi ông : tôi không nghe rõ.
What shape is the sun ?	Mặt trời hình gì ?
round	tròn
to think	nghĩ
The sun is round, I think.	Tôi nghĩ rằng mặt trời hình tròn.
moon	mặt trăng

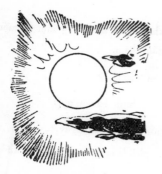

THE SUN

THE MOON

161

5. *Is the moon round, too ?*   Mặt trăng có cũng tròn không ?

6. *Yes, it's round, too.*   Có, mặt trăng cũng tròn.

      tonight   đêm nay

7. *It's not round tonight.*   Đêm nay nó không tròn.

      letter   chữ

8. *What shape is the letter 'O' ?*   Chữ *O* hình gì ?

      like   giống như

      circle   cái vòng tròn

9. *It's like a circle.*   Nó giống cái vòng tròn.

10. *What shape is the letter 'I' ?*   Chữ *I* hình gì ?

      to depend   tùy

      capital   chữ hoa

      stick   Cái gậy

11. *It depends. A capital 'I'*   Cũng tùy đấy. Chữ *I* hoa giống cái gậy
    is like a stick or a ruler.   hoặc cái thước kẻ.

      hook   cái móc

      dot   dấu chấm

12. *But a small 'i' is like a*   Còn chữ *i* nhỏ thì giống một cái móc có
    hook with a dot.   một dấu chấm.

13. *How about the letter 'C' ?*   Thế còn chữ *C* ?

      half-circle   hình bán-nguyệt

14. *It looks like a half-circle.*   Nó giống hình bán-nguyệt.

15. *Is this a round window ?*   Đây có phải là một cái cửa sổ tròn không ?

      square   vuông

Nò. *It's a* /square /*window*. | Không. Nó là một cái cửa sổ vuông.

What shape is the /*flag* ? *Is* Lá cờ này hình gì ? Nó có vuông không ?
it /*square* ?

rectangular   hình chữ nhật

No, it's / *not* / *square.* *It's* Không, lá cờ không phải vuông.
rectangular. Nó hình chữ nhật.

How about /*this* ? Thế còn cái này ?

clock   đồng hồ

dial   mặt đồng hồ

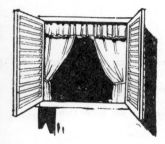

IS THIS A ROUND WINDOW ?
NO, IT'S A SQUARE WINDOW

A CLOCK DIAL

The /*clock dial* ? *It's* /*round.* Mặt đồng hồ ấy ? Nó tròn.

Is that window a /*circle* *or* Cái cửa sổ kia hình tròn hay hình vuông ?
a /*square* ?

rectangle   cái hình chữ nhật

It's a big /*rectangle.* Nó là một cái hình chữ nhật lớn.

to draw   vẽ

Draw a /*square.* Anh hãy vẽ một cái hình vuông.

corner   góc

[11. A]

24. *Write A, B, C and D at the*   Anh hãy viết A,B,C, và D ở bốn góc.

    corners.

      straight   thẳng

      line   đường kẻ

25. *Now draw a straight line*   Bây giờ anh hãy vẽ một đường thẳng

    from A to C.   từ A tới C.

      to join   nối liền

26. *Then draw another straight*   Rồi anh hãy vẽ một đường thẳng nữa

    line to join B and D.   để nối liền B với D.

      triangle   cái hình tam giác

27. *How many triangles are*   Bây giờ trong cái hình vuông của chúng

    there in our square now ?   ta có mấy cái hình tam-giác ?

28. *I see four triangles.*   Tôi thấy bốn cái hình tam-giác?

      to add   thêm

29. *How many more can you*   Anh có thể thêm mấy cái nữa vào hình

    add to the picture ?   vẽ này ?

30. *Four more.*   Bốn cái nữa.

A BROKEN LINE   **A CURVED LINE**

161

31. *Is this a straight line ?*
    broken

Đây có phải là một đường thẳng không ?
gãy

32. *No, it's a broken line.*
    curved

Không, đây là một đường gãy.
cong

33. *This is a curved line.*
    to excuse
    post-office

Đây là một đường cong.
tha lỗi
nhà giây thép

34. *Excuse me. How do I get to the post-office ?*
    ahead

Xin lỗi ông. Tôi đi cách nào tới nhà giây thép được ?
đằng trước

35. *Go straight ahead from here.*
    block

Ông cứ đi thẳng từ đây.
giẫy phố

36. *Walk two blocks.*
    to turn
    left

Ông đi hai giẫy phố.
rẽ, ngoẹo
bên tay trái

37. *Then turn to the left.*
    street

Rồi ông ngoẹo tay trái.
phố, đường

38. *That's Tư-Do Street.*

Đó là Đường Tự-Do.

39. *Then walk one short block.*
    right

Rồi ông đi một giẫy phố ngắn.
bên tay phải, bên tay mặt

40. *The post-office is on the right.*
    to find

Nhà giây thép ở bên tay mặt.
kiếm thấy, tìm thấy

41. *It's very easy to find.*

Nó dễ kiếm thấy lắm.

42. *It has a big clock.*

Nó có một cái đồng hồ to tướng.

165

B. PRONUNCIATION   PHÁT - ÂM

1. Mẫu-âm /ey/ và /ɛ/.

late	/leyt/	chậm	*let*	/lɛt/	để
lace	/leys/	ren	*less*	/lɛs/	ít hơn
laid	/leyd/	đã để	*led*	/lɛd/	đã dẫn
nail	/neyl/	cái đinh	*knell*	/nɛl/	chuông
hail	/ńéyl/	mưa đá	*hell*	/hɛl/	địa ngục
fade	/féyd/	phai lạt	*fed*	/fɛd/	cho ăn
fain	/féyn/	vui vẻ	*fen*	/fɛn/	bãi lầy
fame	/féym/	danh tiếng	*fem*	/fɛm/	giống cái
fail	/féyl/	thất-bại	*fell*	/fɛl/	ngã
Abe	/éyb/	Abe	*ebb*	/ɛb/	thủy-triều
bane	/béyn/	bả	*Ben*	/bɛn/	Ben
cane	/kéyn/	gậy	*ken*	/kɛn/	sự hiểu biết
mate	/méyt/	bạn	*met*	/mɛt/	đã gặp
sage	/séyǰ/	hiền-nhân	*sedge*	/sɛǰ/	cây lau
main	/méyn/	chính	*men*	/mɛn/	người
pain	/péyn/	đau	*pen*	/pɛn/	bút
pate	/péyt/	đầu	*pet*	/pɛt/	súc-vật quí
pail	/péyl/	thùng	*pell*	/pɛl/	lẫn lộn
raid	/réyd/	cướp	*red*	/rɛd/	đỏ
rake	/réyk/	cái cào	*wreck*	/rɛk/	làm hỏng
rain	/réyn/	mưa	*wren*	/rɛn/	chim tiêu
thane	/θéyn/	quí-tộc	*then*	/ðɛn/	lúc ấy
wait	/wéyt/	đợi	*wet*	/wɛt/	ướt
ale	/éyl/	bia	*' l '*	/ɛl/	chữ *l*
bait	/béyt/	mồi	*bet*	/bɛt/	đánh cá
bake	/béyk/	nấu bánh	*beck*	/bɛk/	mỏ
bail	/béyl/	vét nước	*bell*	/bɛl/	chuông
bade	/oéyd/	chào	*bed*	/bɛd/	giường
shale	/šéyl/	diệp-thạch	*shell*	/šɛl/	vỏ ốc
base	/béys/	căn cứ	*Bess*	/bɛs/	Bess

chase	/čéys/	đuổi	chess	/čɛ́s/	cờ
deign	/dévr/	thèm	den	/dɛ́n/	hang
dale	/déyl/	thung-lũng	dell	/dɛ́l/	thung-lũng
gate	/géyt/	cổng	get	/gɛ́t/	lấy, được
wade	/wéyd/	lội	wed	/wɛ́d/	cưới
wage	/wéyǰ/	công thợ	wedge	/wɛ́ǰ/	mũi nhọn
wail	/wéyl/	than	well	/wɛ́l/	khoẻ
Yale	/yéyl/	trường Yale	yell	/yɛ́l/	la thét
sail	/séyl/	buồm	sell	/sɛ́l/	bán

Tử-âm /-č/ và /-ǰ/ ở cuối tiếng.

/-č/				/-ǰ/		
'h'	/éyč/	batch	/bǽč/	age	/éyǰ/	badge	/bǽǰ/
etch	/ɛ́č/	match	/mǽč/	edge	/ɛ́ǰ/	Madge	/mǽǰ/
rich	/rič/			ridge	/riǰ/		

Tử-âm /-ǰ/

page	/péyǰ/	Look on page one, please.
Madge	/mǽǰ/	Her name is Madge.
judge	/ǰə́ǰ/	Her father is a judge.
cage	/kéyǰ/	It's a monkey cage.
edge	/ɛ́ǰ/	Don't sit on the edge.
George	/ǰɔ́rǰ/	His name is George.
village	/víliǰ/	He's in the village.

What's your name, please ? — Madge White.
Age ? — Thirteen.
Father's name ? — George White.
Father's occupation ? — He's a judge.
Thank you, Madge. — You're welcome.

Khóm âm /kr-/.

	/r-/		/kr-/
ream	/riym/	cream	/kriym/

167

rye	/ráy/	cry	/kráy/
rhyme	/ráym/	crime	/kráym/
ride	/ráyd/	cried	/kráyd/
Ross	/rás/	crossed	/krás/

I like ice cream.	/ay layk ays kriɣm/
I see a crowd.	/ay siy ə krawd/
The baby is crying.	/ðə beybiy iz krayiŋ/
Watch him crawl.	/wač him krɔl/
Crime doesn't pay.	/kraym dəzənt pey/

He ran. He ran across. He ran across the street.

/hiy ræn. hiy ræn əkrɔs.   hiy ræn əkrɔs ðə striyt/

5. Khóm âm /kl-/ và /kr-/.

clue	/klúw/	crew	/krúw/
climb	/kláym/	crime	/kráym/
cloud	/kláwd/	crowd	/kráwd/
clutch	/klɔ́č/	crutch	/krɔ́č/
clash	/klǽš/	crash	/krǽš/

C. GRAMMAR   VĂN-PHẠM

11. 1. Xin lỗi ông, tôi nghe không rõ. Khi người ta nói mà mình nghe không rõ, thì nói câu *I beg your pardon* để cho người ta nhắc lại.

11. 2. Like 'GIỐNG'. *To be like, to look like* nghĩa là 'tính giống như' 'trông giống như'.

1. 3. Square hình-dung-từ và Square danh-từ.

6. It's a *square* window. Nó là một cái cửa sổ vuông.

7. Is it *square*? Nó có vuông không?

8. No, it's not *square*. Không, lá cờ không phải vuông.

1. Is that *window* a *circle* or a *square*? Cái cửa sổ kia hình tròn hay hình vuông?

Trong câu 16, tiếng *square* là hình-dung-từ vì nó đứng trước danh-từ *window* và sau mạo-từ *a*. Trong câu 17 và câu 18, *square* cũng là hình-dung-từ vì nó được ùng với *is* (động-từ *to be*). Còn trong câu 21, *square* là danh-từ đếm được và trước nó có mạo-từ *a*.

). EXERCISES   BÀI TẬP

. Nhắc lại những câu sau đây, rồi làm một câu mới dùng *It's* theo sau có một hình-dung-từ rồi một danh-từ. Nếu danh-từ này là một danh-từ đếm được, thì nhớ dùng mạo-từ *a* hay *an*. Thí-dụ :

This *window* is *round*.   I'TS A ROUND WINDOW.

1 That *window* is *square*.   11 That *chalk* is *excellent*.
2 That *flag* is *square*.   12 This *picture* is *good*.
3 This *dial* is *round*.   13 That *fan* is *new*.
4 This *line* is *straight*.   14 That *hat* is *old*.
5 That *line* is *broken*.   15 That *water* is *good*.
6 That *line* is *curved*.   16 That *color* is *nice*.
7 This *tea* is *good*.   17 This *paper* is *fine*.
8 That *coffee* is *excellent*.   18 That *exam* is *hard*.
9 This *rice* is *wonderful*.   19 This *lesson* is *easy*.
10 This *map* is *good*.   20 That *ruler* is *short*.

169

2. Đổi những câu sau đây thành phủ-định. Thí-dụ :

It's a round window.   IT'S NOT A ROUND WINDOW
                                         IT ISN'T A ROUND WINDOW.

1	It's a square window.	9	It's a good map.
2	It's a square flag.	10	It's a new fan.
3	It's a square dial.	11	It's an old hat.
4	It's a broken line.	12	It's a nice color.
5	It's a straight line.	13	It's a small house.
6	It's a long ruler.	14	It's a big book.
7	It's a hard lesson.	15	It's an excellent high school.
8	It's an easy exam.	16	It's an excellent book.

3. Đọc lại những câu sai khiến sau đây, lần sau thêm tiếng *please,* và lần sau nữa thay túc-từ bằng một đại-danh-từ. Thí-dụ :

Draw a square.   PLEASE DRAW A SQUARE.
                      PLEASE DRAW IT.

1	Draw a circle.	8	Erase the blackboard.
2	Draw a straight line.	9	Sketch a house.
3	Write the name.	10	Close the door.
4	Give the pencil.	11	Open the door.
5	Show your notebook.	12	Close the window.
6	Pass the ink.	13	Open the window.
7	Spell your name in English.	14	Get the picture.
		15	Hang the map up.

4. Đổi những câu sai khiến sau đây thành những câu rủ, dùng *Let's* (*'Chúng ta hãy... đi ?'*). Thí-dụ :

Please go home.   LET'S GO HOME.

1   Please eat now.

2 Please draw a square.

3 Please draw a straight line.

4 Please show them the **English** book.

5 Please spell the names in **English**.

6 Please sketch a table.

7 Please get the map.

8 Please close that door.

9 Please open this window.

10 Please close that window.

11 Please open this door.

12 Please get the picture.

13 Please hang the picture up.

14 Please go to the post-office.

15 Please draw a map of **Vietnam**.

DICTATION   CHÍNH-TẢ

1. What shape is the sun ?

2. The sun is round. The moon is **round**, too.

3. The moon is not round tonight. It's like a half-circle.

4. The letter ' O ' is like a circle.

5. A capital ' I ' is like a stick **or** a ruler.

6 A small ' i ' is like a hook with a dot.

7. The letter ' **C** ' looks like a half-circle.

8. This window **is not square. It's** round.

9. The flag is not square. It's rectangular.

10. Please draw a straight line.

11. Please draw a curved line.

171

12. *Please draw a broken line.*

13. *Excuse me. How do I get to the post-office ?*

14. *Go straight ahead from here. Walk two blocks.*

15. *Then turn to the right, walk one short block and turn the left.*

16. *The post-office is very easy to find. It has a big clock.*

F. VOCABULARY   NGỮ-VỰNG

to add	/tə ǽd/	thêm
ahead	/əhéd/	đằng trước
to beg	/tə bég/	xin
block	/blák, blɔk/	giẫy phố
broken	/brówkən/	gãy
capital	/kǽpətəl/	chữ hoa
circle	/sɔ́rkel/	cái vòng tròn
clock	/klák, klɔk/	đồng hồ
corner	/kɔ́nər/	góc
curved	/kɔ́rvd/	cong
to depend	/tə dipénd/	tùy
dial	/dáyəl/	mặt đồng hồ
dot	/dát, dɔt/	dẫu chẫm
to draw	/tə drɔ́/	vẽ
to excuse	/tə ikskyúwz/	tha lỗi
to find	/tə fáynd/	kiểm thẫy, tìm thẫy
half-circle	/hǽf sɔ́rkəl/	hình bán nguyệt
hook	/húk/	cái móc
to join	/tə jɔ́yn/	nối liền
left	/léft/	bên tay trái

172

letter	/létər/	chữ
like	/láyk/	giống như
line	/láyn/	đường kẻ
moon	/múwn/	mặt trăng
pardon	/párdən/	tha lỗi
post-office	/pówst ớfis/	nhà dây thép
rectangle	/réktæŋgəl/	cái hình chữ nhật
rectangular	/rəktæŋgələr/	hình chữ nhật
right	/rayt/	bên tay phải. bên tay mặt
round	/ráwnd/	tròn
shape	/šéyp/	hình
square	/skwér/	vuông ; cái hình vuông
stick	/stík/	cái gậy
straight	/stréyt/	thẳng
street	/stríyt/	phố đường
sun	/sớn/	mặt trời
to think	/tə θíŋk/	nghĩ
tonight	/tənáyt/	đêm nay
triangle	/tráyæŋgəl/	cái hình tam-giác
to turn	/tə tớrn/	rẽ, ngoẹo, quẹo

Time. Thì giờ

A. BASIC SENTENCES	NHỮNG CÂU CĂN-BẢN
time	thì giờ
1. What time is it now?	Bây giờ mấy giờ rồi?
o'clock	giờ
2. It's one o'clock.	Một giờ rồi.
3. It's one ten (1:10).	Một giờ mười.
minute	phút
3a. It's ten minutes after one.	Một giờ mười phút.

IT'S ONE O'CLOCK   IT'S TEN MINUTES AFTER ONE   A QUARTER AFTER TWO

4. It's two-fifteen (2:15).	Hai giờ mười lăm.
4a. It's fifteen minutes after two.	Hai giờ mười lăm (phút).
quarter	một phần tư, một khắc
4b. It's a quarter after two.	Hai giờ một khắc.
5. It's three-twenty (3:20).	Ba giờ hai mươi.

174

THREE - TWENTY

FOUR TWENTY - FIVE

It's twenty minutes after three.

Ba giờ hai mươi (phút).

It's four-twenty five (4:25).

Bốn giờ hai mươi lăm.

It's twenty-five minutes after four.

Bốn giờ hai mươi lăm (phút).

It's five-thirty (5:30)
        past

Năm giờ ba mươi.
        quá

FIVE - THIRTY

TEN MINUTES TO SEVEN

It's half past five.

Năm giờ rưỡi.

What time do you eat breakfast?
        at

Mấy giờ anh ăn điểm-tâm?

        ở, lúc

We eat breakfast at six-thirty.

Chúng tôi ăn điểm-tâm lúc 6 giờ 30.

175

11. <u>What time do you have lunch ?</u>   Mấy giờ anh ăn bữa trưa ?

12. <u>We eat lunch at half past twelve.</u>   Chúng tôi ăn cơm trưa lúc 12 giờ r

13. <u>What time is dinner ?</u>   Bữa tối ăn mấy giờ ?

14. <u>Seven or eight.</u>   Bẩy tám giờ.

    when   bao giờ

    movie   phim ảnh

    to start   bắt đầu

15. <u>When does the movie start ?</u>   Bao giờ xi-nê bắt đầu ?

16. <u>A quarter to seven.</u>   7 giờ thiếu 15.

    train   xe lửa

    to leave   rời đi

17. <u>When does the train leave for Nhatrang ?</u>   Bao giờ xe lửa đi Nhatrang ?

**THE TRAIN FOR NHATRANG LEAVES
AT 3 MINUTES TO 11**

**THE PLANE LEAVES
AT 9 O'CLOCK SHARP**

18. <u>Three minutes to eleven.</u>   11 giờ kém 3 phút.

    A. M. (*ante meridiem*)   sáng

    P. M. (*post meridiem*)   chiều, tối

176

9. A. M. or P. M. ?   Sáng hay tối ?

    exactly   đúng

0. P. M. Exactly 10 : 57 P. M.   Tối. Đúng 10g57 tối.

    plane   máy bay

1. What time does the plane   Mấy giờ máy bay cất cánh ?

leave ?

    sharp   đúng

2. Nine o'clock sharp.   9 giờ đúng.

3. What time do you go to   Mấy giờ anh đi học.

school ?

4. I go to school at 7 o'clock.   Tôi đi học lúc 7 giờ.

    to begin   bắt đầu.

5. What time does school begin?   Mấy giờ bắt đầu học ?

6. School begins at 7 : 30.   7 giờ rưỡi lớp học bắt đầu.

    to get up   dậy

7. What time do you have to   Anh phải dậy từ mấy giờ ?

get up ?

8. I have to get up at 6 every   Sáng nào tôi cũng phải dậy lúc 6 giờ.

morning.

9. What time do you have to   Mấy giờ anh phải ăn điểm-tâm ?

have breakfast ?

    before   trước

0. I have to have breakfast   Tôi phải ăn điểm-tâm trước 6g45.

before 6:45.

177

[12. A]

31.	*What time do you have to leave the house?*	Mấy giờ anh phải ở nhà ra đi ?
32.	*I have to leave the house at 7.*	Tôi phải ở nhà ra đi lúc 7 giờ.
33.	*What time do classes start ?*	Mấy giờ các lớp học bắt đầu ?
34.	*Classes start at half past 7.*	Các lớp học bắt đầu lúc 7 giờ rưởi.
	bell	chuông
	to ring	reo
35.	*What time does the bell ring ?*	Mấy giờ chuông reo ?
36.	*The bell rings at 7 : 25.*	Chuông kêu lúc 7 giờ 25.
	long	lâu
37.	*How long does it take you to get to school ?*	Anh đi đến trường mất bao lâu ?
	hour	một tiếng đồng hồ
38.	*A quarter of an hour.*	15 phút [một phần tư giờ].
	on	trên
	bicycle .	xe đạp xe máy
39.	*On bicycle ?*	Bằng xe máy ấy à ?

A BELL

A BICYCLE

178

to ride	đi, cưỡi
Yes. *I ride my bicycle to school every day.*	Vâng. Ngày nào tôi cũng đi xe máy đi học.

I RIDE MY BICYCLE TO SCHOOL EVERY DAY

to stay	ở lại
How many hours do you stay in school ?	Anh ở trường mấy tiếng đồng hồ ?
Let me see. *We stay there from 7:30 to 11:30.*	Để tôi xem nào. Chúng tôi ở đó từ 7g30 tới 11g30.
Then you go home · for lunch ?	Rồi anh về nhà ăn cơm trưa, phải không ?
noontime	buổi trưa
Yes, we always go home at noontime.	Vâng, bao giờ buổi trưa chúng tôi cũng về nhà.
to rest	nghỉ
After lunch we rest a little.	Sau bữa trưa, chúng tôi nghỉ ngơi một chút.
nap	giấc ngủ

Sometimes we take a nap. | Thỉnh thoảng chúng tôi ngủ trưa.

to go back | trở lại

47. Then when do you go back to school ? | Thế rồi mấy giờ các anh lại trở lại trường ?

until | cho tới

48. We go back at half past 2, and stay until 4/30. | Chúng tôi trở lại lúc 2 giờ rưỡi, và ở đó cho tới 4g30.

49. Two more hours ? | Hai tiếng nữa đấy ?

50. Yes. But my brother only goes in the morning. | Vàng. Nhưng em tôi nó chỉ đi học có buổi sáng thôi.

primary school | tiểu học

51. He's in primary school. you know. | Nó học tiểu học, ông biết chứ.

PRONUNCIATION   PHÁT-ÂM

1. Khóm âm /br/.

	/r-/		/br-/
room	/rúwm/	broom	/brúwm/
— —	/ráwn/	brown	/bráwn/
ring	/ríŋ/	bring	/bríŋ/
rick	/rík/	brick	/brík/
ridge	/ríj/	bridge	/bríj/
rush	/rə́š/	brush	/brə́š/
read	/réd/	bread	/bréd/

180

| rake | /réyk/ | break, brake | /bréyk/ |
| rave | /réyv/ | brave | /bréyv/ |

2. Phân-biệt /bl-/ và /br-/.

bloom	/blúwm/	broom	/brúwm/
bled	/bléd/	bread, bred	/bréd/
blush	/blə́š/	brush	/brə́š/
Blake	/bléyk/	break, brake	/bréyk/
blanch	/blǽnč/	branch	/brǽnč/
bloke	/lówk/	broke	/brówk/

3.
I like bread.	/ay layk bréd/
Use the broom.	/yuwz ðə bruwm/
Brush your teeth	/brəš yur tiyθ/
Don't break the pen	/downt breyk ðə pɛn/
You broke it.	/yuw browk it/

4. Phân-biệt /pl-/ và /pr-/.

	/pl-/		/pr-/
play	/pléy/	pray	/préy/
plays	/pléyz/	prays, praise	/préyz/
plies	/pláyz/	pries, prize	/práys/
pleasant	/plɛ́zənt/	present	/prɛ́zēnt/

5.
What's the price?	/hwɑts ðə prays/
Who won the prize?	/huw wən ðə prayz/
Practice your English.	/prǽktis yur iŋgliš/
She's a pretty baby.	/šiyz ə pritiy beybiy/
Here's a present for you	/hiər z ə prɛzənt fər yuw/

6. Khóm âm /gr-/.

| | /r-/ | | /gr-/ |
| row | /rów/ | grow | /grów/ |

rue	/rúw/	grew	/grúw/
Ray	/ɹéy/	grey	/gréy/
rate	/réyt/	great	/gréyt/
raid	/réyd/	grade	/gɹéyd/
—	/ríyn/	green	/gríyn/
rain	/réyn/	grain	/gréyn/
room	/ɹúwm/	groom	/grúwm/
—	/rúwp/	group	/grúwp/
reek	/ríyk/	Greek	/gríyk/
round	/ɹáwnd/	ground	/gráwnd/

7. **Phân biệt /gl-/ và /gr-/.**

	/gl-/		/gr-/
glue	/glúw/	grew	/gɹúw/
glow	/glów/	grow	/grów/
glean	/glíyn/	green	/gríyn/
gloom	/glúwm/	groom	/grúwm/
glad	/glæd/	grad	/græd/
glass	/glæs/	grass	/græs/
glade	/gléyd/	grade	/gréyd/

8. *The color is grey.*
   The grass is green.
   Potatoes grow in the ground.
   I see a group of boys.
   He's in Grade 6.
   I'm in Grade 7.
   Socrates was a Greek.
   He's a college «grad».
   The movie was great.

/ðə kɔlər iz grey/
/ðə græs iz griyn/
/pɔteytowz grow in ðə grawnd/
/ay siy ə gruwp əv bɔyz/
/hiy z in grɛy siks/
/aym in greyd sɛvən/
/sakrətiyz wɔz ə griyk/
/hiyz ə kalij græd/
/ðə muwviy wəz greyt/

C. GRAMMAR   VĂN-PHẠM

12. 1. Cách hỏi và nói mấy giờ.

Muốn nói mấy giờ số chẵn, thì người ta dùng *It is... o'clock.*

It's one o'clock.	Một giờ rồi.
It's two o'clock.	Hai giờ rồi.
It's eleven o'clock now.	Bây giờ 11 giờ rồi.

Muốn nói rõ ' Một giờ bao nhiêu phút thì thêm số phút đằng sau :

It's one ten.	1 giờ 10.
It's two fifteen.	2 giờ 15.
It's three twenty.	3 giờ 20.
It's four twenty-five.	4 giờ 25.
It's five thirty.	5 giờ 30.
It's six forty.	6 giờ 40.
It's seven forty five.	7 giờ 45.

Người ta cũng có thể dùng đoạn... *minutes past* ... hoặc ... *minutes after* ...

It's 10 minutes past one. *It's 10 minutes after one.*	1 giờ 10.
It's 15 minutes past two. *It's 15 minutes after two.*	2 giờ 15.
It's 20 minutes past three. *It's 20 minutes after three.*	3 giờ 20.

Riêng trường-hợp 'rưởi', người ta không nói *30 minutes past*.. hay *30 minutes after*... mà thường dùng *half past*...

It's half past ten.   10 giờ rưởi.

Riêng trường-hợp 'mười lăm', người ta nói 'một khắc quá...' *a quarter past*, hoặc *a quarter after*...

It's a quarter past twelve. *It's a quarter after twelve.*	12 giờ 15.

19. 2. Phân-biệt time, o'clock và hour.

1. What time is it now ?	Bây giờ mấy giờ rồi ?
2. It's one o'clock.	Một giờ rồi.
41. How many hours do you stay in school ?	Anh ở trường mấy tiếng đồng hồ ?

Time là thì giờ, thời-gian. *O'clock* (< *of the clock*) thì dùng để chỉ mấy (trên mặt đồng hồ), Còn *hour* là khoảng thời-gian một tiếng đồng hồ.

19. 3. A.M. P.M. A.M. là hai chữ viết tắt của đoạn *ante meridiem* 'trư lúc trưa' (So sánh tiếng *forenoon* ngày nay ít dùng).

P.M. là hai chữ viết tắt của đoạn *post meridiem* 'sau lúc trưa' (So sánh tị *afternoon* ngày nay vẫn còn dùng).

Ta dùng A.M. sau những con số chỉ giờ buổi sáng, và P.M. sau những co chỉ giờ buổi chiều.

19. 4. At và in dùng để nói giờ giấc.

Ta đọc những đoạn

in the morning	về buổi sáng
in the afternoon	về buổi chiều
in the evening	về buổi tối
at noon	lúc 12 giờ trưa
at noontime	lúc 12 giờ trưa
at night	lúc ban đêm
at one o'clock	lúc một giờ
at 6:30	lúc 6 giờ 30
at half past 12	lúc 12 giờ rưỡi

19. 5. How long does it take ? Mất bao lâu ?

37. How long does it take you to get to school ?	Anh đi đến trường mất bao lâu ?

184

. *A quarter of an hour.*   15 phút.

   Câu 38 là rút ngắn câu dài :

   It takes me a quarter of an hour to get to school.

hay *It takes me a quarter of an hour.*

EXERCISES   **BÀI-TẬP**

Tập nói giờ và ôn lại các con số. Thí-dụ :

What time is it now ?	IT'S ONE O'CLOCK.
Two.	IT'S TWO O'CLOCK.
1 : 15	IT'S ONE FIFTEEN.
2:15	*a quarter to two*
3	*a quarter to three*
3:15	*a quarter to four*
4	*a quarter to five*
4.20	*five minutes to six*
5	*ten minutes to seven*
5:25	*twenty minutes to eight*
6	*half past nine*
6:30	*half past ten*
7	*fifteen minutes past one*
7:35	*twenty-five minutes after eleven*
8	*five after two*
8:40	*ten after three*
9	*fifteen after four*
9:45	*twenty after five*
10	*noon*
10:50	
11:55	

2. Trả lời những câu sau đây, dùng câu dài. Thí-dụ :

What time do you get up   I GET UP AT 6 EVERY MORNIN
every morning ? (6)

  1 *What time do you eat breakfast ? (6:30)*

  2 *What time do you have lunch ? (12:30)*

  3 *What time do you have dinner ? (7 o'clock)*

  4 *What time does the movie start ? (8:45)*

  5 *What time does the train leave ? (10:57)*

  6 *What time does the plane leave ? (9:15)*

  7 *What time do you go to school ? (7:10)*

  8 *What time does school begin ? (7:30)*

  9 *What time do you leave the house ? (7 o'clock sharp)*

 10 *What time do classes start ? (half past seven)*

 11 *What time does the bell ring ? (7:25)*

 12 *What time do you go home for lunch ? (noon)*

 13 *What time do you go back to school ? (half past two)*

3. Thêm *have to* vào những câu hỏi sau đây rồi trả lời. Thí-dụ :

What time do you get up   WHAT TIME DO YOU HAVE TO GET UP
every morning ? (6)   EVERY MORNING?

                             I HAVE TO GET UP AT 6 EVERY MORNING

  1 *What time do you eat breakfast ? (6:30)*

  2 *What time do you have lunch ? (12:30)*

  3 *What time do you have dinner ? (7 o'clock)*

  4 *What time does the movie- start ? (8:45)*

  5 *What time does the train leave ? (10:57)*

  6 *What time does the plane leave ? (9:15)*

7   *What time do you go to school ? (7:10)*

8   *What time does school begin ? (7:30)*

9   *What time do you leave the house ? (7 o'clock sharp)*

10 *What time do classes start ? (half past seven)*

11 *What time does the bell ring ? (7:25)*

12 *What time do you go home for lunch ? (noon)*

13 *What time do you go back to shoool ? (half past two)*

14 *What time do you have dinner ? (seven thirty)*

15 *What time do you come home from school ? (a quarter to six)*

Nhắc lại những câu sau dây theo giáo-sư :

It's a quarter to one.	*It's ten to one.*	*It's five to one.*
It's a quarter to two.	*It's ten to two.*	*It's five to two.*
It's a quarter to three.	*It's ten to three.*	*It's five to three.*
It's a quarter to four.	*It's ten to four.*	*It's five to four.*
It's a quarter to five.	*It's ten to five.*	*It's five to five.*
It's a quarter to six.	*It's ten to six.*	*It's five to six.*
It's a quarter to seven.	*It's ten to seven.*	*It's five to seven.*
It's a quarter to eight.	*It's ten to eight*	*It's five to eight.*
It's a quarter to nine.	*It's ten to nine.*	*It's five to nine.*
It's a quarter to ten.	*It's ten to ten.*	*It's five to ten.*
It's a quarter to eleven.	*It's ten to eleven.*	*It's five to eleven.*
It's a quarter to twelve.	*It's ten to twelve.*	*It's five to twelve.*

It's five minutes past one.	*It's twenty minutes after one.*
It's five minutes past two.	*It's twenty minutes after two.*
It's five minutes past three.	*It's twenty minutes after three.*
It's five minutes past four.	*It's twenty minutes after four.*

It's five minutes past five.   It's twenty minutes after five.

It's five minutes past six.   It's twenty minutes after six.

It's five minutes past seven.   It's twenty minutes after seven.

It's five minutes past eight.   It's twenty minutes after eight.

It's five minutes past nine.   It's twenty minutes after nine.

It's five minutes past ten.   It's twenty minutes after ten.

It's five minutes past eleven.   It's twenty minutes after eleven.

It's five minutes past twelve.   It's twenty minutes after twelve.

It's a quarter after one.   It's half past one.

It's a quarter after two.   It's half past two.

It's a quarter after three.   It's half past three.

It's a quarter after four.   It's half past four.

It's a quarter after five.   It's half past five.

It's a quarter after six.   It's half past six.

It's a quarter after seven.   It's half past seven.

It's a quarter after eight.   It's half past eight.

It's a quarter after nine.   It's half past nine.

It's a quarter after ten.   It's half past ten.

It's a quarter after eleven.   It's half past eleven.

It's a quarter after twelve.   It's half past twelve.

E. DICTATION   CHÍNH-TẢ

1 I usually have to get up at six every morning.

2 I have breakfast at six thirty with my father, mother, brot
   and sister.

I have to leave the house at a quarter to seven.
I always ride my bicycle to school.
The bell at school rings at 7:25.
Then classes begin at exactly 7:30 or half past seven.
We have classes from 7:30 to 11:30.
Then we go home to have lunch and to rest.
We don't stay at school at noontime.
After lunch we usually take a nap.
We go back to school at 2:30.
We stay there until half past four.
My brother and sister go to school only in the morning.
Every day they have the afternoon off.

VOCABULARY   NGỮ-VỰNG

A.M.	/éy ém/	sáng
at	/æt, ət/	ở, lúc
before	/bifɔ́r/	trước
to begin	/tə bigín/	bắt đầu
beel	/bɛ́l/	chuông
bicycle	/báysikəl/	xe đạp, xe máy
exactly	/igzǽktliy/	đúng
to get up	/tə gɛ́t əp/	dậy
to go back	/tə gów bæk/	trở lại
hour	/aw (ə) r/	một tiếng đồng hồ
to leave	/tə líyv/	rời đi
long	/lɔ́ŋ/	lâu

189

minute	/mínit/	phút
movie	/múwviy/	phim ảnh
nap	/nǽp/	giấc ngủ
noontime	/núwntaym/	buổi trưa
o'clock	/əklák/	giờ
on	/an, ɔn/	trên
past	/pǽst/	quá
plane	/pléyn/	máy bay
P.M.	/píy ém/	tối
primary school	/práymɛriy skuwl/	tiểu-học
quarter	/kwɔ́rter/	một phần tư, một khắc
to rest	/tə rést/	nghỉ
to ride	/tə ráyd/	đi, cưỡi
to ring	/tə ríŋ/	reo
sharp	/šárp/	đúng
to start	/tə stárt/	bắt đầu
to stay	/tə stéy/	ở lại
time	/táym/	thì giờ
train	/tréyn/	xe lửa
until	/əntíl/	cho tới
when	/hwén/	bao giờ

UNIT THIRTEEN
BÀI MƯỜI BA

13

The -ing form. Thể -ing của động-từ

BASIC SENTENCES   **NHỮNG CÂU CĂN-BẢN**

Are you reading ?   Anh đang đọc sách đấy à ?

No, I'm not.   Không.

Are you writing ?   Anh đang viết đấy à ?

Yes, I am.   Phải.

What are you doing ?   Em đang làm gì đấy ?

I am drawing.   Em đang vẽ.

What are you drawing ?   Em đang vẽ cái gì ?

    pig   con lợn, con heo

A PIG

I'm drawing a pig.   Em đang vẽ con heo.

    horse   con ngựa

I'm drawing a horse.   Em đang vẽ con ngựa.

Are you reading ?   Em đang đọc sách đấy à ?

No, I'm not.   Dạ, không.

191

12. What are you doing ?   Còn em, đang làm gì thế ?

        letter   bức thư

13. I'm writing a letter to my   Em đang viết thư cho ba em.
    father.

14. Where is your father ?   Ba em hiện ở đâu ?

15. He's in Huế.   Ba em ở Huế.

        to travel   đi du-lịch

16 He's traveling.   Ba em đang đi du-lịch.

17. What is the boy doing ?   Cậu bé này đang làm gì ?

18. He's studying his lesson.   Anh ấy đang đọc bài.

19. What is the girl doing ?   Cô bé này đang làm gì ?

        to copy   chép lại

        word   chữ, tiếng

20. She's copying the new words.   Chị ấy đang chép lại những tiếng m

        friend   bạn

21. Is your friend walking ?   Bạn em đang đi phải không ?

        to run   chạy

22. No, he isn't walking.   Không, anh ấy đâu có đi
    He's running.   Anh ấy chạy.

23. How about her ?   Thế còn cô kia ?

        to jump   nhảy

24. She's jumping.   Cô ấy đang nhảy,

25. Is your father eating now ?   Ba em đang ăn cơm, phải không ?

        newspaper   báo

5. _No, he isn't. He's reading the newspaper_   Dạ, không. Ba em đang xem báo.

7. _What about your little brother ?_   Thế còn em bé trai ?

    right now   ngay bây giờ

8. _He's having his dinner right now._   Nó hiện đang ăn cơm tối.

9. _What is he eating ?_   Nó đang ăn gì ?

    pork   thịt lợn

    vegetables   rau

10. _Rice, pork and vegetables._   Cơm, thịt lợn và rau.

11. _What is he drinking ?_   Nó đang uống gì ?

12. _Milk._   Sữa

    anything   cái gì

13. _Are you girls doing anything?_   Các cô có đang làm gì đó không ?

    to play   chơi

We're playing.   Chúng em đang chơi.

We aren't working.   Chúng em hiện không làm việc.

    cook   chị bếp

What is the cook doing ?   Chị bếp đang làm gì ?

    to guess   đoán

I guess she's cooking.   Tôi đoán chị ấy đang nấu cơm.

    maid   chị người làm

    something   cái gì

38. *Is the maid doing something ?*   Chị người làm có đang bận gì không

    to wash   giặt

39. *She's washing.*   Chị ấy đang giặt.

40. *What's the man doing ?*   Người đàn ông này đang làm gì ?

    to sweep   quét

    floor   sàn

41. *He's sweeping the floor.*   Người ấy đang quét nhà.

42. *What's your cousin doing ?*   Anh họ em đang làm gì ?

    to type   đánh máy

43. *He's typing a letter.*   Anh ấy đang đánh máy một bức thư.

44. *What's your teacher doing*   Thầy giáo em đang làm gì thế ?

    right now ?

45. *He's not doing anything.*   Thầy hiện không làm gì cả.

    to wait (for)   đợi

46. *He's waiting for the principal.*   Thầy đang đợi ông hiệu-trưởng.

    to sew   khâu, may

47. *Is your sister sewing ?*   Chị em có đang khâu không ?

48. *No, she's not sewing anything.*   Không, chị ấy chẳng khâu gì cả.

49. *She's still sleeping.*   Chị ấy vẫn còn ngủ.

B. PRONUNCIATION   PHÁT-ÂM

1. Khóm âm /fl-/ và /fr-/.

	/fl-/		/fr-/
flee	/flíy/	*free*	/fríy/

194

flesh	/flɛš/	*flesh*	/frɛš/
fly	/fláy/	*fry*	/fráy/
flank	/flǽŋk/	*frank*	/frǽŋk/
flute	/flúwt/	*fruit*	/frúwt/
flog	/flɔ́g/	*frog*	/frɔ́g/
fleas	/flíyz/	*freeze*	/fríyz/
flock	/flák/	*frock*	/frák/
flame	/fléym/	*frame*	/fréym/
flow	/flów/	*fro*	/frów/

Frank is from France   /fræŋk iz frəm fræns

Fred caught a frog.   /frɛd kɔt ə frɔg/

Fred is my friend   /frɛd iz may frɛnd/

I like frest fruit.   /ay layk frɛš fruwt/

Do you prefer fresh fruit or frozen fruit ?

/dúw yúw prifɔr frɛ́š fruwt ɔ́r frowzɔ́n fruwt/

My friend is a French teacher.

/máy frɛnd iz ə frɛ́nč tiyčər/

Khóm âm /tr-/.

	/r-/		/tr-/
rye	/ráy/	*try*	/tráy/
Rhee	/ríy/	*tree*	/tríy/
rue	/rúw/	*true*	/trúw/
rain	/réyn/	*train*	/tréyn/
rip	/ríp/	*trip*	/tríp/
ruck	/rɔ́k/	*truck*	/trɔ́k/
rack	/rǽk/	*track*	/trǽk/

Try to hit the tree.   /tráy tə hít ðə triy/

195

That isn't true.	/ðə izent truw/
We like to travel.	/wiy layk tə trævel/
I want to go by truck.	/ay want tə gow bay trək
She wants to go by train.	/šiy wants tə gow bay treyn/
Have a nice trip.	/hæv ə nays trip/
It's a long trip by train.	/its ə lɔŋ trip by treyn/

3. **Khóm ǎm** /dr-/

	/r/		/dr-/
rye	/ráy/	*dry*	/dráy
rum	/rɔ́m/	*drum*	/drɔ́m/
rink	/ríŋk/	*drink*	/dríŋk/
—	/ráp/	*drop*	/dráp/
—	/rɛ́s/	*dress*	/drɛ́s/
raw	/rɔ́/	*draw*	/drɔ́/
—	/ráyv/	*drive*	/dráyv

My hair is dry already.	/may hɛr iz dray ɔlrɛdiy/
Listen to the drum	/lisən tə ðə drəm/
I want something to drink.	/ay want səmθiŋ tə driŋk/
Susie has a new dress.	/suwziy hæz ə nuw drɛs/
I'm going to the drugstore.	/aym gowiŋ tə ðə drəgstowt/
He's too young to drive.	/hiyz tuw yəŋ tə drayv/

4. **Khóm ǎm** /θr-/.

	/r-/		/θr-/
Rhee	/ríy/	*three*	/θríy/
rue	/rúw/	*through*	/θrúw/
row	/rów/	*throw*	/θrów/
role	/rówt/	*throat*	/θrówt/
read	/rɛ́d/	*thread*	/θrɛ́d/
rill	/ríl/	*thrill*	/θril/

196

	/tr-/
trust	/trə́st/
true	/trúw/
tree	/tríy/
tread	/tréd/
trill	/tríl/
trash	/trǽš/

	/θr/
thrust	/θrə́st/
through	/θrúw/
three	/θríy/
thread	/θréd/
thrill	/θríl/
thrash	/θrǽš/

One plus two makes three. /wən pləs tuw meyks θriy/
Throw the ball. /θrow ðə bɔ́l/
Look through the window. /lúk thruw ðə window/
I have a sore throat. /ay hæv ə sɔr θrowt/
I need some thread. /ay niyd səm θrɛd/
It was thrilling. /it wəz θriliŋ'/

Mẫu-âm /ɛ/ và /æ/

	/ɛ/
pet	/pét/
peck	/pék/
said	/sɛd/
then	/ðɛn/
lend	/lɛ́nd/
beg	/bɛ́g/
very	/vériy/
set	/sɛ́t/
led	/lɛ́d/
mess	/mɛ́s/
neck	/nɛ́k/
met	/mɛ́t/
merry	/mériy/
dead	/dɛ́d/
net	/nɛ́t/
«N»	/ɛn/

	/æ/
pat	/pǽt/
pack	/pǽk/
sad	/sǽd/
than	/ðǽn/
land	/lǽnd/
bag	/bǽg/
vary	/vǽriy/
sat	/ǽt/
lad	/lǽd/
mass	/mǽs/
knack	/nǽk/
mat	/mǽt/
marry	/mǽriy/
Dad	/dǽd/
gnat	/nǽt/
Ann	/ǽn/

bed	/béd/	bad	/bǽd/
« M »	/ɛ̃m/	am	/ǽm/

C. GRAMMAR VĂN-PHẠM

13. 1. Thể _-ing của động-từ (câu xác-định).

Ta hãy so sánh hai câu này :

I read every day.   Ngày nào tôi cũng đọc sách.
I am reading now.   Tôi đang đọc sách bây giờ.

Câu I read every day dùng để chỉ một việc thường xảy ra đều đặn (việc đ
sách dùng hàng ngày). Câu I am reading now dùng để chỉ một việc hiện đang tiế
diễn. Thì tiến-diễn dùng đến động-từ to be đứng trước thể –ing của động-từ chín

I		read	every day.
I	am	read — ing	now.
You		read	every day.
You	are	read — ing	now
We		read	every day.
We	are	read — ing	now.
They		read	every day.
They	are	read — ing	now.
He		reads	every day.
He	is	read — ing	now.
She		reads	every day.
She	is	read — ing	now.

Tiếp-vĩ-ngữ *-ing* không bao giờ nhấn cả : chỉ có động-từ gốc là nhấn thôi : *eading, writing, doing, drawing, walking, eating, cooking, washing, sewing,* v.v...

3.2. Thể -ing của động-từ (câu hỏi).

Trong câu nghi-vấn (tức câu hỏi) có ngữ-điệu 233, chỉ có chủ-từ và động-từ *to be* đảo ngược thôi, còn động-từ chính có thể *-ing* thì không thay đổi vị-trí :

I am reading.	*He is reading.*
Am I reading ?	*Is he reading ?*
You are reading	
Are you reading ?	

3. 3. Thể -ing của động-từ (câu phủ-định).

Trong câu phủ-định, ta có tiếng *not* ở giữa động-từ *to be* và động-từ chính có thể *-ing* :

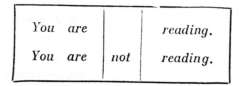

I am		*reading.*
I am	*not*	*reading.*

He is		*reading.*
He is	*not*	*reading*

You are		*reading.*
You are	*not*	*reading.*

Chú-ý những thể rút ngắn của *to be* + *not*, rất được thông dụng :

I am not reading   >   *I'm not reading*
You are not reading >   *You're not reading*
                                        hay *You aren't reading.*

199

We are not reading > We're not reading

hay We aren't reading

They are not reading > They're not reading

hay They aren't reading

He is reading > He's not reading

hay He isn't reading

She is not reading > She's not reading

hay She isn't reading

13. 4. Trả lời vắn tắt.

1. *Are you reading ?*   Anh đang đọc sách đấy à ?
   — *Yes, I am.*   — Dạ phải.
   — *No, I'm not.*   — Dạ không.

21. *Is your father eating ?*   Ba anh đang ăn cơm đấy à ?
    — *Yes, he is.*   — Dạ phải.
    — *No, he isn't.*   — Dạ không.

Trả lời những câu hỏi theo kiểu nói trong mục 13.2, ta có thể chỉ dùng chủ-từ theo sau động-từ *to be*, khỏi cần nhắc lại động-từ có thể *-ing* :

XÁC-ĐỊNH

Yes, I am.

Yes, you are.

Yes, we are.

Yes, they are.

Yes, he is.

PHỦ-ĐỊNH

No, I'm not.

No, you're not.

hoặc *No, you aren't.*

No, we're not.

hoặc *No, we aren't*

No, they're not.

hoặc *No, they aren't.*

No, he's not.

hoặc *No, he isn't.*

Yes, she is.   *No, she's not*

                           hoặc   *No, she isn't.*

13. 5. Something. Anything. Cái gì. Cái chi.

Is he doing something ?   Anh ấy có đang làm gì không ?
Is he doing anything ?   Anh ấy có đang làm gì không ?
— *He's typing something,*   — Anh ấy đang đánh máy cái gì đó.
— *He's not doing anything.*   — Anh ấy hiện không làm gì cả.

Câu hỏi có thể dùng *something*, hay *anything*. Câu xác-định dùng *something*, còn câu phủ-định bao giờ cũng dùng *anything*.

Trong những thí-dụ sau đây, *some* và *any* không viết liền với danh từ như trong *something* và *anything*, song cách dùng cũng tương-tự :

Do you want some tea ?   Anh có muốn dùng chút trà không ?
Do you want any tea ?   Anh có muốn dùng chút trà không ?
— *I want some tea.*   — Tôi muốn chút nước trà.
— *I don't want any tea.*   — Tôi không muốn nước trà.
Do you want some breakfast ?   Anh có muốn dùng điểm-tâm không ?
— *I want some breakfast.*   — Tôi muốn ăn chút gì điểm-tâm
— *I don't want any breakfast.*   — Tôi không muốn ăn điểm-tâm gì
                                     cả.

EXERCISES   BÀI TẬP

Đổi những câu sau đây thành thể tiến-diễn (hiện-tại). Thí-dụ :

I speak English.   I AM SPEAKING ENGLISH NOW.
1 *I open the door.*
2 *I stand up.*

3 *I sit dow.*

4 *I walk to the door.*

5 *I erase the blackboard.*

6 *I write a letter.*

7 *I study my lesson.*

8 *I copy the new words.*

9 *I run to the door.*

10 *I read the newspaper.*

11 *I sweep the floor.*

12 *I wait for the principal.*

13 *I wash my bicycle.*

14 *I sketch a water buffalo.*

15 *I go to the post-office.*

2. Đọc lại câu sau đây, đổi chủ-từ theo lời dặn. (Coi chừng động-từ *to be*).
Thí dụ :

    I'm speaking English now.

        you   YOU'RE SPEAKING ENGLISH NOW·

        he   HE'S SPEAKING ENGLISH NOW·

1	*she*	6	*she*	11	*you*	16	*I*
2	*they*	7	*they*	12	*they*	17	*they*
3	*we*	8	*he*	13	*he*	18	*you*
4	*I*	9	*I*	14	*we*	19	*he*
5	*you*	10	*we*	15	*she*	20	*we*

3. Đọc lại câu sau đây, đổi chủ-từ hoặc động-từ theo lời dặn. Thí-dụ .

    I'm speaking   I'M SPEAKING.

        sleep   I'M SLEEPING.

        he   HE'S SLEEPING.

        write   HE'S WRITING.

202

1	sit	14	they	27	type a letter
2	stand	15	eat rice	28	study the new lesson
3	she	16	she		
4	work	17	drink tea	29	we
5	study	18	read the newspaper	30	they
6	read	19	sew	31	she
7	they	20	run to the door	32	play
8	she	21	he	33	we
9	cook lunch	22	jump	34	go to school
10	he	23	I	35	run to school
11	we	24	have dinner	36	I
12	draw horses	25	sleep	37	sweep the floor
13	teach English	26	he	38	drink some water

4. Đổi những câu sau đây thành câu hỏi (có ngữ-điệu 233), để nguyên chủ-từ. Thí-dụ :

He is standing now.　　　　　IS HE STANDING NOW ?

I am eating now.　　　　　AM I EATING NOW ?

1　You are resting now.

2　We are studying now.

3　He is cooking now.

4　She is washing now.

5　I am speaking English now.

6　We are resting now.

7　You are walking now.

8　He is running now.

9　She is teaching now

10　They are playing now.

11　They are working now.

12 She is sewing now.

13 He is smoking now.

14 She is standing now.

15 I am sitting now.

5. Đổi những câu sau đây thành câu phủ-định. Thí-dụ :

    He is sleeping now.   HE IS NOT SLEEPING NOW

  1 We are teaching now.

  2 You are eating now.

  3 He is cooking now,

  4 I am resting now.

  5 She is sewing now.

  6 We are studying now.

  7 He is reading the newspaper now.

  8 You are repeating the lesson now.

  9 She is copying the new words now.

10 I am drinking tea now.

11 They are playing at the school.

12 They are drinking coffee now.

13 You are drawing horses now.

14 He is writing a letter now.

15 We are eating now.

16 I am having dinner now.

17 She is cooking for me now.

18 He is sweeping the floor now.

19 I am waiting for my teacher now.

20 We are practicing English now.

6. Trả lời những câu hỏi sau đây một cách vắn-tắt. Thí-dụ :

Is he speaking English ? *(yes)*   YES, HE IS

Is she resting now ? *(no)*   NO, SHE'S NOT.

                                      NO, SHE ISN'T.

1 Are you waiting for the teacher ? *(yes)*

2 Are you going to Nhatrang ? *(no)*

3 Is he reading the newspaper ? *(yes)*

4 Is she studying the new lesson ? *(yes)*

5 Are they playing at school ? *(no)*

6 Is she sewing something for you? *(yes)*

7 Is he having lunch right now ? *(no)*

8 Are you boys going to school now ? *(yes)*

9 Are you coming home for lunch ? *(no)*

10 Are they going back to school ? *(no)*

11 Am I copying the lesson ? *(yes)*

12 Is the boy walking ? *(yes)*

13 Is the girl sewing ? *(no)*

14 Are the students sleeping ? *(yes)*

15 Are the students working ? *(no)*

7. Đọc những câu hỏi sau đây (có ngữ-điệu 233-231) rồi trả lời. Thí-dụ :

                  (a)   *(b)*

    Are you reading or writing ? *(a)*   I'M READING

                                                 I'M NOT WRITING

1 Is he walking or running ? *(a)*

2 Is she eating or drinking ? *(b)*

3 Are they playing or working ?*(a)*

4 Is she cooking or washing ? *(a)*

5 Are you writing or typing ? *(b)*

6 Are you cooking or sewing ? *(b)*

7 Is he closing or opening the door ?

8   Am I counting or adding ? (b)

9   Are you drawing a horse or a cow ? (a)

10 Are you giving or taking ? (a)

11 Are we running or walking? (a)

12 Is he borrowing or lending ? (b)

13 Are they listening or speaking? (b)

14 Is he smoking or drinking ? (a)

15 Am I standing or sitting ? (b)

E. DICTATION   CHÍNH-TẢ

1. *Nam is a high school student.*

2, *He is in Grade 7.*

3. *He is sitting at his desk,*

4. *Is he studying?*

5. *No, he's not. He's copying the new words in Lesson 13.*

6. *Bắc is a primary school student.*

7. *He's not writing. He's not reading. He's playing right now.*

8. *The cook is cooking lunch.*

9. *The maid is washing. She's not sleeping.*

10. *My sister is sewing. She's not sleeping.*

11. *The teacher is always working. He never rests.*

12. *The boys are taking a nap. They are tired.*

13. *I'm not eating. I'm full.*

14. *He's very hungry. He's eating a lot of rice.*

15. *The teacher is counting the students in Grade 7.*

F. VOCABULARY

anything	/έniθiŋ/	cái gì
cook	/kúk/	chị bếp
to copy	/tə kápiy/	chép lại
floor	/flɔ́r/	sàn
friend	/frέnd/	bạn
to guess	/tə gέs/	đoán
horse	/hɔ́rs/	con ngựa
to jump	/tə jə́mp/	nhảy
letter	/lέtər/	bức thư
maid	/méyd/	chị người làm
newspaper	/nyúwzpeypər/	báo
pig	/píg/	con lợn, con heo
to play	/tə pléy/	chơi
pork	/pɔ́rk/	thịt lợn
to run	/tə rə́n/	chạy
to sew	/tə sów/	khâu, may
something	/sə́mθiŋ/	cái gì
to sweep	/tə swíyp/	quét
to travel	/tə trǽvəl/	đi du-lịch
to type	/tə táyp/	đánh máy
vegetables	/vέjətəbəlz/	rau
to wait (for)	/tə wéyt for/	đợi
to wash	/wáš, wɔ́š/	giặt
word	/wɔ́rd/	chữ, tiếng

UNIT FOURTEEN
BÀI MƯỜI BỐN 14

Please don't. Let's not
His. Her.

A. BASIC SENTENCES	NHỮNG CÂU CĂN-BẢN
to talk	nói chuyện
1 *Please don't talk.*	Xin đừng nói chuyện.
noise	tiếng động
2 *Please don't make any noise.*	Xin đừng làm ầm.
to study	học (bài)
3 *The boys are studying*	Các cậu ấy đang học bài.
outdoors	ngoài trời
4. *Let's go outdoors.*	Chúng ta đi ra ngoài đi.
5 *Let's not go outdoors.*	Chúng ta đừng đi ra ngoài.
upstairs	trên gác, trên lầu
6. *Let's go upstairs.*	Chúng ta hãy đi lên trên gác đi.
7. *We can look at some pictures.*	Chúng ta có thể xem tranh ảnh.
8. *Look at these men.*	Hãy nhìn mấy người này này.
9. *What are they doing ?*	Họ đang làm gì đây ?
to blow	thổi
his	của ông ấy
nose	mũi
10. *This man is blowing his nose.*	Người này đang hỉ mũi.
to wipe	lau, chùi

208

IS MAN IS YAWNING 　　　　**SHE'S WIPING HER FACE**

　　　　face 　　　　　　　　　　　mặt

. *This man is wiping his face.*　　Người này đang chùi mặt.

　　　　to scratch 　　　　　　　gãi

　　　　head 　　　　　　　　　đầu

. *This man is scratching his head.*　Người này đang gãi đầu.

IS MAN IS SCRATCHING HIS HEAD　**THIS MAN IS BLOWING HIS NOSE**

　　　　to yawn 　　　　　　　　ngáp

. *That man is yawning.*　　　　Người kia đang ngáp.

. *He's sleepy.*　　　　　　　　Ông ấy buồn ngủ.

. *What's Mrs. Bá doing?*　　　　Bà Bá đang làm gì đấy?

to ask	hỏi
16. She's asking Ninh something.	Bà ấy đang hỏi Ninh cái gì.
17. What's Ninh doing ?	Ninh đang làm gì ?
to nod	gật
18. He's nodding his head.	Anh ấy đang gật đầu.
19 That means 'yes'	Thế nghĩa là ' có '.
20. What is she doing now ?	Bây giờ bà ấy đang làm gì ?
21. She is showing him something.	Bà ấy đang chỉ cho Ninh cái gì.
22 What is it ?	Cái gì cơ ?
23. It's a piece of paper.	Đó là một tờ giấy.
24 It looks like a letter.	Trông nó giống như một bức thư.
to shake	lắc
her	của bà ấy
25 Now, Mrs. Bá is shaking her head.	Bây giờ Bà Bá đang lắc đầu.
26. Wait a minute.	Hãy đợi một chút.
to come out	(từ trong) đi ra

THEY'RE PLAYING IN THE YARD

210

They're coming out now.	Họ đang đi ra kia.
to cross	đi ngang
yard	sân
They're crossing the yard.	Họ đang đi ngang qua sân.
to hold	cầm
She's still holding the piece of paper and talking.	Bà Bá vẫn còn cầm tờ giấy và nói.
son	con trai
Is Mrs. Bá looking at her son?	Bà Bà có nhìn vào cậu con trai không ?
No, she isn't.	Không.
to smile	mỉm cười
Is she smiling ?	Bà ấy có cười không ?
certainly	chắc chắn
Certainly not.	Chắc chắn là không.
to stop	đứng lại, dừng lại
They're stopping now.	Họ đang dừng lại.
watch	đồng hồ (đeo tay)
She's looking at her watch.	Bà ấy đang nhìn đồng hồ của bà ấy.
Ninh is looking at his watch, too.	Ninh cũng đang nhìn đồng hồ của anh ấy.
It's time to see the principal.	Bây giờ đến giờ vào gặp ông hiệu-trưởng.
serious	nghiêm-trang
They both look serious.	Cả hai trông có vẻ nghiêm-trang.
report card	phiếu thông-tin
The paper is a report card.	Tờ giấy đó là tấm phiếu thông tín.

211

grade   điểm-số

40. The principal wants to see Ninh about his grades.   Ông hiệu - trưởng muốn gặp Ninh chuyện điểm-số.

science   khoa-học

41. He's good in Vietnamese, English and science.   Anh ấy giỏi Việt-văn, Anh-văn và khoa học.

poor   kém

math   toán

history   sử

42. But he's poor in math and history.   Nhưng kém toán và sử.

B. PRONUNCIATION   PHÁT-ÂM

1. Hai tử-âm /s/ và /š/.

/s-/		/š-/	
see, sea	/síy/	she	/šíy/
Sue	/súw/	shoe	/šúw/
so	/sów/	show	/šów/
sip	/síp/	ship	/šíp/
sigh	/sáy/	shy	/šáy/
suit	/súwt/	shot	/šúwt/
sake	/séyk/	shake	/šéyk/
same	/séym/	shame	/šéym/
sell	/sὲl/	shell	/šὲl/
sort	/sɔ́rt/	short	/šɔ́rt/

She sees you.   /šiy siyz yuw/

Sue has new shoes.   /suw hæz nuw šuwz/

He has a suit.　　　　　/hiy hæz ə suwt/
Sue is so shy.　　　　　/suw iz sow šay/
We saw a show.　　　　　/wiy sɔ ə šow/
I see a ship.　　　　　/ay siy ə šip/

Hai tử-âm /č/ và /ǰ/.

	/č-/			/ǰ-/
chin	/čín/	gin		/ǰín/
chew	/čúw/	Jew		/ǰúw/
chill	/číl/	Jill		/ǰíl/
chain	/čéyn/	Jane		/ǰéyn/
choke	/čówk/	joke		/ǰówk/
Chet	/čɛ́t/	jet		/ǰɛ́t/
chip	/číp/	gyp		/ǰíp/
cheap	/číyp/	jeep		/ǰíyp/
choice	/čɔ́ys/	Joyce		/ǰɔ́ys/
chest	/čɛ́st/	jest		/ǰɛ́st/

Tên người có âm /ǰ-/.

Con trai		Con gái		Họ	
John	/ǰán/	June	/ǰúwn/	Johnson	/ǰánsən/
Jim	/ǰím/	Jane	/ǰéyn/	Jackson	/ǰǽksən/
Jack	/ǰǽk/	Joyce	/ǰɔ́ys/	James	/ǰéymz/
George	/ǰɔ́rǰ/	Jean	/ǰíyn/	Jenkins	/ǰéŋkinz/
Joe	/ǰów/	Joan	/ǰówn/	Jones	/ǰównz/
		Jill	/ǰíl/		

Jane and Jack must yet back.　　　/ǰəyn ənd ǰæk məst gɛt bæk/

The child had vegetables and fruit for lunch.

213

Jim bought that chair last July.

Which subject does Mr. Jones teach ?

Joe and Jack always enjoy the lectures.

5. *Jack and Jim want to swim.* /jæk ənd jim wɔnt tə swim/

June and Joan must go home. /juwn ənd jown məs gow howm/

Joe and Joyce have a choice. /jow ənd jɔys hæv ə čɔys/

John and Joe have to go. /jan ənd jow hæv tə gow/

This is just a joke, you know. /ðıs ız jəst ə jowk ı yuw now/

C. GRAMMAR   VĂN-PHẠM

14. 1. Please don't. Let's not.

Trong Bài 2, ta đã học những câu sai khiến, theo kiểu *Stand up, Sit down* :

You	stand up.
	Stand up.

Trong bài này, ta học kiểu câu mới, bảo ai đừng làm một việc gì :

1. *Please don't talk.*   Xin đừng nói chuyện.

2. *Please don't make any noise.*   Xin đừng làm ầm.

	You	don't talk.
(Please)		*Don't talk.*

You	don't make any noise.
(Please)	Don't make any noise.

Tiếng *please* dùng thêm cho có lễ phép.

Còn khi nào rủ nhau không làm việc gì, thì dùng *Let's not* thay cho *Don't*. Thí-dụ, trong bài này có những câu :

4. *Let's go outdoors.*   Chúng ta hãy đi ra ngoài sân đi.
5. *Let's not go outdoors.*   Chúng ta đừng đi ra ngoài sân.

	Talk.
Let's	talk.

Don't	talk.
Let's not	talk.

Thêm thí-dụ :

a. *Please don't stand up.*   Xin đừng đứng dạy.
b. *Let's not stand up.*   Chúng ta đừng đứng dạy.
c. *Please don't sit down.*   Xin đừng ngồi xuống.
d. *Let's not sit down.*   Chúng ta đừng ngồi xuống.
e. *Please don't erase the blackboard.*   Xin đừng xóa bảng.
f. *Let's not erase the blackboard.*   Chúng ta đừng xóa bảng.
g. *Please don't write on the blackboard.*   Xin đừng viết lên bảng.
h. *Let's not write on the blackboard.*   Chúng ta đừng viết lên bảng.

215

i. *Please don't drink that water.*	Xin đừng uống nước đó.
j. *Let's not drink that water.*	Chúng ta đừng uống nước đó.
k. *Please don't do that.*	Xin đừng làm thế.
l. *Let's not do that.*	Chúng ta đừng làm thế.

14. 2. Hình-dung-từ sở-hữu <u>his</u> và <u>her</u>.

Chúng ta đã học *my* 'của tôi' và *your* 'của anh' trong Bài 1, *our* 'của chúng t của chúng ta' và *their* 'của họ' trong Bài 8.

Trong bài này, chúng ta học thêm *his* /hiz/ 'của anh ấy', 'của ông ấy' và *h* /hər/ 'của cô ấy, của chị ấy, của bà ấy.'

10. *This man is blowing his nose.*	Người này đang hỉ mũi.
11. *This man is wiping his face.*	Người này đang chùi mặt.
12. *This man is scratching his head.*	Người này đang gãi đầu.
18. *He's nodding his head.*	Anh ấy đang gật đầu.
25. *Mrs. Ba is shaking her head.*	Bà Ba đang lắc đầu.
30. *She's looking at her son.*	Bà ấy đang nhìn cậu con trai.
35. *She's looking at her watch.*	Bà ấy đang nhìn đồng hồ.
36. *He's looking at his watch, too.*	Anh ấy cũng đang nhìn đồng hồ.

Để ý : trong những câu tiếng Anh phải nói rõ 'cái mũi *của ông ấy*' (Câu 1 'cái mặt *của ông ấy*' (Câu 11), 'cái đầu *của ông ấy*' (Câu 12), 'cái đầu *của anh* (Câu 18), 'cái đầu *của bà ấy*' (Câu 25), 'cậu con trai *của bà ấy*' (Câu 30), 'cái đồ hồ *của bà ấy*' (Câu 35), 'cái đồng hồ *của anh ấy*' (Câu 36), v.v...

Tóm tắt lại :

I	like	my	teacher.	Tôi thích thầy (cô) giáo tôi.
You	like	your	teacher.	Anh thích thầy (cô) giáo anh.
We	like	our	teacher.	Chúng tôi thích thầy (cô) giáo của chúng tôi.
They	like	their	teacher.	Họ thích thầy (cô) giáo của họ.
He	likes	his	teacher.	Anh ấy thích thầy (cô) giáo của anh ấy.
She	likes	her	teacher.	Chị ấy thích thầy (cô) giáo của chị ấy.

D. EXERCISES

BÀI TẬP

1. Đặt những câu sai khiến (có ngữ-điệu 231) rồi đổi thành thể phủ-định (cũng có ngữ-điệu 231). Thí-dụ :

Wait here

PLEASE WAIT HERE.
PLEASE DON'T WAIT HERE.

1 Stop.
2 Repeat.
3 Begin.
4 Repeat after me.
5 Borrow his pencil.
6 Close the door.
7 Come here.
8 Cook for me.
9 Copy the lesson.
10 Do that.
11 Drink that tea.

12 Eat now.
13 Erase that word.
14 Get up.
15 Give him that.
16 Go back.
17 Leave the house now.
18 Lend him a hat.
19 Listen to her
20 Open that book.
21 Play now.
22 Read the new lesson.

217

[14 D]

23 *Look at the new picture.*	27 *Speak English.*
24 *Ring the bell.*	28 *Spell all the names.*
25 *Run to the door.*	29 *Start now.*
26 *Sit down.*	30 *Stay here.*

2. Đổi những câu rủ (có ngữ-điệu 231) dùng *Let's not*. Thí-dụ :

    Wait for them.   LET'S NOT WAIT FOR THEM

1 *Stop.*	16 *Go back.*
2 *Repeat.*	17 *Leave the house now.*
3 *Repeat after her.*	18 *Lend me a hat.*
4 *Begin.*	19 *Listen to her.*
5 *Borrow his pencil.*	20 *Open that book.*
6 *Close the door.*	21 *Play now.*
7 *Come here.*	22 *Read the new lesson.*
8 *Cook for them.*	23 *Look at the picture.*
9 *Copy the lesson.*	24 *Ring the bell.*
10 *Do that.*	25 *Run to the door.*
11 *Drink that tea.*	26 *Sit down.*
12 *Eat now.*	27 *Speak English.*
13 *Erase that word.*	28 *Spell all the names.*
14 *Get up.*	29 *Start now.*
15 *Give him that.*	30 *Stay here.*

3. Chọn câu sai khiến (hay câu rủ) phủ-định cho nó đúng. Thí-dụ :

    You wait here.   PLEASE DON'T WAIT HERE.
                                LET'S NOT EAT NOW.

1 *You stop now.*	4 *You start.*
2 *You repeat after me.*	5 *You borrow his pencil.*
3 *We begin.*	6 *You close the window.*

7 *We go there.*

8 *We cook for them.*

9 *You copy the new words.*

10 *We do that.*

11 *You drink that tea.*

12 *We eat rice.*

13 *We erase that word.*

14 *We get up.*

15 *You give him that.*

16 *We go back.*

17 *We leave the room.*

18 *You lend him your pen.*

19 *You listen to him.*

20 *We open that door.*

21 *You play in the yard.*

22 *We read the new lesson.*

23 *You look at those men.*

24 *You ring the bell.*

25 *We run to the door.*

26 *You sit down.*

27 *We speak Vietnamese.*

28 *You spell all the names.*

29 *You borrow his book.*

30 *We stay here.*

Dùng hình-dung-từ sở-hữu cho đúng ngôi. Thí-dụ :

he		IT'S HIS BOOK.
I		IT'S MY BOOK.
we		IT'S OUR BOOK.

1 *you*

2 *my father*

3 *she*

4 *they*

5 *we*

6 *he*

7 *the*

8 *my sister*

9 *I*

10 *you*

11 *my mother*

12 *the students*

13 *our maid*

14 *you*

15 *the boys*

16 *we*

17 *the boy*

18 *I*

19 *Nam and Bắc*

20 *John and Mary*

21 *the teachers*

22 *you*

219

23	I	32	my grandmother
24	we	33	my grandfather
25	the principal	34	Mary and John
26	the cook	35	we
27	you	36	you
28	I	37	I
29	my brother	38	the student teacher
30	the girls	39	the gentleman
31	the girl	40	the lady

5. Đặt những câu có động-từ *to be, to look* theo sau có hình-dung-từ. Thí-dụ :

He is intelligent.	HE IS INTELLIGENT.
look	HE LOOKS INTELLIGENT.
happy	HE LOOKS HAPPY.

1	serious	15	hungry
2	is	16	thirsty
3	busy	17	he
4	they	18	interesting
5	fat	19	nice
6	look	20	old
7	fire	21	they
8	friendly	22	right
9	are	23	sleepy
10	good	24	look
11	happy	25	sorry
12	she	26	tall
13	looks	27	tired
14	is	28	are

29	I	35	fine
30	he	36	you
31	she	37	wonderful
32	French	38	good
33	look	39	nice
34	well	40	happy

Đặt những câu có *It's time to...* Thí-dụ :

eat	IT'S TIME TO EAT.
have lunch	IT'S TIME TO HAVE LUNCH.
drink tea	IT'S TIME TO DRINK TEA.

1	stop	9	sit down
2	start the lesson	10	listen to the teacher
3	see the teacher	11	repeat
4	see the principal	12	work
5	thank them	13	study
6	go home	14	eat breakfast
7	speak English	15	have dinner
8	stand up		

DICTATION   CHÍNH-TẢ

1. He is blowing his nose.
2. She is wiping her face.
3. He is nodding his head.
4. She is shaking her head.
5. The sleepy student is yawning.
6. The boy is scratching his head.

221

7. *The lady is looking at her son.*
8. *Her son is looking at his watch.*
9. *The teacher is looking at his watch.*
10. *Please don't talk.*
11. *Please don't smoke.*
12. *Let's not make any noise.*
13. *Let's not speak Vietnamese.*
14. *Let's speak only English.*
15. *Let's not go outdoors.*
16. *Let's go upstairs and look at the pictures.*
17. *Let's not talk to him.*
18. *Let's talk to his father.*

F. VOCABULARY   NGỮ - VỰNG

to ask	/tə ǽsk/	hỏi
to blow	/tə blów/	thổi
certainly	/sə́rtənliy/	chắc chắn
to come out	/tə kə́m áwt/	(từ trong) đi ra
to cross	/tə krɔ́s/	đi ngang
face	/féys/	mặt
grade	/gréyd/	điểm-số
head	/hɛ́d/	đầu
her	/hə́r/	của bà ấy
his	/híz/	của ông ấy
history	/hístriy/	sử
to hold	/tə hówld/	cầm
math	/mǽθ/	toán
to nod	/tə nád/	gật

222

noise	/nɔ́yz/	tiếng động
nose	/nówz/	mũi
outdoors	/áwtdɔrz/	ngoài trời
poor	/púr/	kém
report card	/ripɔ́rt kard/	phiếu thông-tín
science	/sáyəns/	khoa-học
to scratch	/tə skrǽč/	gãi
serious	/síriəs/	nghiêm-trang
to shake	/tə šéyk/	lắc
to smile	/tə smáyl/	mỉm cười
son	/sɔ́n/	con trai
to stop	/tə stáp/	đứng lại, dừng lại
to study	/tə stə́diy/	học (bài)
to talk	/tə tɔ́k/	nói chuyện
upstairs	/ə́pstɛrz/	trên gác, trên lầu
watch	/wáč/	đồng hồ (đeo tay)
to wipe	/tə wáyp/	lau chùi
yard	/yárd/	sân
to yawn	/tə yɔ́n/	ngáp

15 UNIT FIFTEEN
BÀI MƯỜI LĂM

Past tense. The days of the week
Thì quá-khứ. Những ngày trong tuần lễ

A. BASIC SENTENCES	NHỮNG CÂU CĂN-BẢN

1. **What** **day** **is it today ?** — Hôm nay là thứ mấy ?

2. **I don't know.** — Tôi không biết.

3. **Ask** Ninh. — Hỏi Ninh ấy.

    pocket — túi

4. He has a **pocket** *calendar.* — Anh ấy có một quyển lịch bỏ túi.

5. **What** **day** **is it today** ? — Hôm nay là thứ mấy ?

6. **Do you** **know** ? — Anh có biết không ?

7. **Let me** **see.** — Để tôi xem nào !

    yesterday — hôm qua

    was — [động-từ *to be*, thể quá-kh của *am* và *is*]

    Sunday — chủ nhật

8. **Yesterday was** **Sunday.** — Hôm qua là chủ nhật.

9. **So today is** **Monday.** — Vậy thì hôm nay là thứ hai.

    if — nếu

    tomorrow — mai

    Tuesday — thứ ba

10. **And if today** **is** **Monday** — Và nếu hôm nay là thứ hai, thì mai

tomorrow is Tuesday.
Wednesday

thứ ba.

thứ tư

11. What's the day after Wednesday ?

Hôm sau thứ tư là thứ mấy ?

Thursday

thứ năm

12. The day after Wednesday is Thursday.

Ngày sau thứ tư là thứ năm.

13. What are the days of the week ?

Những ngày trong tuần lễ là những ngày nào ?

Friday

thứ sáu

Saturday

thứ bảy

14. Sunday, Monday, Tuesday, Wednesday, Thursday, Friday and Saturday.

Chủ nhật, thứ hai, thứ ba, thứ tư, thứ năm, thứ sáu và thứ bảy.

15. Sunday comes after Saturday and before Monday.

Chủ nhật đến sau thứ bảy và trước thứ hai.

where

ở đâu

were

[động-từ to be : thể quá-khứ của are]

16. Where were you yesterday ?

Hôm qua anh ở đâu ?

17. I was home.

Tôi ở nhà.

thirteenth (13th)

thứ 13

birthday

sinh-nhật

18. It was my thirteenth birthday.

Hôm qua là sinh-nhật thứ 13 của tôi.

19. Were you home all day ?

Anh có ở nhà cả ngày không ?

20. *Yes, all day.*   Có, cả ngày.

     alone   một mình

21. *Were you alone?*   Anh có một mình thôi hả?

22. *No, I was not alone.*   Không, tôi không ở nhà một mình.

22a. *No, I wasn't alone.*   Không, tôi không ở nhà một mình.

23. *Who was with you?*   Ai ở nhà với anh?

     there was   có [thể quá khứ của *there is*]

     crowd   đám đông

24. *There was a big crowd.*   Có đông người lắm.

     uncle   chú

     there   ở đó

25. *My uncle was there.*   Chú tôi ở đó.

26. *Was his wife there, too?*   Vợ ông ấy cũng có đó không?

     aunt   thím

27. *Yes. My aunt was there.*   Có. Thím tôi có đó.

     children   các con

28. *Were her children there, too?* Các con bà ấy cũng có đó chứ?

     daughter   con gái

29. *Just her two daughters.*   Chỉ có hai người con gái thôi.

     there were   có [thể quá-khứ của *there are*]

30. *Were there flowers?*   Có hoa không?

31. *Yes, there were a lot of them.* Có. Có nhiều hoa lắm.

     food   thức ăn

32. *Was there any food?*   Có đồ ăn không?

plenty of	nhiều lắm
33. $\underline{Yes, there~was}$ *plenty of food.*	Có. Có nhiều đồ ăn lắm.
34. *There was a big* $\overline{birthday}$ *cake.*	Có một chiếc bánh sinh-nhật to tướng.
35. *Were you* $\overline{hungry}$?	Em có đói không ?
36. $\underline{Yes, I~was}$ *very hungry.*	Có. Tôi đói lắm.
37. *Were you* $\overline{thirsty}$?	Em có khát không ?
38. $\underline{Yes, I~was}$ *very thirsty.*	Có. Tôi khát nước lắm.
39. *I was* $\overline{very}$ $\overline{happy}$.	Tôi rất vui sướng.
40. *It was a very* $\overline{happy}$ $\overline{birth-}$ *day.*	Bữa đó là một bữa sinh-nhật rất vui sướng.
party	buổi tiệc
41. *It was a very* $\overline{nice}$ *birthday party.*	Đó là một buổi tiệc sinh-nhật rất vui.

first (1st)	thứ nhất
second (2nd)	thứ nhì
third (3rd)	thứ ba
fourth (4th)	thứ tư
fifth (5th)	thứ năm
sixth (6th)	thứ sáu
seventh (7th)	thứ bảy
eighth (8th)	thứ tám
ninth (9th)	thứ chín
tenth (10th)	thứ mười
eleventh (11th)	thứ mười một
twelfth (12th)	thứ mười hai

227

thirteenth (13th)	thứ mười ba
fourteenth (14th)	thứ mười bốn
fifteenth (15th)	thứ mười lăm
sixteenth (16th)	thứ mười sáu
seventeenth (17th)	thứ mười bảy
eighteenth (18th)	thứ mười tám
nineteenth (19th)	thứ mười chín
twentieth (20th)	thứ hai mươi
twenty-first (21st)	thứ hai mươi mốt
twenty-second (22nd)	thứ hai mươi hai
twenty-third (23rd)	thứ hai mươi ba
twenty-fourth (24th)	thứ hai mươi bốn

B. PRONUNCIATION.   PHÁT-ÂM

1. Âm /θ/ đầu tiếng và cuối tiếng.

	/θ-/		/-θ/		/-θ/
thin	/θín/	*birth*	/bə́rθ/	*fifteenth*	/fiftíynθ/
thank	/θǽŋk/	*fourth*	/fɔ́rθ/	*sixteenth*	/sikstíynθ/
thanks	/θǽŋks/	*fifth*	/fífθ/	*seventeenth*	/sɛvəntíynθ/
thick	/θík/	*sixth*	/síksθ/	*eighteenth*	/étíynθ/
theme	/θíym/	*seventh*	/sɛ́vənθ/	*nineteenth*	/nayntíynθ/
thought	/θɔ́t/	*eighth*	/éytθ/	*twentieth*	/twɛ́ntuθ/
thing	/θíŋ/	*ninth*	/náynθ/		
think	/θíŋk/	*tenth*	/tɛ́nθ/		
thirsty	/θə́rstiy/	*eleventh*	/ilɛ́vənθ/		
thirty	/θə́rtiy/	*twelfth*	/twɛ́lfθ/		
thirteen	/θərtíyn/	*thirteenth*	/θərtíynθ/		
third	/θə́rd/	*fourteenth*	/fɔrtíynθ/		

Âm /š/ và /č/ ở cuối tiếng.

	/-š/		/-č/
wash	/wás/	watch	/wáč/
dish	/díš/	ditch	/díč/
wish	/wiš/	witch	/wíč/
mush	/mɔ́š/	much	/mɔ́č/
cash	/kǽš/	catch	/kǽč/
mash	/mǽš/	match	/mǽč/
bush	/búš/	butch	/búč/

Buy some fish.　　　　/bay səm fiš/

Rush to the market and buy some fish.

　/rəš tə ðə markət ənd bay səm fiš/

Please rush to the market and buy some fish.

　/pliyz rəš tə ðə markət ənd bay səm fiš/

Wash the dish.　　　　/waš ðə diš/

Please wash the dish.　　/pliyz waš ðə diš/

After you finish, please wash the dish.

　/ǽftər yuw finiš pliyz waš ðə diš/

We go to the beach　　　　/wiy gow tə ðə biyč/

When we go to the beach.　　/hwɛn wij go tə ðə biyč/

Teach me to swim when we go to the beach.

　/tiyč miy tə swim hwɛn wiy gow tə ðə biyč/

hóm âm /ld/ ở cuối tiếng.

	/-l/		/-ld/
Bill	/bíl/	build	/bíld/
coal	/kówl/	cold	/kówld/
toll	/tówl/	told	/tówld/

goal	/gówl/	*gold*	/gówld/
soul	/sówl/	*sold*	/sówld/
hole	/hówl/	*hold*	/hówld/
pull	/púl/	*pulled*	/púld/
call	/kɔ́l/	*called*	/kɔ́ld/
feel	/fíyl/	*field*	/fíyld/
fill	/fíl/	*filled*	/fíld/
sail	/séyl/	*sailed*	/séyld/
mail	/méyl/	*mailed*	/méyld/
fail	/féyl/	*failed*	/féyld/

C. GRAMMAR   VĂN-PHẠM

15.1.   Thì quá-khứ của động-từ <u>to be</u>.

9.	*Today is Monday.*	Hôm nay là thứ hai.
8.	*Yesterday was Sunday.*	Hôm qua là chủ nhật.
17.	*I was home.*	Tôi ở nhà.
18.	*It was my 13th birthday.*	Hôm qua là sinh-nhật **thứ 13 của** tôi.
19.	*Were you home all day?*	Anh có ở nhà cả ngày **không** ?
22.	*No, I was not alone.*	Không, tôi không ở **nhà một mình.**
23.	*Who was with you.*	Ai ở nhà với anh ?
24.	*There was a big crowd.*	Có đông người **lắm.**
25.	*My uncle was there.*	Chú tôi có đó.
27.	*My aunt was there.*	Thím tôi có đó.
31.	*There was a lot of them.*	Có nhiều hoa **lắm.**

Về thì quá-khứ, động-từ *to be* có hai thể : *was* /waz/ dùng với *I, he, she,* **it** và *were* /wər/ dùng với *we, you* và *they.*

230

I	am	hungry.
He		
She	is	hungry.
It		
We		
You	are	hungry.
They		

I		
He		
She	was	hungry.
It		
We		
You	were	hungry.
They		

16. Where were you yesterday.   Hôm qua anh ở đâu?
19. Were you home all day ?   Anh có ở nhà cả ngày không?
21. Were you alone.   Anh có một mình thôi hả?
23. Who was with you ?   Ai ở nhà với anh ?
26. Was his wife there, too?   Vợ ông ấy cũng có đó không ?
28. Were her children there, too?   Các con bà ấy cũng có đó chứ ?
30. Were there flowers ?   Có hoa không ?
32. Were there any food ?   Có đồ ăn không?

Chú ý : hai câu *there was, there were* nghĩa là 'có' (quá-khứ).

Trong câu nghi-vấn, *was* hay *were* được đặt lên trước chủ-từ của nó.

Trong câu phủ-định, *was* hay *were* có *not* theo sau. Thể rút ngắn là *wasn't* /wazənt/ và *weren't* /wərənt/.

22. I was not alone.   Tôi không ở nhà một mình.
22a. I wasn't alone.   Tôi không ở nhà một mình.

15. 2. Những ngày trong tuần lễ.

Bảy ngày trong tuần lễ gọi như sau:

Sunday	chủ nhật
Monday	thứ hai
Tuesday	thứ ba
Wednesday	thứ tư
Thursday	thứ năm
Friday	thứ sáu
Saturday	thứ bảy

15. 3. Số thứ tự.

Những tiếng dùng để chỉ thứ-tự (trước sau hoặc trên dưới) đều đặt trước danh-từ:

the *first* lesson	(viết tắt 1st)	bài thứ nhất
the *second* lesson	(viết tắt 2nd)	bài thứ nhì
the *third* lesson	(viết tắt 3rd)	bài thứ ba
the *fourth* lesson	(viết tắt 4th)	bài thứ tư
the *fifth* lesson	(viết tắt 5th)	bài thứ năm
the *sixth* lesson	(viết tắt 6th)	bài thứ sáu
the *seventh* lesson	(viết tắt 7th)	bài thứ bảy
the *eigth* lesson	(viết tắt 8th)	bài thứ tám
the *ninth* lesson	(viết tắt 9th)	bài thứ chín
the *tenth* lesson	(viết tắt 10th)	bài thứ mười
the *eleventh* lesson	(viết tắt 11th)	bài thứ mười mộ
the *twelfth* lesson	(viết tắt 12th)	bài thứ mười ha
the *thirteenth* lesson	(viết tắt 13th)	bài thứ mười ba
the *fourteenth* lesson	(viết tắt 14th)	bài thứ mười bố

5. 4. Nếu. If.

1). If today is Monday, tomorrow is Tuesday.	Nếu hôm nay là thứ hai, thì mai là thứ ba.

(1) *if today is Monday,* là mệnh-đề phụ, chỉ một điều-kiện phải có để cho cái diễn trong (2) *tomorrow is Tuesday,* là mệnh-đề chính nếu có thể xảy ra.

Mệnh-đề phụ (có tiếng *if* dẫn-nhập) cũng có thể đặt sau mệnh-đề chính.

Thêm thí-dụ

a) If you ask me, I can lend you my pen.	Nếu anh hỏi tôi, tôi có thể cho anh mượn cái bút của tôi.
b) If you can't hear me, please stand up.	Nếu các anh không nghe được tôi. thì xin đứng dạy.
c) If you can walk to the door, please close it.	Nếu anh có thể đi ra chỗ cửa thì xin đóng dùm lại.
d) If you can't count yet, please repeat after me.	Nếu anh chưa đếm được thì xin nhắc lại theo tôi.
e) If we have exams, we have to work hard.	Nếu chúng tôi phải thi thì chúng tôi phải học chăm lắm.

5. 5. Hai danh-từ ghép lại thành một đoạn (Xem Bài 8, Văn-ɳhạm 8.6.).

4. *He has a <u>pocket calendar</u>.*	Anh ấy có một quyển lịch bỏ túi,
4. *There was a big <u>birthday cake</u>.*	Có một chiếc bánh sinh-nhật to tướng.
1. *It was very nice <u>birthday party</u>.*	Đó là một buổi tiệc sinh-nhật rất vui.

Những đoạn *pocket calendar, birthday party* trong ba câu trên đều là những anh-từ phức-hợp (tức danh-từ kép) gồm có hai danh-từ ghép lại, cái trước định ɡhĩa cho cái sau :

pocket calendar	là một thứ lịch. (*calendar*)

birthday cake	là một thứ bánh *(cake)*
birthday party	là một thứ tiệc *(party)*
pocket watch	là đồng hồ bỏ túi·
watch pocket	là cái túi đựng đồng hồ.

Những danh-từ đứng trước như *pocket, birthday,* bao giờ cũng thấy nhấn mạnh hơn danh-từ đứng sau. Về số nhiều, thì chỉ danh-từ đứng sau (tức là danh-từ chính) thay đổi hình-thái mà thôi :

pocket calendars	những quyển lịch bỏ túi
birthday cakes	những chiếc bánh sinh nhật
birthday parties	những bữa tiệc sinh nhật
bicycle bells	những cái chuông xe đạp

Kiểu này ngược hẳn với kiểu nói trong câu Việt-ngữ, nên chúng ta phải hết sức chú-ý.

D. EXERCISES   BÀI TẬP

1. Đổi những câu sau đây thành quá-khứ. Thí-dụ :

He is hungry today.	HE WAS HUNGRY YESTERDAY.
I am thirsty today.	I WAS THIRSTY YESTERDAY.

1   *She is tired today.*
2   *He is alone today.*
3   *We are busy today.*
4   *It is black today.*
5   *The lesson is easy today.*
6   *The meal is excellent today.*
7   *My father is fine today.*
8   *He is very friendly today.*
9   *The lunch is good today.*

10 I am happy today.
11 The grammar lesson is hard today.
12 The questions are interesting today.
13 The teacher is nice today.
14 The moon is round tonight.
15 The lesson is short today.
16 He is very sleepy today.
17 The cakes are small today.
18 The paper is white today.
19 The rice is wonderful today.
20 She is happy today.

Đổi những câu sau dãy thành câu hỏi về thì quá-khứ. Thí dụ :

He is hungry today.   WAS HE HUNGRY YESTERDAY ?
I am thirsty today.   WAS 1 THIRSTY YESTERDAY ?

1 He is tired today.
2 She is alone today.
3 We are busy today.
4 It is black today.
5 The lesson is easy today.
6 The meal is excellent today.
7 My father is fine today.
8 He is very friendly today.
9 The lunch is good today.
10 I am happy today.
11 The grammar lesson is hard today.
12 The questions are interesting today.
13 The teacher is nice today.
14 The moon is round tonight.

235

15   The lesson is short today.
16   He is very sleepy today.
17   The cakes are small today.
18   The paper is white today.
19   The rice is wonderful today.
20   She is wonderful today.

3.   Đổi những câu sau đây theo lời dặn. Thí-dụ :

Is the teacher happy now ?   IS THE TEACHER HAPPY NOW ?
yesterday   WAS THE TEACHER HAPPY YESTERDAY
she   WAS SHE HAPPY YESTERDAY
hungry   WAS SHE HUNGRY YESTERDAY.

1	*thirsty*	16	*yesterday*
2	*tired*	17	*the gentleman*
3	*busy*	18	*they*
4	*now*	19	*you*
5	*the principal*	20	*he*
6	*you*	21	*now*
7	*we*	22	*my father*
8	*yesterday*	23	*fine*
9	*they*	24	*she*
10	*the students*	25	*her teacher*
11	*my brother and I*	26	*yesterday*
12	*now*	27	*tired*
13	*sleep*	28	*they*
14	*the teacher*	29	*now*
15	*alone*	30	*he*

4.   Giáo-sư đọc một câu thì hiện-tại. Một em hỏi câu tương-xứng về thì quá-khứ rồi một em trả lời 'có', rồi một em trả lời 'không'. Thí-dụ :

236

My father is hungry today. (Học-sinh A) WAS MY FATHER HUNGRY YESTERDAY ?

(Học-sinh B) YES, HE WAS HUNGRY YESTERDAY.

(Học-sinh C) NO, HE WAS NOT HUNGRY YESTERDAY.

1 *I am thirsty today.*
2 *The students are tired today.*
3 *He is alone today.*
4 *They are busy today.*
5 *She is sleepy today.*
6 *It is black today.*
7 *The lesson is very easy today.*
8 *The meal is excellent today.*
9 *His father is tired today.*
10 *The student teacher is friendly today.*
11 *The lunch is good today.*
12 *I am happy today.*
13 *The grammar lesson is hard today.*
14 *The question are very interesting today.*
15 *The principal is nice today.*
16 *The moon is round tonight.*
17 *The lesson is short today.*
18 *He is sleepy today.*
19 *The cakes are small today.*
20 *The rice is wonderful today.*

. Giáo-sư đọc những đoạn gồm hai danh-từ. Một em hỏi : 'What's a...?

Một em khác trả lời : 'It's a...' Thí-dụ :

pocket calendar (Học-sinh A) WHAT'S A POCKET CALENDAR ?
(Học-sinh B) IT'S A CALENDAR

birthday cake	(Học-sinh A)		WHAT'S A BIRTHDAY CAKE?
	(Học-sinh B)		IT'S A CAKE.

1	*pocket watch*	11	*school ceremony*
2	*watch pocket*	12	*classroom clock*
3	*birthday party*	13	*dinner table*
4	*fountain pen*	14	*history exam*
5	*coffee cup*	15	*milk glass*
6	*tea cup*	16	*wine glass*
7	*grammar lesson*	17	*post-office*
8	*desk calendar*	18	*post-office clock*
9	*bicycle bell*	19	*student teacher*
10	*breakfast table*	20	*university student*

6. Đặt những câu như sau (có mệnh-đề 'if'). Thí-dụ :

Saturday	IF YESTERDAY WAS SATURDAY,
	TODAY IS SUNDAY.

1 *Sunday*
2 *Monday*
3 *Tuesday*
4 *Wednesday*
5 *Thursday*
6 *Friday*
7 *Saturday*

E. DICTATION   CHÍNH-TẢ

1. *Today we study Lesson 15.*
2. *It's the fifteenth lesson.*

3. *Today is Monday, so yesterday was Sunday.*
4. *The days of the week are Sunday, Monday, Tuesday. Wednesday, Thursday, Friday and Saturday.*
5. *Yesterday was his thirteenth birthday.*
6. *He was home all day.*
7. *He was not alone.*
8. *He was with his father, mother, brothers and sisters.*
9. *There was a big crowd.*
10. *His grandfather was there.*
11. *His grandmother was there, too.*
12. *His uncle was there with his wife and two daughters.*
13. *His uncle's three sons were not there.*
14. *There was plenty of food.*
15. *It was a wonderful birthday party.*

VOCABULARY

NGỮ-VỰNG

alone	/əlówn/	một mình
aunt	/ǽnt/	thím
birthday	/bə́rθay/	sinh-nhật
children	/číldrən/	các con
crowd	/kráwd/	đám đông
daughter	/dɔ́tər/	con gái
eighteenth	/eytíynθ/	thứ mười tám
eighth	/éytθ/	thứ tám
eleventh	/ilévənθ/	thứ mười một
fifteenth	/fiftíynθ/	thứ mười lăm

239

fifth	/fifθ/	thứ năm
first	/fə́rst/	thứ nhất
food	/fúwd/	thức ăn
fourteenth	/fɔrtíynθ/	thứ mười bốn
fourth	/fɔ́rθ/	mười bốn
Friday	/fráydiy/	thứ sáu
if	/íf/	nếu
Monday	/mə́ndiy/	thứ hai
nineteenth	/nayntíynθ/	thứ mười bốn
ninth	/náynθ/	thứ chín
party	/pártiy/	buổi tiệc
plenty of	/pléntiy əv/	nhiều lắm
pocket	/pákit/	túi
Saturday	/sǽtərdiy/	thứ bảy
second	/sékend/	thứ nhì
seventeenth	/sɛ́vəntíynθ/	thứ mười bảy
seventh	/sévənθ/	thứ bảy
sixteenth	/sikstíynθ/	thứ mười sáu
sixth	/síksθ/	thứ sáu
Sunday	/sə́ndiy/	chủ nhật
tenth	/ténθ/	thứ mười
there	/ðɛr/	ở đó
there was	/ðɛr wəz/	có (thể quá khứ của *there is*)
there were	/ɜɛr wər/	có (thể quá khứ của *there are*)
third	/θə́rd/	thứ ba
thirteenth	/θərtíynθ/	thứ mười ba
Thursday	/θərsdiy/	thứ năm
tomorrow	/təmɔ́row/	mai
Tuesday	/tyúwzdiy/	thứ ba

twelfth	/twélfθ/	thứ mười hai
twentieth	/twéntiiθ/	thứ hai mươi
twenty-first	/twénti fɔ́rst/	thứ hai mươi mốt
twenty-fourth	/twénti fɔ́rθ/	thứ hai mươi bốn
twenty-second	/twénti sékənd/	thứ hai mươi hai
twenty-third	/twénti θɔ́rd/	thứ hai mươi ba
uncle	/ə́ŋkəl/	chú
was	/wáz/	[động-từ *to be* : thể quá khứ của *am* và *is*]
Wednesday	/wénzdiy/	thứ tư
were	/wɔ́r/	[động-từ *to be* ; thể quá khứ của *are*]
where	/hwér/	ở đâu
yesterday	/yéstərdiy/	hôm qua

16 UNIT SIXTEEN
BÀI MƯỜ'I SÁU

Past tense. The months of the year.
Thì quá-khứ. Những tháng trong năm.

A. BASIC SENTENCES	NHỮNG CÂU CĂN-BẢN
day before yesterday	hôm kia

1. *Where were you the day before yesterday?*

Hôm kia anh ở đâu ?

2. *I was home all day.*

Tôi ở nhà cả ngày.

3. *It was my thirteenth birthday.*

Đó là sinh-nhật thứ 13 của tôi.

4. *I was exactly thirteen years old on that day.*

Ngày hôm ấy, tôi vừa đúng 13 tuổi.

     born

     sinh, đẻ

     October

     tháng 10

5. *I was born on October 29, 1949.*

Tôi sinh ngày 29 tháng 10 năm m nghìn chín trăm bốn mươi chín.

     did

[quá-khứ của trợ-động-từ đ

6. *Did you have a nice birthday party ?*

Anh có một bữa tiệc sinh-nhật vui không ?

     had

[quá-khứ của *to have*]

7. *Yes, I had a very nice birthday party.*

Có. Tôi có một bữa tiệc sinh-nhật vui vẻ.

242

8. *Yes, I did.* — Có.

9. *Were you very happy ?* — Anh có vui thích nhiều không ?

0. *Yes, I was.* — Có.

homework — bài làm, bài học (ở nhà)

1. *Did you do your homework?* — Anh có làm bài, học bài không ?

did — [quá-khứ của động-từ to *do*]

2. *Yes, I did my homework after the party.* — Có. Tôi làm bài, học bài sau bữa tiệc.

to stay up — thức
late — khuya, muộn

3. *Did you stay up very late ?* — Anh có thức khuya lắm không ?

midnight — nửa đêm

4. *Yes, I stayed up until midnight.* — Có. Tôi thức tới nửa đêm.

5. *I started to study right after dinner.* — Tôi bắt đầu học ngay sau bữa cơm tối.

. *I studied very hard from 9 to 11.* — Tôi học thật chăm từ 9 giờ tới 11 giờ.

. *I copied my lesson.* — Tôi chép lại bài học.

to look up — tra

I looked up all the new words in the dictionary. — Tôi tra tự-vị tất cả các chữ mới.

to note down — ghi chép
meaning — nghĩa

Then I noted down their meanings. — Rồi tôi ghi chép nghĩa của những chữ ấy.

243

to translate	dịch
sentence	câu
into	vào, thành
20 *I also translated five sentences from English into Vietnamese.*	Tôi cũng dịch năm câu từ tiếng ~~A~~ ra tiếng Việt.
about	chừng, lối
21. *Then I stopped for about 10 minutes.*	Rồi tôi ngừng lối mười phút.
22. *I had a piece of cake and a cup of tea*	Tôi ăn một miếng bánh và uống ~~●~~ tách trà.
again	nữa, lại
23. *Then I studied again until 12 o'clock.*	Rồi tôi lại học tới 12 giờ.
next	sau, kế
24. *What time did you get up the next morning ?*	Sáng hôm sau anh dậy lúc mấy giờ
got	[quá-khứ của *to get*]
25. *I got up at six as usual.*	Như thường-lệ, tôi dậy lúc 6 giờ.
26. *I washed my face.*	Tôi rửa mặt.
to brush	chải
teeth	răng [số nhiều]
to comb	chải [đầu]
27. *I brushed my teeth.*	Tôi chải răng.
hair	tóc

Then I combed my hair.	Rồi tôi chải đầu.
ate	[quá-khứ của *to eat*]
in a hurry	một cách vội-vàng
I ate breakfast in a hurry.	Tôi ăn điểm-tâm một cách vội-vàng.
afraid	sợ
I was afraid to be late for school.	Tôi sợ đi học muộn.
Did you run to school?	Anh có chạy đến trường không?
No. I didn't run.	Không, tôi không chạy.
I walked to school.	Tôi đi bộ tới trường.
fast	nhanh, mau
I walked very fast.	Tôi đi nhanh lắm.
to arrive	đến nơi, tới nơi
on time	đúng giờ
I arrived on time.	Tôi đến đúng giờ.
rang	[quá-khứ của *to ring*]
The bell rang at 7:25	Chuông kêu lúc 7g25.
Classes started at half past seven.	Các lớp học bắt đầu lúc 7 giờ rưỡi.

January	tháng giêng	*July*	tháng bảy
February	tháng hai	*August*	tháng tám
March	tháng ba	*September*	tháng chín
April	tháng tư	*October*	tháng mười
May	tháng năm	*November*	tháng mười một
June	tháng sáu	*December*	tháng chạp

B PRONUNCIATION   PHÁT-ÂM

1. Phân-biệt tử-âm /-s -θ và -t/ ở cuối tiếng.

/-s/		/-θ/		/-t/	
bass	/bǽs/	bath	/bǽθ/	bat	/bǽt/
pass	/pǽs/	path	/pǽθ/	pat	/pǽt/
tense	/tɛ́ns/	tenth	/tɛ́nθ/	tent	/tɛ́nt/
mass	/mǽs/	math	/mǽθ/	mat	/mǽt/
face	/féys/	faith	/féyθ/	fate	/féyt/

Pat took a bath.	/pæt tuk ə bæθ/
The mouse ran south.	/ðə maws ræn sawθ/
I miss Mr. Smith.	/ay mɪs mɪstər smɪθ/
Her name is Ruth.	/hər neym ɪz ruwθ/
Open your mouth.	/owpən yuwr mawθ/
I brush my teeth every day.	/ay brəš may tiyθ ɛvriy dey/
Today is the tenth.	/tədey ɪz ðə tɛnθ/
It runs north and south.	/ɪt rənz nɔrθ ənd sawθ/

2. Phân-biệt /ə/ và /ər/ trước tử-âm cuối tiếng.

ton	/tə́n/	turn	/tə́rn/
bun	/bə́n/	burn	/bə́rn/
but	/bə́t/	Bert	/bə́rt/
cut	/kə́t/	curt	/kə́rt/
shut	/šə́t/	shirt	/šə́rt/
cuss	/kə́s/	curse	/kə́rs/

3. Âm /v/ ở đầu tiếng.

vine	/váyn/	voice	/vɔ́ys/

van	/vǽn/	void	/vɔ́yd/
vain	/véyn/	vague	/véyg/
vat	/vǽt/	Vicky	/víkiy/
vase	/véys/	·very	/vɛ́riy/

4. Âm /v/ ở giữa tiếng.

even	/íyvən/	ever	/ɛ́ver/
oven	/ɔ́vən/	never	/nɛ́ver/
seven	/sɛ́vən/	every	/ɛ́vriy/
eleven	/ilɛ́vən/	several	/sɛ́vərəl/

Phân-biệt âm /f/ và /v/ ở cuối tiếng.

leaf	/líyf/	leave	/líyv/
fife	/fáyf/	five	/fáyv/
safe	/séyf/	save	/séyv/
waif	/wéyf/	wave	/wéyv/
half	/hǽf/	have	/hǽv/
thief	/θíyf/	thieve	/θíyv/
duff	/dɔ́f/	dove	/dɔ́v/
belief	/bilíyf/	believe	/bilíyv/

C. GRAMMAR   VĂN-PHẠM

16. 1. Thể quá-khứ của động-từ (xác định).

7. *I __had__ a very nice birthday party.*

Tôi có một bữa tiệc sinh-nhật rất vui vẻ,

12. *I __did__ my homework after the party.*

Tôi làm bài (học bài) sau bữa tiệc.

14. *I __stayed__ up until midnight.*

Tôi thức tới nửa đêm.

247

15. *I started to study right after dinner.*   Tôi bắt đầu học ngay sau bữa cơm t

16. *I studied very hard from 9 to 11.*   Tôi học thật chăm từ 9 giờ tới 11 gi

17. *I copied my lesson.*   Tôi chép lại bài học.

18. *I looked up all the new words.*   Tôi tra tất cả các chữ mới.

19. *I noted down their meanings.*   Tôi ghi chép nghĩa của những chữ

20. *I translated five sentences.*   Tôi dịch năm câu.

21. *I stopped for about ten minutes.*   Tôi ngừng lối mười phút.

22. *I had a piece of cake.*   Tôi ăn một miếng bánh.

25. *I got up at six as usual.*   (Hôm ấy) tôi dạy lúc 6 giờ như thường

26. *I washed my face.*   Tôi rửa mặt.

27. *I brushed my teeth.*   Tôi chải răng.

28. *I combed my hair.*   Tôi chải đầu.

29. *I ate breakfast in a hurry.*   Tôi ăn điểm-tâm một cách vội-vàng.

33. *I walked to school.*   Tôi đi bộ tới trường.

35. *I arrived on time.*   Tôi đến đúng giờ.

36. *The bell rang at 7 : 25.*   Chuông kêu lúc 7g25.

Những câu xác-định kể trên đều thuộc về *thì quá khứ* : động-từ phải thay-đ hình-thái để chỉ rõ rằng việc xảy ra trong dĩ-vãng (tức hôm chủ-nhật vừa qua, hôm kia). Thể quá-khứ thì ngôi nào cũng giống nhau.

Ta nhận thấy có một số nhiều động-từ đằng sau thêm –ed.

14. *stay up*	'thức'	>	*stayed up*	'đã thức'
15. *start*	'bắt đầu'	>	*started*	'đã bắt đầu'
16. *study*	'học'	>	*studied*	'đã học'

17.	copy	'chép'	>	copied	'đã chép'
18.	look up	'tra'	>	looked up	'đã tra'
19.	note down	'ghi'	>	noted down	'đã ghi'
20.	translate	'dịch'	>	translated	'đã dịch'
21.	stop	'ngừng'	>	stopped	'đã ngừng'
26.	wash	'rửa'	>	washed	'đã rửa'
22.	brush	'chải'	>	brushed	'đã chải'
28.	comb	'chải (đầu)'	>	combed	'đã chải (đầu)'
33.	walk	'đi bộ'	>	walked	'đã đi bộ'
35.	arrive	'đến nơi'	>	arrived	'đã đến nơi'

Tiếp-vĩ-ngữ chỉ quá-khứ, thường viết -ed, có ba cách đọc khác nhau :

/-id/	/-t/	/-d/
started	looked	stayed
noted	stopped	studied
translated	washed	copied
	brushed	combed
	walked	arrived

Tuy nhiên, có một số động-từ không theo qui-tắc trên mà lại đổi mẫu-âm hay tử-âm. Thí-dụ :

7.	have	'có'	>	had	'đã có'
12.	do	'làm'	>	did	'đã làm'
25.	get up	'dậy'	>	got up	'đã dậy'
29.	eat	'ăn'	>	ate	'đã ăn'
36.	ring	'kêu, reo'	>	rung	'đã kêu, đã reo'

16. 2. Thể quá-khứ của động-từ (nghi-vấn).

6. <u>Did</u> you have a nice birth-day party ?   Anh có một bữa tiệc sinh-nhật vui vẻ không ?

11.	*Did* you do your homework ?	Anh có làm bài (học bài) không ?
13.	*Did* you stay up very late ?	Anh có thức khuya lắm không ?
24.	*What time did you get up the next morning ?*	Sáng hôm sau anh dậy lúc mấy giờ
31.	*Did* you run to school ?	Anh có chạy đến trường không ?

Những câu nghi-vấn kể trên đều về thì quá-khứ và được cấu-tạo như sau : b luận chủ-từ thuộc về ngôi nào, ta cũng có *did* (thể quá-khứ của trợ-động-từ *d* rồi đến chủ-từ, rồi đến động-từ chính (để nguyên không thay-đổi về hình-thái Động-từ chính n y không phải là động-từ *to be*. (Xem Bài 15)

	I	studi	ED	yesterday.
	You	work	ED	yesterday.
	He	arrive	ED	yesterday.
	She	start	ED	yesterday.
	We	cook	ED	yesterday.
	They	walk	ED	yesterday.
Did	I	study		yesterday ?
Did	you	work		yesterday ?
Did	he	arrive		yesterday ?,
Did	she	start		yesterday ?
Did	we	cook		yesterday ?
Did	they	walk		yesterday ?

Chú-y : Những câu hỏi có DID ở ngay đầu câu đều có ngữ-điệu 233. Còn câ nào (như câu 14) có văn-từ (như *what, who, when, where,* v.v...) ở đầ thì lại có ngữ-điệu 231.

1. 3. Thể quá-khứ (phủ-định).

2. *I was home all day.*　　　　Tôi ở nhà suốt ngày.

　　(I wasn't home all day.)　　Tôi không có nhà suốt ngày.

32. *I didn't run.*　　　　　　Tôi không chạy.

(a) Thể phủ-định của động-từ *to be* ở thì quá-khứ được cấu-tạo bằng **cách thêm** *n't* đằng sau *was* hoặc *were* :

I			< *I was not*
he	*wasn't*	/wózənt/	< *he was not*
she			< *she was not*
we			< *we were not*
you	*weren't*	/wórənt/	< *you were not*
they			< *they were not*

Chỉ khi nào cần nhấn mạnh hay muốn trả lời vấn-tắt (xem 16.4), người ta mới dùng *was not* hoặc *were not* (nhấn mạnh tiếng *not*).

(b) Đó là trường-hợp động-từ chính là *to be*. Còn nếu động-từ chính không phải là *to be* thì, sau chủ-từ, bất luận thuộc ngôi nào, ta cũng đặt *didn't* /didənt/ rồi đặt động-từ chính (để nguyên không thay đổi về hình-thái) :

I he she we you they	DIDN'T /didəət/	*run*

251

Chỉ khi nào cần nhấn mạnh hay muốn trả lời vắn-tắt (Xem 16.4), người ta mới dùng *did not* (nhấn mạnh tiếng *not*).

16. 4.   Cách trả lời vắn-tắt, dùng did hay didn't.

6.	*Did you have a nice birth-* *day party ?*	Anh có một bữa tiệc sinh-nhật vui vẻ không ?
7.	*Yes, I had a very nice birth-* *day party.*	Có. Tôi có một bữa tiệc sinh-nhật rất vui vẻ.
8.	*Yes, I did.*	Có.
31.	*Did you run to school ?*	Anh có chạy đến trường không ?
32.	*No, I didn't run.*	Không, tôi không chạy.
31a.	*No, I didn't.*	Không.

Để trả lời một câu hỏi có ngữ-điệu 233 và cấu-tạo theo kiểu *DID + chủ-từ + động-từ* (xem mục 16.2.), ta có thể dùng :

> *Yes,* chủ-từ + DID   nếu là có
>
> và   *No,* chủ-từ + DIDN'T nếu là không ?

D.   EXERCISES   **BÀI TẬP**

1.   Đọc câu giáo-sư cho, rồi một học-sinh đặt câu dùng thể *-ing* của động-từ (có *now*), rồi một học-sinh khác đổi thành một câu về thì quá-khứ (có *yesterday*).

Thí-dụ :

I work every day.	(Học-sinh A)	I'M WORKING NOW.
	(Học-sinh B)	I WORKED YESTERDAY.

1   *My mother cooks every day.*

2   *My little brother eats rice every day.*

3   *They erase the blackboard every day.*

4   *The students listen every day.*

5 *We look at the map every day.*

6 *You measure the room every day.*

7 *I note down the meanings every day.*

8 *She opens the windows every day.*

9 *The students play in the yard every day.*

10 *The bell rings every day.*

11 *The teacher repeats the lesson every day.*

12 *My father smokes every day.*

13 *The little boy always smiles.*

14 *My mother sews every day.*

15 *My cousin Tuyet studies English every day.*

16 *I stay up late every night.*

17 *My little brother talks to me every day.*

18 *We translate an English lesson every day.*

19 *His sister types a Vietnamese lesson every day.*

20 *The teacher waits for them every day.*

2. Đổi những câu sau đây thành câu hỏi (có ngữ-điệu 233). Thí-dụ :

Nam worked yesterday.	DID NAM WORK YESTERDAY ?
They walked to school yesterday.	DID THEY WALK TO SCHOOL YESTERDAY ?

1 *We studied English yesterday.*

2 *He waited ten minutes last night.*

3 *The students arrived last night.*

4 *She wanted some coffee last night.*

5 *My mother washed her hair last night.*

6 *My father rested yesterday.*

7 *The cook opened that door yesterday.*

8 *The maid closed the windows last night.*

9 *Mr. Brown ate rice last night.*

10   We looke/ at the map last night.

11   The students played in the yard yesterday.

12   I stayed up late last night.

13   The boy brushed his teeth last night.

14   The girl combed her hair last night.

15   The bell rang last night.

3.   Đổi những câu sau đây thành câu hỏi (có ngữ-điệu 233). Thí-dụ :

    You were happy.   WERE YOU HAPPY ?

    He waited two hours.   DID HE WAIT TWO HOURS ?

1   She washed her hair.

2   The student was sleepy.

3   They opened the window.

4   She wanted some rice.

5   They looked tired.

6   They were tired.

7   He was hungry.

8   She cooked dinner for us.

9   We copied the lesson.

10   They studied French.

11   I was hungry.

12   He arrived yesterday.

13   She was alone.

14   He was busy.

15   The lunch was good.

16   He worked yesterday.

17   You studied last night.

18   My sister was tired.

19   Your father rested.

20   The student walked to school.

21   The principal waited five minutes.

22   He was happy.

23   They closed their books.

24   The maid opened the door.

25   We were tired.

26   He was thirsty.

27   The moon was round.

28   We brushed our teeth.

29   The teacher worked six hours.

30   They were friendly.

4   Đổi những câu sau đây thành câu phủ-định Thí-dụ :

He worked last night.   HE DIDN'T WORK LAST NIGHT.

The teacher looked tired.   THE TEACHER DIDN'T LOOK TIRED.

1   The student walked to school.

2   Her mother cooked last night.

3   He waited two hours.

4   The students rested yesterday.

5   My father worked yesterday.

6   My sister washed her hair last night.

7   He brushed his teeth last night.

8   He combed his hair yesterday.

9   They cooked some pork yesterday.

10   We waited ten minutes last night.

11   They studied French yesterday.

12 The student closed that window last night.

13 I wanted some coffee last night.

14 You opened that door last night.

15 They arrived from Dalat yesterday.

16 We worked six hours yesterday.

17 He walked home yesterday.

18 The girls sewed all day yesterday.

19 Mr. Brown ate rice last night.

20. You stayed up late last night.

5. Đặt những câu phủ-định có *wasn't, weren't* hoặc *didn't*. Thí-dụ.

He..... tired	HE WASN'T TIRED.	
wait	HE DIDN'T WAIT.	
she	SHE DIDN'T WAIT.	

1	they	11	happy	21	he	31	walk
2	I	12	hungry	22	I	32	hungry
3	busy	13	arrive	23	you	33	wait
4	you	14	she	24	right	34	you
5	he	15	thirty	25	he	35	happy
6	work	16	rest	26	busy	36	he
7	they	17	intelligent	27	cook	37	we
8	she	18	they	28	tired	38	study
9	we	19	work	29	they	39	he
10	play	20	friendly	30	I	40	eat much

6. Trả lời vắn tắt những câu hỏi sau đây (có ngữ-điệu 233) bằng 'có' hoặc 'không'. Thí-dụ :

Was he tired ?   *(Yes)*   YES, HE WAS.

Were they happy ? (Yes)	YES, THEY WERE.
Were you hungry ? (No)	NO, I WASN'T.

1 *Was she thirsty ? (Yes)*

2 *Were they tired ? (No)*

3 *Was he busy ? (No)*

4 *Were you tired ? (Yes)*

5 *Was he friendly ? (No)*

6 *Was I right ?(No)*

7 *Were we busy ? (Yes)*

8 *Were they afraid ? (No)*

9 *Was she alone ? (Yes)*

10 *Was he full ? (Yes)*

11 *Were they good ? (Yes)*

12 *Was she nice ? (No)*

13 *Were they interesting? (Yes)*

14 *Was it round ? (No)*

15 *Were they brown ? (No)*

7. Trả lời vắn tắt câu hỏi sau đây (có ngữ-điệu 233) bằng ' có ' hay ' không '
Thí-dụ :

Did you rest yesterday ? (Yes)	YES, I DID.
Did he work last night ? (No)	NO, HE DIDN'T.

1 *Did they walk to school ? (Yes)*

2 *Did we stay up late last night ? (Yes)*

3 *Did she cook some food ? (No)*

4 *Did he walk home ? (Yes)*

5 *Did they rest yesterday ? (Yes)*

6 *Did he listen to the teacher ? (No)*

7 *Did he repeat after the teacher ? (No)*

8 *Did she wash her hair ? (Yes)*

9 *Did you brush your teeth ? (No)*

10 *Did you comb your hair ? (Yes)*

11 *Did you study last night ? (No)*

12 *Did they want some tea ? (Yes)*

[16. D-E]

13 Did the teacher start the lesson ? (Yes)

14 Dtd they open the door ? (Yes)

15 Did you close the window ? (No)

E. DICTATION   CHÍNH-TẢ

1. Nam was home all day last Sunday.

2. It was his thirteenth birthday.

3. He was exactly 13 years old on that day.

4. He was born on October 29, 1949,

5. He had a very nice birthday party.

6. He was very happy.

7. After the party he did his homework.

8. He stayed up until midnight.

9. He started right after dinner and worked very hard 9 to 11.

10. He copied his English lesson, looked up all the new wor the dictionary, then noted down their meanings.

11. He translated five English sentences into Vietnamese.

12. At eleven o'clock, he stopped for about ten minutes to a piece of cake and a cup of tea.

13. Then he studied again until twelve o'oclock.

14. Nam is certainly a good student.

15. We all like him very much.

F. VOCABULARY

NGỮ-VỰNG

about	/əbáwt/	chừng, lối
afraid	/əfréyd/	sợ
again	/əgén/	nữa, lại
April	/éyprəl/	tháng tư
to arrive	/tə əráyv/	đến nơi, tới nơi
ate	/éyt/	[quá-khứ của *to eat*]
August	/ɔ́gəst/	tháng tám
born	/bɔ́rn/	sinh, đẻ
to brush	/tə brɔ́š/	chải
to comb	/tə kówm/	chải (đầu)
December	/dısémbər/	tháng chạp
did	/díd/	[quá-khứ của động-từ *to do*]
did	/díd/	[quá-khứ của trợ-động-từ *do*]
day before yesterday	/dey bifɔr yɛstərdey/	hôm kia
fast	/fǽst/	nhanh, mau
February	/fébruɛriy/	tháng hai
got	/gat, gɔt/	[quá-khứ của *to get*]
had	/hǽd/	[quá khứ của *to have*]
hair	/hɛr/	tóc
in a hurry	/in ə hɔ́riy/	một cách vội-vàng
into	/ıntúw/	vào, thành
January	/jǽnyuɛriy/	tháng giêng
July	/juwláy/	tháng bảy
June	/júwn/	tháng sáu
to look up	/tə lúk əp/	tra
March	/márč/	tháng ba
May	/méy/	tháng năm

meaning	/míyniŋ/	nghĩa
midnight	/mídnayt/	nửa đêm
next	/nékst/	sau, kế
to note down	/tə nówt dawn/	ghi chép
November	/novémbər/	tháng mười một
October	/aktówbər/	tháng mười
on time	/ɔn táym/	đúng giờ
rang	/ráeŋ/	[quá-khứ của *to ring*]
sentence	/séntəns/	câu
September	/sɛtémbər/	tháng chín
to stay up	/tə stéy əp/	thức
teeth	/tíyθ/	răng [số nhiều]
to translate	/tə trǽnsleyt/	dịch

The four seasons. "Going to".

Bốn mùa

BASIC SENTENCES

NHỮNG CÂU CĂN BẢN

season	mùa
How many seasons are there in a year?	Trong một năm có mấy mùa ?
There are four seasons in a year.	Trong một năm có bốn mùa.
What are they ?	Bốn mùa là những mùa nào ?
spring	mùa xuân
summer	mùa hạ
autumn	mùa thu
winter	mùa đông
They are spring. summer, autumn and winter.	Đó là xuân, hạ, thu, đông.
to call	gọi, kêu
fall	mùa thu
Autumn is also called 'fall.	Mùa thu cũng gọi là 'fall'.
weather	trời, thời-tiết
hot	nóng
sunny	nắng

261

6. *The weather is sunny and hot in summer.*

      windy

      cold

7. *It is windy and cold in winter.*

      warm

      pleasant

8. *It is warm and pleasant in the spring and fall.*

9. *March, April and May are the spring months.*

10. *June, July and August are the summer months.*

11. *The fall months are September, October and November.*

12. *The winter months are December, January and February.*

13. *How many seasons are there in Saigon ?*

      rainy

      dry

14. *We have only two seasons*

Mùa hè, trời nắng và nóng.

có gió

lạnh

Mùa đông, trời gió và lạnh.

ấm

dễ chịu

Mùa xuân và mùa đông, trời nắng và dễ chịu.

Tháng 3, tháng 4 và tháng 5 là nh tháng xuân.

Tháng 6, tháng 7 và tháng 8 là nhỉ tháng hè.

Những tháng thu là tháng 9, tháng và tháng 11.

Những tháng đông là tháng chạp, th giêng, và tháng 2.

Ở Saigon có mấy mùa ?

có mưa

khô, cạn

Ở Saigon, chúng ta chỉ có hai mư

262

in Saigon : the rainy season
and the dry season.

mùa mưa và mùa khô.

which

cái nào

. Which season do you prefer ?

Anh thích mùa nào ?

. I prefer the dry season.

Tôi thích mùa nắng.

wet

ướt

. I don't like the wet season.

Tôi không thích mùa mưa.

why

tại sao

. Why don't you like it ?

Tại sao anh lại không thích mùa mưa ?

rain

mưa

. I don't like rain.

Tôi không thích mưa.

to catch

bắt

cold

cơn lạnh

to catch cold

bị cảm

I always catch cold.

Tôi luôn luôn bị cảm.

as for

còn

As for me, I don't like the
dry season.

Còn tôi, tôi không thích mùa cạn.

. It's too long.

Nó dài quá.

. And the weather is too hot.

Và trời nóng quá.

. I never catch cold in the
rainy season.

Không bao giờ tôi bị cảm trong mùa
mưa.

caught

[quá-khứ của *to catch*]

. But I caught a cold in Hue
last week.

Thế mà tuần trước tôi bị cảm lúc ra Huế.

263

26. _Did you_ ?   Thế à ?

27. _How about Nhatrang_ ?   Thế còn Nha trang ?

28. _Was the weather hot_ ?   Trời có nóng lắm không ?

29. _Yes, just like in Saigon._   Nóng y như ở Saigon.

    breeze   gió mát

30. _But there was a nice breeze._   Nhưng có gió mát thích lắm.

    going to   sắp sửa

    vacation   kỳ nghỉ

    soon   chẳng bao lâu

31. _Are you going to have a_   Anh sắp sửa được nghỉ chưa ?
    vacation soon ?

32. _Yes, we're going to have a_   Có, chúng tôi sắp được nghỉ nhiều ng
    long vacation.

33. _Are you going to study_ ?   Anh có định học không ?

34. _He's going to study every_   Anh ấy sẽ học hàng ngày, chứ tôi
    day, but I'm not.   không.

    football '·   bóng tròn

    basketball   bóng rổ

35. _I'm going to play football or_   Tôi sẽ chơi bóng tròn hay bóng rổ.
    basketball.

    during   trong

    holiday   ngày nghỉ

36. _I never study during the_   Ngày nghỉ không bao giờ tôi học cả.
    holidays.

37. *How about you ? What are you going to do during the holidays ?* — Thế còn anh ? Trong kỳ nghỉ anh sẽ làm gì ?

to swim — bơi, lội

38. *I'm going to study in the morning and swim in the afternoon.* — Tôi sẽ học buổi sáng và lội buổi chiều..

weekend — cuối tuần

39. *What are you going to do this weekend ?* — Cuối tuần này anh làm gì ?

40. *I'm not going to work.* — Tôi sẽ không làm việc.

to sleep — ngủ

41. *I'm going to sleep after that Vietnamese exam.* — Sau bài thi Việt-văn, tôi sẽ ngủ.

42. *I didn't sleep all week.* — Suốt tuần tôi không ngủ.

43. *I stayed up late every night.* — Đêm nào tôi cũng thức khuya.

44. *Me, too.* — Tôi cũng thế.

to get — có, được

sleep — giấc ngủ

45. *I seldom get enough sleep.* — Ít khi tôi được ngủ đủ.

46. *So I'm always sleepy.* — Thành ra bao giờ tôi cũng buồn ngủ.

265

B. PRONUNCIATION

PHÁT-ÂM

1. Tử-âm /l/ trước mẫu-âm

/l-/

Lee	/líy/
Lou	/lúw/
lay	/léy/
low	/lów/
law	/lɔ́/
Lynn	/lín/
like	/láyk/
light	/láyt/
line	/láyn/
loud	/láwd/

Tử-âm /l/ giữa mẫu-âm

/-l-/

fellow	/félow/
daily	/déyliy/
silly	/síly'/
jelly	/jéliy/
pillow	/pílow/
feeling	/fíylin/
belly	/béliy/
peel it	/píyl it/
mail it	/méyl it/
tell it	/tél it/
roll it	/rówl it/

2. Tử-âm /l/ sau mẫu-âm

/-l/

all	/ɔ́l/
call	/kɔ́l/
ball	/bɔ́l/
fall	/fɔ́l/
tall	/tɔ́l/
wall	/wɔ́l/

/-l/

cool	/kúwl/
tool	/túwl/
school	/skúwl/
fool	/fúwl/
pool	/púwl/
you'll	/yúwl/

/-l/

I'll	/áyl/
file	/fáyl/
tile	/táyl/
mile	/máyl/
while	/hwáyl/
smile	/smáyl
pile	/páyl/
Nile	/náyl/

/-l/

ill	/íl/
kill	/kíl/
Bill	/bíl/
fill	/fíl/

/-l/

'l'	/él/
tell	/tél/
bell	/bél/
fell	/fél/

/-l/

eel	/íyl/
feel	/fíyl/
meal	/míyl'/
she'll	/síyl/

| pill | /píl/ | sell | /sél/ | he'll | /híyl/ |
| will | /wíl/ | well | /wél/ | real | /ríyl/ |

3. Tử-âm /p và b/ ở cuối tiếng.

	/-p/		/b-/
dip	/díp/	dib	/díb/
sip	/síp/	sib	/síb/
nip	/níp/	nib	/níb/
rip	/ríp/	rib	/ríb/
pup	/póp/	pub	/pób/
cup	/kóp/	cub	/kǽb/
tap	/tǽp/	tab	/tǽb/
cap	/kǽp/	cab	/kǽp/
gap	/gǽp/	gab	/gǽb/
nap	/nǽp/	nab	/nǽb/
lap	/lǽp/	lab	/lǽk/
cop	/káp/	cob	/káb/
fop	/fáp/	fob	/fáb/
sop	/sáp/	sob	/sáb/
mop	/máp/	mob	/máb/
hop	/háp/	hob	/háb/
lop	/láp/	lob	/láb/
ape	/éyp/	Abe	/éyb/
roup	/rúwp/	rube	/rúwb/
rope	/rówp/	robe	/rówb/
lope	/lówp/	lobe	/lówb/

4. Tử-âm /t và d/ ở cuối tiếng.

	/-t/		/-d/
kit	/kít/	kid	/kíd/
bit	/bít/	bid	/bíd/
lit	/lít/	lid	/líd/
writ	/rít/	rid	/ríd/
bet	/bɛ́t/	bed	/bɛ́d/
debt	/dɛ́t/	dead	/dɛ́d/
set	/sɛ́t/	said	/sɛ́d/
net	/nɛ́t/	Ned	/nɛd/
fat	/fǽt/	fad	/fǽd/
pot	/pát/	pod	/pád/
dot	/dát/	Dodd	/dád/
hot	/hát/	hod	/hád/
seat	/síyt/	seed	/síyd/
neat	/níyt/	need	/níyd/
wait	/wəyt/	wade	/wéyd/
height	/háyt/	hide	/háyd/
cut	/kɔ́t/	cud	/kɔ́d/
but	/bɔ́t/	bud	/bɔ́d/
at	/ǽt/	add	/ǽd/
bat	/bǽt/	bad	/bæd/
light	/láyt/	lied	/láyd/
right	/ráyt/	ride	/ráyd/
wrote	/rówt/	road	/rówd/

5. Tử-âm /k và g/ ở cuối tiếng.

pick	/pík/	pig	/píg/

Dick	/dík/	dig	/díg/
peck	/pɛ́k/	peg	/pɛ́g/
beck	/bɛ́k/	beg	/bɛ́g/
buck	/bɔ́k/	bug	/bɔ́g/
duck	/dɔ́k/	dug	/dɔ́g/
tack	/tǽk/	tag	/tǽg/
sack	/sǽk/	sag	/sǽg/
knack	/nǽk/	nag	/nǽg/
lack	/lǽk/	lag	/lǽg/
clock	/klák/	clog	/klág/
teak	/tíyk/	Teague	/tíyg/
leak	/líyk/	league	/líyg/

GRAMMAR VĂN-PHẠM

1. Thì tương-lai dùng 'going to'.

Are you going to have a vacation soon ? — Anh sắp sửa được nghỉ chưa ?

Yes, we're going to have a long vacation. — Có, chúng tôi sắp được nghỉ nhiều ngày.

Are you going to study. — Anh có định học không ?

He's going to study every day, but I am not. — Anh ấy sẽ học hàng ngày, chứ tôi thì không.

I'm going to play football or basketball. — Tôi sẽ chơi bóng tròn hay bóng rổ.

269

37. *What are you going to do during the holidays ?*   Trong kỳ nghỉ, anh sẽ làm gì ?

38. *I'm going to study in the morning and swim in the afternoon.*   Tôi sẽ học buổi sáng và lội buổi chiều.

39. *What are you going to do this weekend ?*   Cuối tuần này anh làm gì ?

41. *I'm going to sleep after that Vietnamese exam.*   Sau bài thi Việt văn, tôi sẽ ngủ.

Muốn diễn-tả thì tương-lai, có một cách là dùng thể hiện-tại của *to be* (am, is, are), rồi đến *going to*, rồi đến động-từ chính.

Nếu có một tiếng hay một đoạn chỉ tương-lai như *soon, every day, during the morning, in the afternoon, this weeken,* v.v..., thì nó thường được đặt sau động-từ chính.

I'm *You're* *He's* *She's* *We're* *They're*	*going to*	*have a vacation*	*soon.*

17. 2. Thì tương-lai dùng ' going to ' (tiếp theo).

You are going to study.   Anh sẽ học.

33. *Are you going to study ?*   Anh có định học không ?

34. *I'm not.*   Tôi thì không.

40. *I'm not going to work.*   Tôi sẽ không làm việc.

Muốn đổi câu xác-định *You are going to study* thành câu nghi-vấn (câu hỏi), chỉ việc đảo ngược chủ-từ và động-từ *to be*. Còn muốn đặt câu phủ-định, thì thêm *not* giữa động-từ *to be* và *going to*.

Are	you		going to	study	this weekend ?
	I'm		going to	study	this weekend.
	I'm	not	going to	study	this weekend.
Is	he		going to	study	this weekend ?
	He's		going to	study	this weekend.
	He's	not	going to	study	this weekend.

17. 3. Thể bị-động

5. *Autumn is also called 'fall'.*   Mùa thu cũng còn gọi là 'fall'.

Called là phân từ của *to call* 'kêu gọi'. Phân-từ gồm có căn ngữ (tiếng gốc) và tiếp-vĩ-ngữ *-ed*. được dùng để chỉ rằng chủ-từ tiếp-nhận hành-động diễn bởi động-từ. Bất-luận câu nói thuộc thì nào, hay chủ-từ thuộc ngôi nào, phân-từ vẫn không thay đổi. Thêm thí-dụ :

(Tác-động) The boy opened the window.	Cậu bé mở cái cửa sổ.
(Bị-động) The window was opened.	Cái cửa sổ được mở ra.
(Tác-động) The lady cooked the rice.	Bà ấy nấu cơm.
(Bị-động) The rice was cooked.	Cơm được nấu chín rồi.
(Tác-động) He translated the book.	Ông ấy dịch cuốn sách đó.

271

(Bị-động) The book was trans-   Cuốn sách đó được dịch rồi.
               lated

17. 4. Cách tiếp-tạo trong Anh-ngữ.

Ta đã gặp tiếng.

       sleepy   buồn ngủ

Tiếng này do căn-ngữ (tiếng gốc) *sleep* /slíyp/ 'giấc ngủ', đằng sau có tiếp-v
ngữ (cái đuôi) *–y* /-iy/ : từ một danh-từ, ta đã tiếp cái đuôi *–y* để tạo nên một hình
dung-từ.

Bài này lại có tiếng *rainy* 'hay mưa' cũng được cấu-thành theo cách tiếp-tạo
rain 'mưa' + *-y* = *rainy* 'hay mưa'. *Windy* và *sunny* cũng cấu-tạo cách đó.

Tiếp-vĩ-ngữ *–y* /-iy/ bao giờ cũng đọc nhẹ và căn-ngữ đọc nhấn mạnh :

'giấc ngủ'	*sleep*	>	*sleepy*	'buồn ngủ'
'mưa'	*rain*	>	*rainy*	'hay mưa'
'gió'	*wind*	>	*windy*	'có gió'
'mặt trời'	*sun*	>	*sunny*	'nắng'

17.5. Vấn-từ **which** và **why**.

Who is your teacher ?	Giáo-sư anh là ai ?
What's your name ?	Tên anh là gì ?
How are you ?	Anh mạnh không ?
When does he get up ?	Bao giờ ông ấy dạy ?
Where is the post-office ?	Nhà giây thép ở đâu ?
15. *Which season do you prefer ?*	Anh thích mùa nào ?
18. *Why don't you like it ?*	Tại sao anh lại không thích mùa mưa

Những câu hỏi ở đầu có *who, what, how* (Bài 1), *what* (Bài 12), *where* (Bài 15
và *which, why* (Bài 17) đều có ngữ-điệu 231.

17.6 Câu hỏi phủ-định.

So sánh hai câu này :

Why do you like it ?   Tại sao anh thích mùa ấy ?

18.   *Why don't you like it ?*   Tại sao anh lại không thích mùa ấy ?

Does he like it ?   Anh ấy có thích mùa ấy không ?

Doesn't he like it ?   Anh ấy không thích mùa ấy sao ?

	I	
Don't	*you*	*like it ?*
	we	
	they	
Doesn't	*she*	
	he	*like it ?*

Nên chú-ý rằng trong câu hỏi phủ-định, ta dùng trợ–động-từ *don't* /downt/ trước *I, you, we, they* và *doesn't* /dəzənt/ trước *he, she* ; còn động-từ chính để nguyên không thay đổi hình-thái.

Nếu muốn trả lời 'Dạ (vâng), anh ấy không thích mùa ấy' thì phải nói '*No, he doesn't like it*'. Nếu trả lời *Yes*, người ta sẽ tưởng lầm rằng anh ấy có thích mùa ấy.

D.   EXERCISES   BÀI TẬP

1.   Đổi chủ-từ của câu sau đây theo lời dặn. Thí-dụ :

I'm going to study tomorrow.   I'M GOING TO STUDY TOMORROW.

         he   HE'S GOING TO STUDY TOMORROW.

         we   WE'RE GOING TO STUDY TOMORROW.

273

1	they	11	Nam and Bac	21	they
2	he	12	they	22	the teachers
3	she	13	you	23	the teacher
4	the students	14	the boys	24	she
5	we	15	he	25	the children
6	the girls	16	you	26	my father
7	they	17	the gentleman	27	my friends
8	I	18	I	28	I
9	Nam	19	the lady	29	he
10	he	20	we	30	we

2. Đổi những câu sau đây thành câu phủ-định. Thí-dụ :

I'm going to work
tomorrow.

I'M NOT GOING TO WORK TOMORROW.

He's going to swim
tomorrow.

HE'S NOT GOING TO SWIM TOMORROW.

HE ISN'T GOING TO SWIM TOMORROW.

1 She's going to study this weekend.

2 We're going rest next week.

3 They're going to study English.

4 She's going to wash her hair.

5 I'm going to walk to school tomorrow.

6 He's going to ask the teacher tomorrow.

7 I'm going to brush my teeth now.

8 He's going to comb his hair now.

9 We're going to begin tomorrow.

10 I'm going to borrow his book tonight.

11   They're going to drink some wine this evening.

12   We're going to eat rice this Sunday.

13   He's going to go to Dalat soon.

14   We're going to have a vacation next year.

15   I'm going to get up at six tomorrow morning.

16   They're going to go back to school next month.

17   He's going to eat in a hurry.

18   She's going to measure the yard tomorrow.

19   We're going to see a movie tonight.

20   I'm going to ring the bell at eight.

Đổi những câu sau đây thành câu hỏi (có ngữ-điệu 233) Thí-dụ :

| I'm going to study tomorrow. | I AM GOING TO STUDY TOMORROW. AM I GOING TO STUDY TOMORROW ? |

1   They're going to play this afternoon.

2   We're going to rest tomorrow.

3   They're going to arrive tomorrow.

4   You're going to swim this afternoon.

5   She's going to cook tonight.

6   He's going to work tomorow.

7   We're going to study French tomorrow.

8   He's going to draw some pictures.

9   She's going to sew tomorrow.

10   He's going to wipe the table.

11   You're going to close all the windows.

12   I'm going to erase the blackboard.

13   He's going to guess the meaning.

[17. D]

14 We're going to hang the picture up on the wall.

15 You're going to lend the dictionary.

16 They're going to open all the doors.

17 You're going to ride your bicycle.

18 I'm going to repeat the new words.

19 We're going to run to school.

20 They're going to walk home.

21 He's going to travel.

22 She's going to talk about the weather.

23 We're going to translate this lesson into Vietnamese.

24 You're going to wait for me.

25 He's going to write to the principal.

4. Thay-thế chủ-từ, động-từ hoặc trạng-từ theo lời dặn. Thí-dụ:

Is he going to study tomorrow ? IS HE GOING STUDY TOMORROW ?

       we   ARE <u>WE</u> GOING TO STUDY TOMORROW

       rest   ARE WE GOING TO <u>REST</u> TOMORROW

1	they	11	I	21	he
2	he	12	work	22	cook
3	the students	13	Bac and Nam	23	eat rice
4	play	14	tomorrow	24	next week
5	we	15	they	25	play football
6	next week	16	you	26	tomorrow
7	he	17	we	27	you
8	this weekend	18	she	28	this afternoon
9	they	19	begin	29	play basketball
10	you	20	arrive	30	tomorrow morning

276

Thay-thế động-từ, trạng-từ nơi chốn và trạng-từ thời-gian theo lời dặn. Thí-dụ:

He isn't in Saigon now.   HE ISN'T IN SAIGON NOW.
   last week   HE WASN'T IN SAIGON LAST WEEK.
   next week   HE ISN'T GOING TO BE IN SAIGON
              NEXT WEEK.

here	11	*we*	21	*you*	
they	12	*I*	22	*they*	
she	13	*you*	23	*last week*	
in Dalat	14.	*he*	24	*they*	
yesterday	15	*at home*	25	*we*	
you	16	*she*	26	*next year*	
I	17	*now*	27	*in high school*	
they	18	*yesterday*	28	*they*	
now	19	*we*	29	*in Cantho*	
tomorrow	20	*in Hue*	30	*you*	

Hỏi câu hỏi về ngày mai. Thí-dụ :

He's studying English today.   WHAT IS HE GOING TO STUDY TOMORROW ?

They're studying French now.   WHAT ARE THEY GOING TO STUDY TOMORROW ?

1 *He's copying the new lesson now.*
2 *We're studying Lesson Seventeen now.*
3 *They're eating rice today.*
4 *I'm writing a letter today.*
5 *My father is reading the newspaper now.*
6 *My mother is cooking dinner now.*
7 *We're playing basketball now.*

277

8 You're washing your bicycle now.

9 He's drinking water today.

10 They're drinking coffee now.

11 We're practicing English now.

12 She's studying English today.

E. DICTATION   CHÍNH-TẢ

1. There are four seasons in a year : spring, summer, autumn and winter.

2. In winter the weather is cold and windy, and the nights ar long.

3. The weather is sunny and hot in summer.

4 Summer days are long, and the nights are short.

5. The weather is warm and pleasant in the spring and fall.

6. There are only two seasons in Saigon : the rainy season an the dry season.

7. Nam prefers the dry season.

8. He doesn't like rain. He always catches cold.

9 Bắc doesn't like the dry season.

10. He prefers the wet season.

11. Both Nam and Bắc are going to take a long vacation.

12. Nam is going to study all day every day, but Bac is goin to play basketball every day.

13. As for me I'm going to study in the morning and swim i the afternoon.

F. VOCABULARY

NGỮ - VỰNG

as for	/æz fɔr/	còn
autumn	/ɔ́təm/	mùa thu
basketball	/bǽskitbɔl/	bóng rổ
breeze	/bríyz/	gió mát
to call	/tə kɔ́l/	gọi, kêu
to catch	/tə kǽč/	bắt
to catch cold	/tə kǽč kówld/	bị cảm
caught	/kɔ́t/	[quá-khứ của *to catch*]
cold	/kówld/	cơn lạnh
dry	/dráy/	khô, cạn
during	/dyúriŋ/	trong
fall	/fɔ́l/	mùa thu
football	/fútbɔl/	bóng tròn
to get	/tə gét/	có, được
going to	/gówiŋ tuw/	sắp sửa
holiday	/hálədey/	ngày nghỉ
hot	/hát/	nóng
pleasant	/plɛ́zənt/	dễ chịu
rain	/réyn/	mưa
rainy	/réyniy/	có mưa
sleep	/slíyp/	giấc ngủ
to sleep	/tə slíyp/	ngủ
soon	/súwn/	chẳng bao lâu
spring	/spríŋ/	mùa xuân
summer	/sə́mər/	mùa hạ

sunny	/sɔ́niy/	nắng
to swim	/tə swím/	bơi, lội
vacation	/veykéyšən/	kỳ nghỉ
warm	/wɔ́rm/	ấm
weather	/wɛ́ðər/	trời, thời tiết
weekend	/wíykɛnd/	cuối tuần
wet	/wɛ́t/	ướt
which	/hwíč/	cái nào
why	/hwáy/	tại sao
windy	/wíndiy/	có gió
winter	/wíntər/	mùa đông

UNIT EIGHTEEN
BÀI MƯỜI TÁM 18

Past participle.
Quá-khứ phân-từ

A. BASIC SENTENCES

NHỮNG CÂU CĂN-BẢN

1. *Did you call me, Mother ?* Má vừa gọi con đấy à ?
2. *Yes, I did.* Ừ.
3. *Where are you, Ba ?* Con ở đâu đấy Ba ?

   bathroom buồng tắm

4. *I'm in the bathroom.* Con đang ở trong buồng tắm.

   bath tắm

5. *I'm taking a bath.* Con đang tắm.

   to hurry up nhanh lên, lẹ lên

6. *Hurry up !* Lẹ lên !

   O.K. vâng, dạ, được

7. *O.K., Mother.* Thưa má vâng.

8. *Here I am.* Đây con đây.

   to forget quên

   forgot đã quên

   to dry lau khô

   yourself chính anh

9. *You forgot to dry yourself.* Con quên chưa lau mình cho nó khô đã.

281

towel	khăn
10. Here's a towel.	Đây, khăn đây.
11. Thank you, Mother.	Cám ơn, má.
soap	xà-phòng, xà-bông
12. Did you use some soap ?	Con có dùng xà-phòng không đấy ?
13. Yes, I did.	Dạ, có.
to scrub	kỳ cọ
hand	bàn tay
14. Did you scrub your face and hands ?	Con có kỳ mặt, kỳ tay không đấy ?
15. Yes, I scrubbed them.	Dạ, có.
to clean	rửa, chùi
ear	tai
16. Did you clean your ears ?	Con có rửa tai không ?
17. Yes, I did.	Dạ có.
to rinse	xúc
mouth	miệng
18. I also rinsed my mouth, brushed my teeth,.....	Con cũng xúc miệng, chải răng,...
toothpaste	thuốc đánh răng
left	còn lại
19. Is there any toothpaste left ?	Còn thuốc đánh răng không ?
20. There is not much left.	Dạ. Còn ít thôi.
21. What time is it, Mother ?	Mấy giờ rồi, hở má ?

22. *We have half an ⌐hour.*   Chúng mình còn nửa giờ (để sửa soạn).

     Daddy   Ba

     back   trở về

     barbershop   tiệm hớt tóc

     yet   chưa

23. *Is Daddy back from the barbershop⌐yet ?*   Ba đi hớt tóc đã về chưa ?

24. *No, not⌐yet.*   Chưa.

     probably   chắc có lẽ

     shampoo   gội đầu

25. *He's probably having a shampoo, too.*   Chắc có lẽ Ba còn gội đầu.

     haircut   cắt tóc

26. *Do you need a haircut yourself ?*   Con có cần cắt tóc không ?

27. *No, Mother.*   Dạ, không, má ạ.

     to remember   nhớ

     to cut   cắt

     fingernail   móng tay

28. *Now, remember to cut your fingernails.*   Bây giờ con nhớ cắt móng tay nhé !

     full of   đầy

     dirt   đất, ghét

29. *They're full of⌐dirt.*   Móng tay con đầy ghét bẩn

     dirty   bẩn, dơ

[18. A]

30. <u>You're</u> <u>right</u> : <u>they</u> <u>are</u> <u>dirty.</u> Má nói đúng : móng tay con dơ thật.

  to get dressed mặc quần áo

31. <u>Now</u> <u>go</u> <u>and</u> <u>get</u> <u>dressed.</u> Bây giờ con hãy đi mặc quần áo đi.

  to polish đánh bóng

  shoe giày

32. <u>Have</u> <u>you</u> <u>polished</u> <u>your</u> Con đã đánh (chùi) giày chưa ?

  <u>shoes ?</u>

33. <u>Yes,</u> <u>I polished</u> <u>them</u> ·<u>last</u> Dạ, có. Con đánh giày tối hôm qua rồi.

  <u>night.</u>

  to press là, ủi

  shirt sơ-mi

34. <u>Have you pressed your shirt?</u> Con đã ủi sơ-mi của con chưa ?

35. <u>Yes, I pressed</u> <u>both</u> <u>my blue</u> Dạ rồi. Con là cả cái sơ-mi xanh lẫn cái
  <u>shirt and my white shirt.</u> sơ-mi trắng.

  to use dùng, xài

36. <u>Which</u> <u>one</u> <u>are</u> <u>you</u> <u>going</u> Con sẽ mặc cái nào ?
  <u>to use ?</u>

37. <u>The</u> <u>white</u> <u>one, I think.</u> Con tưởng con sẽ mặc cái trắng.

  undershirt may-ô

38. <u>I pressed my undershirt, too.</u> Con cũng đã ủi cái may-ô của con nữa.

  to wear mặc

  pants quần

39. <u>I'm going to wear my new</u> Hôm nay con sẽ mặc cái quần mới.
  <u>pants today.</u>

284

	pair	đ̀ai
40.	That's a nice pair of pants.	Cái quần đó đẹp đấy.
	belt	thắt lưng
41.	Don't forget your belt.	Đừng có quên thắt lưng nghe !
	coat	áo vét-tông
42.	You don't need to wear a coat.	Con không cần mặc áo vét-tông đâu.
	neck	cổ
	tie	ca-vát
	necktie	ca-vát

A NECKTIE

43.	You don't need a necktie, either.	Con cũng chẳng cần ca-vát.
	somebody	ai
	to knock	gõ
44.	Oh ! Somebody is knocking at the door.	Kìa, có ai đang gõ cửa !

45. *Is that Mrs. Trinh ?*	Có phải bà Trinh không ?
46. *No, that's Uncle Toàn.*	Không phải. Chú Toàn đấy.
everybody	mọi người
ready	sẵn sàng
47. *Is everybody/ready ?*	Mọi người sẵn sàng rồi chứ ?
47. *We're ready, but Sáu isn't.*	Chúng tôi sẵn sàng rồi, nhưng con Sáu thì chưa.
48. *I am ready, Mother.*	Con xong rồi mà !
dress	áo dài
49. *How do you like my/dress ?*	Má có thích cái áo này của con không ?
50. *I like it very/much.*	Má thích lắm.
lovely	dễ yêu
51. *It's lovely.*	Áo đẹp lắm.
52. *Thank you, Uncle Toàn.*	Cám ơn chú.
already	đã, rồi
53. *But we are already/late.*	Nhưng chúng ta muộn rồi.
54. *Let's go.*	Chúng ta đi đi.

B. PRONUNCIATION

PHÁT-ÂM

1. Mẫu-âm /ə/ ở đầu tiếng và không nhấn :

abide	/əbáyd/	akin	/əkín/
abode	/əbówd/	alike	/əláyk/

286

about	/əbáwt/	*allow*	/əláw/
ado	/ədúw/	*alone*	/əlówn/
afar	/əfár/	*amid*	/əmíd/
afraid	/əfréyd/	*among*	/əmáŋ/
again	/əgέn/	*apply*	/əpláy/
agape	/əgéyp/	*attain*	/ətéyn/
ago	/əgów/	*awake*	/əwéyk/
ahead	/əhέd/	*away*	/əwéy/

Mẫu-âm /ə/ không nhấn mạnh ở trước khoảng cách : Phân-biệt tiếng *ahead* và đoạn *a head*.

ahead	/əhέd/	đằng trước	*a head*	/ə hέd/	một cái đầu
about	/əbáwt/	chừng, độ	*a bout*	/ə báwt/	một trận đấu
alight	/əláyt/	xuống xe	*a light*	/ə láyt/	một cái đèn
alone	/əlówn/	một mình	*a loan*	/ə lówn/	một món nợ
aside	/əsáyd/	sang một bên	*a side*	/ə sáyd/	một bên
awake	/əwéyk/	tỉnh dậy	*a wake*	/ə wéyk/	một vệt sóng
atone	/ətówn/	đền tội	*a tone*	/ə tówn/	một dọng

Mạo-từ /ə/ ở trước khoảng cách : Phân-biệt mạo-từ *a* và mạo-từ *an* trước khoảng cách.

an aim	/ən éym/	một cái đích	*a name*	/ə néym/	một cái tên
an 'o'	/ən ów/	một chữ o	*a 'no'*	/ε nów/	một tiếng không
an 'a'	/ən éy/	một chữ a	*a neigh*	/ə néw/	một tiếng ngựa hí
an 'e'	/ən íy/	một chữ e	*a knee*	/ə níy/	một cái đầu gối
an oat	/ən ówt/	một hạt lúa mạch	*a note*	/ə nówt/	một bức thư
an eye	/ən áy/	một con mắt	*a night*	/ə náyt/	một đêm
an egg	/ən έg/	một quả **trứng**	*a neck*	/ə nέk/	một cái cổ

4. Khóm âm có /s/ ở đầu tiếng.

/sp-/		/st-/		/sk-/	
spin	/spín/	*stay*	/stéy/	*ski*	/skíy/
spoon	/spúwn/	*stone*	/stówn/	*sketch*	/skéč/
spun	/spɔ́n/	*stain*	/stéyn/	*skin*	/skín/
spill	/spíl/	*still*	/stíl/	*skill*	/skíl/
speak	/spíyk/	*step*	/stɛ́p/	*school*	/skúwl/
		star	/stár/	*skate*	/skévt/
		start	/stárt/	*sky*	/skáy/
		stand	/stǽnd/		
		stick	/stík/		
		stop	/stáp/		
		study	/stɔ́diy/		
		student	/styúwdənt/		

/sw-/		/sm-/		/sl-/	
swim	/swím/	*smoke*	/smówk/	*sleep*	/slíyp/
sweep	/swíyp/	*small*	/smɔ́l/	*slow*	/slów/
swell	/swɛ́l/	*smile*	/smáyl/	*slim*	/slím/
sweet	/swíyt/	*smell*	/smɛ́l/	*slit*	/slít/
swam	/swǽm/	*smack*	/smǽk/	*slide*	/sláyd/
swoon	/swúwn/			*sled*	/slɛ́d/

C. GRAMMAR   VĂN-PHẠM

18. 1. Quá-khứ phân-từ.

33. *Have* <u>*you*</u> *polished* <u>*your*</u>   Con đã đánh giầy chưa ?
shoes ?

 — Yes, I have.   — Thưa đã.

 — No, I haven't.   — Thưa chưa.

34. *Have you **pressed** your shirt ?* Con đã ủi sơ-mi của con chưa ?

 — Yes, I have.   — Thưa đã.

 — No, I haven't.   — Thưa chưa.

33. *I polished them last night.* Con đánh giầy tối hôm qua rồi.

35. *I pressed both my blue shirt and my white shirt.* Con là cả cái sơ-mi **xanh lẫn** cái sơ-mi trắng.

38. *I pressed my undershirt, too.* Con cũng đã ủi cái **may-ô của** con nữa.

Muốn chỉ thì quá-khứ như trong câu Việt-ngữ ' Anh đã từng. . . chưa ? ' hay ' Tôi đã. . . rồi ', chúng ta dùng động-từ *have* hoặc *has*, theo sau có thể *-ed* của động-từ chính.

I You We They	have	polished	them.
He She	has		

Trong câu hỏi thì chủ-từ đặt sau *have* hoặc *has*

Have	I you we they	polished	them ?
Has	he she		

Trong câu phủ-định, ta đặt *not* sau *have* hoặc *has*, và *have not* thường nói tắt là *haven't* /hævənt/ còn *has not* thường nói tắt là *hasn't* /hæzənt/ :

I You We They	haven't	polished	them.
He She	hasn't		

Khi người ta hỏi một câu như câu 32 hay 34 dẫn trên kia, chúng ta có thể trả lời vắn-tắt :

	Yes, I have.	Thưa đã.
hoặc	*No, I haven't.*	Thưa chưa.

Chính thể quá-khứ phân-từ mà dùng với động-từ *to be* sẽ cho ta thể bị-động hay thụ-động. (Xem bài 17) :

Thể quá-khứ phân-từ thường giống như thể quá-khứ (so-sánh câu 32, và 33 cùng 34, 35, 38) Nhưng cũng có trường-hợp hai thể khác hẳn nhau. Từ nay, mỗi khi gặp một động-từ mới, ta sẽ học luôn cả hai thể quá-khứ của nó. Thí-dụ :

to work	*I worked*	*I have worked*
to arrive	*I arrived*	*I have arrived*

Trong phần Bài tập, ta sẽ ôn lại hai thể quá-khứ của những động-từ học rồi.

18. 2.   Đại danh-từ one (Tiếp theo).

36.   *Which* one *are you going to use ?*   Con sẽ mặc cái nào ?

37.   *The white* one*. I think.*   Con tưởng con sẽ mặc cái trắng.

Tiếng *one* trong hai câu dẫn trên là đại-danh-từ, thay cho danh-từ *shirt*. *Which one ?* nghĩa là *which shirt ?* 'cái sơ-mi nào ?', còn *the white one* nghĩa là *the white shirt* 'cái sơ-mi trắng'.

Thêm thí-dụ (Xem Văn-phạm Bài 5, Điểm 5.4)

This one ?	Cái này ấy à ?
No, that one.	Không, cái kia !

18. 3. Cũng không, not either.

Ta đã học tiếng *too* (Bài 5) và *also* (Bài 7) nghĩa là 'cũng' :

He is tired.	Anh ấy mệt.
I am, too.	Tôi cũng mệt.
I am also tired.	Tôi cũng mệt.
He wants tea.	Anh ấy muốn uống nước trà.
I do, too.	Tôi cũng thế.
I also want tea.	Tôi cũng muốn uống nước trà.

Nhưng nếu câu trên là câu phủ-định, thì câu dưới phải dùng *not . . . either.*

Thí-dụ :

42.	*You don't need to wear a coat.*	Con không cần mặc áo.
43.	*You don't need a necktie, either.*	Con cũng không cần thắt ca-vát.

He is not tired.	Anh ấy không mệt.
I'm not either.	Tôi cũng không mệt.
I'm not hungry.	Tôi không đói.
He's not either.	Anh ấy cũng không đói.
He isn't either.	Anh ấy cũng không đói.

D. EXERCISES   BÀI TẬP

1. Đọc theo giáo-sư, dùng tiếp-vĩ-ngữ *-ed* cho đúng.

add	I added	I have added
arrive	I arrived	I have arrived
ask	I asked	I have asked
borrow	I borrowed	I have borrowed
brush	I brushed	I have brushed
call	I called	I have called
catch	I caught	I have caught
clean	I cleaned	I have cleaned
close	I closed	I have closed
comb	I combed	I have combed
cook	I cooked	I have cooked
copy	I copied	I have copied
count	I counted	I have counted
cross	I crossed	I have crossed
depend	I depended	I have depended
dry	I dried	I have dried
erase	I erased	I have erased
guess	I guessed	I have guessed
join	I joined	I have joined
jump	I jumped	I have jumped
knock	I knocked	I have knocked
like	I liked	I have liked
listen	I listened	I have listened
look	I looked	I have looked

measure	I measured	I have measured
nod	I nodded	I have nodded
note	I noted	I have noted
open	I opened	I have opened
pass	I passed	I have passed
play	I played	I have played
polish	I polished	I have polished
prefer	I preferred	I have preferred
press	I pressed	I have pressed
repeat	I repeated	I have repeated
rest	I rested	I have rested
remember	I remembered	I have remembered
rinse	I rinsed	I have rinsed
scratch	I scratched	I have scratched
scrub	I scrubbed	I have scrubbed
seem	It seemed	It has seemed
sketch	I sketched	I have sketched
smile	I smiled	I have smiled
smoke	I smoked	I have smoked
start	I started	I have started
stay	I stayed	I have stayed
stop	I stopped	I have stopped
study	I studied	I have studied
talk	I talked	I have talked
thank	I thanked	I have thanked
translate	I translated	I have translated
travel	I traveled	I have traveled

turn	I turned	I have turned
type	I typed	I have typed
use	I used	I have used
wait	I waited	I have waited
walk	I walked	I have walked
want	I wanted	I have wanted
wash	I washed	I have whashed
work	I worked	I have worked
wipe	I wiped	I have wiped
yawn	I yawned	I have yawned

2. Tập trả lời câu hỏi có tiếng *which* ở đầu. Trả lời 'không thích cái nào, thích cái nào' theo lời dặn. Thí-dụ.

Which school do you prefer ?	I DON'T LIKE THIS ONE.
(this, that)	I LIKE THAT ONE.
Which hat do you prefer ?	I DON'T LIKE BROWN ONE.
(brown, grey)	I LIKE GREY ONE.

1 Which book does he prefer ? (old, new)

2 Which desk does she prefer ? (brown, green)

3 Which pencil do you prefer ? (red, blue)

4 Which blackboard do you prefer ? (this, that)

5 Which ink do they prefer ? (blue, purple)

6 Which dog does she prefer ? (yellow, red)

7 Which flowers does he prefer ? (yellow, red)

8 Which lesson do you prefer ? (that, this)

9 Which ruler do you prefer ? (short, long)

10 Which season do you prefer ? (wet, dry)

11 *Which belt does he prefer ? (brown, black)*
12 *Which chalk do you prefer ? (white, yellow)*
13 *Which cook does she prefer ? (tall, short)*
14 *Which house do you prefer ? (green, white)*
15 *Which map do you prefer ? (small, large)*
16 *Which dress does Loan prefer ? (white, yellow)*

3. Giáo-sư nói một câu phủ-định. Học-sinh nói tiếp câu phủ-định có *not... either.*

Thí-dụ :

    I don't like coffee. (he)   HE DOESN'T EITHER.
    You aren't tired. (I)   I'M NOT EITHER.

1 *He isn't friendly. (she)*
2 *He doesn't look tired. (they)*
3 *She isn't fat. (I)*
4 *This book isn't old (that one)*
5 *That cake isn't good. (this one)*
6 *I don't like black. (she)*
7 *He doesn't like these colors. (those)*
8 *She doesn't like those girls. (her mother)*
9 *This lady isn't our principal. (that lady)*
10 *This lesson isn't easy. (that one)*
11 *These boys don't listen to their teacher (those boys)*
12 *We don't go home for lunch. (our teacher)*
13 *My brother doesn't like that movie. (I)*
14 *They don't take a nap after lunch. (we)*
15 *We aren't thirsty. (you)*

295

4. Làm như 3. Thí-dụ :

I don't like coffee. (tea).   I DON'T LIKE TEA EITHER.

He isn't tired. (sleepy)   HE ISN'T SLEEPY EITHER.

1 *He doesn't talk. (listen)*
2 *You aren't hungry. (thirsty)*
3 *You don't need a coat. (a necktie)*
4 *She doesn't like the train. (the plane)*
5 *I can't translate. (type)*
6 *The maid isn't washing. (sewing)*
7 *It's not rainy. (sunny)*
8 *He isn't brushing his teeth. (run)*
9 *I don't walk to school. (run)*
10 *It isn't cold. (warm)*
11 *The lesson ins't short. (easy)*
12 *The movie isn't long. (interesting)*
13 *That line isn't straight. (curved)*
14 *That water buffalo isn't black. (white)*
15 *He doesn't look serious. (intelligent)*

E. DICTATION   CHÍNH-TẢ

1. *Where was Ba ? He was in the bathroom, taking a bath.*
2. *Did he remember to dry himself ?*
3. *No, he didn't. He forgot to dry himself.*
4. *Did his mother give him a towel ? Yes, she did.*
5. *Did he use some soap ? Yes, he used a lot of soap.*

6   *Did he scrub his face and hands ? Yes, he scrubbed them.*

7.   *Did he clean his ears ? Yes, he cleaned them.*

8.   *He also rinsed his mouth and brushed his teeth.*

9.   *How much time did they have ? They had half an hour.*

10.   *Did his father get a haircut and a shampoo ? Yes, he did.*

11.   *Did Ba cut his dirty fingernails ? Yes, he did.*

12.   *Did he polish his black shoes ? Yes, he polished them the night before.*

13.   *Did he press his blue shirt and his white shirt ? Yes, he pressed both of them.*

14.   *Did Lan wear a lovely dress ? Yes, she did It was lovely.*

15.   *Were they all in a hurry ? Yes, they all were.*

16.   *They wanted to arrive on time for the movie.*

VOCABULARY

already	/ɔlrέdiy/	đã, rồi
back	/bǽk/	trở về
barbershop	/bárbəršɔp, bárbˏršap/	tiệm hớt tóc
bath	/bǽθ/	tắm
bathroom	/bǽθˏuwm/	buồng tắm
bell	/bέlt/	thắt lưng
to clean	/tə klívn/	rửa chùi
coat	/kówt/	áo vét-tông
to cut	/tə kə́t/	cắt
Daddy	/dǽdiy/	Ba
dirt	/də́rt/	dắt, ghét
dirty	/də́rtiy/	bẩn, dơ
dress	/drέs/	áo dài

297

dry	/dráy/	lau khô
ear	/iər/	tai
everybody	/ɛ́vribɔdiy ɛ́vribadiy/	mọi người
fingernail	/fíngərneyl/	móng tay
to forget	/tə fərgɛ́t/	quên
forgot	/fərgɔ́t, fərgát/	đã quên
full (of)	/fúl əv/	đầy
to get dressed	tə gɛt drɛst/	mặc quần áo
haircut	/hɛ́rktə/	cắt tóc
hand	/hǽnd/	bàn tay
to hurry up	/tə hə́riy əp/	nhanh lên, lẹ lên
to knock	/tə nák/	gõ
left	/lɛ́ft/	còn lại
lovely	/lɔ́vliy/	dễ yêu
mouth	/máwθ/	miệng
neck	/nɛ́k/	cổ
necktie	/nɛ́ktay/	ca-vát
O.K.	/owkey/	vâng, dạ, được
pair	/pɛ́r/	đôi
pants	/pǽnts/	quần
to polish	/tə pɔ́'iš, tə páliš/	đánh bóng
to press	/tə prɛ́s/	là, ủi
probably	/prɔ́bəbliy, prábəbliy/	chắc có lẽ
ready	/rɛ́diy/	sẵn sàng
to remember	/tə rimɛ́mbər/	nhớ
to rinse	/tɛ ríns/	xúc

298

to scrub	/tə skrɔ́b/	kỳ cọ
shampoo	/šæmpúw/	gội đầu
shirt	/šɔ́rt/	sơ-mi
shoe	/šúw/	giày
soap	/sówp/	xà-phòng, xa-bông
somebody	/sɔ́mbadiy/	ai
tie	/táy/	ca-vát
toothpaste	/túwθpeyst/	thuốc đánh răng
towel	/tíwəl/	khăn
undershirt	/ə́ndəršərt/	may-ô
to use	/tə yúwz/	dùng, sài
to wear	/tə wɛ́r/	mặc

299

19 UNIT NINETEEN
BÀI MƯỜI CHÍN

All of. Many of. None of.
Some. Any

A. BASIC SENTENCES	NHỮNG CÂU CĂN-BẢN

1. *Are you hungry ? Let's eat here.*

Ông có đói không ? Chúng ta ăn ở đây đi ?

2. *All right.*

Được rồi.

      waiter

      người hầu bàn

3. *Do the waiters here speak French ?*

Những người hầu bàn ở đây có nói tiếng Pháp không ?

      none

      không người (cái) nào

4. *No, none of the waiters here speak French.*

Không. Trong số những người hầu bàn ở đây, không người nào nói tiếng Pháp cả.

5. *All of them speak English and Vietnamese.*

Tất cả đều nói tiếng Anh và tiếng Việt.

6. *Listen to them.*

Nghe họ mà xem.

      to order

      gọi, đặt [hàng]

7. *Let's order now.*

Chúng ta hãy gọi các món ăn ngay bây giờ đi.

      menu

      thực-đơn

8. *Waiter, can we see the menu ?*

Bác ơi, cho chúng tôi xem thực-đơn được không ?

300

9. Certainly, sir.   Dạ, có chứ !
        sandwich   xăng-uých
10. I want a sandwich.   Tôi muốn ăn cái xăng-uých.
        kind   thứ, loại
11. What kind of bread ?   Bánh mì thứ nào ?
        ham   dăm-bông
        liverwurst   ba-tê
        to slice   thái mỏng
        tomato   cà-chua
12. French bread with ham,   Bánh mì Pháp với dăm-bông, ba-tê và
    liverwurst and sliced   cà-chua thái mỏng.
    tomatoes.
13. Why don't you have some   Sao ông không dùng thức ăn nóng ?
    hot food ?
        idea   ý-kiến
14. That's a good idea.   Ý-kiến hay lắm.
15. I'm not going to have any   Hôm nay tôi sẽ không ăn xăng-uých.
    sandwich today.
        fond of   thích
        fish   cá
16. I'm very fond of fish.   Tôi rất thích cá.
17. I'm sorry. We don't have   Tôi rất tiếc. Hôm nay chúng tôi không
    any fish today.   có cá.
        beef   thịt bò

chicken	thịt gà
sweet	ngọt
sour	chua

18. *You can have beef, or chicken, or sweet-and-sour pork.* Ông có thể dùng thịt bò, hay thịt gà, hay thịt heo xào chua ngọt.

to fry	chiên
shrimp	tôm

19. *How about some fried shrimps ?* Hay là ông dùng tôm chiên ?

to sound	nghe

20. *That sounds good.* Nghe hay đấy.

salad	xà-lách

21. *I like some salad, too.* Tôi thích đĩa xà-lách nữa.

to boil	luộc
to steam	hấp

22. *And you, Sir, do you like your chicken boiled or steamed ?* Thưa còn ông, ông thích dùng gà luộc hay gà hấp ?

curry	cà-ri

23. *I like it with curry.* Tôi thích gà cà-ri.

say !	này !
restaurant	tiệm ăn
to serve	dọn

302

24. *Say, do many of the restau-*
    rants in Saigon serve French
    food ?

       many

25. *Many of them do.*

      expensive

26. *Are all of them expensive ?*

      few

27. *Few of them are.*

      chopstick

28. *Can you use chopsticks ?*

29. *No, I can't*

      to try

30. *But I want to try.*

      gravy

31. *Do you want some gravy on*
    your rice ?

32. *Yes, please.*

      to taste

33. *Taste this chicken.*

      delicious

34. *It's delicious.*

35. *I like it.*

      bowl

Ông này, các tiệm ăn ở Saigon có nhiều
tiệm bán cơm Pháp không ?

      nhiều

Nhiều tiệm có cơm Pháp.

      đắt, mắc

Tất cả có mắc không ?

      ít

Ít tiệm mắc.

      chiếc đũa

Ông có biết dùng đũa không ?

Không.

      thử

Nhưng tôi muốn thử.

      nước xốt

Ông có muốn rưới nước xốt vào cơm
không ?

Có.

      nếm

Ông hãy nếm thử món gà này coi.

      ngon

Ngon lắm.

Tôi thích lắm.

      bát, chén

36. _Let me see your bowl._   Xem bát ông nào.

    empty   rỗng

37. _It's empty._   Hết thức ăn rồi.

    soy   đậu nành

    sauce   nước chấm

    soy sauce   xì-dầu

38. _Now do you like some soy_   Bây giờ ông có thích bỏ chút xì-dầu
    sauce on your rice ?   vào cơm không ?

    fish sauce   nước mắm

39. _I want to try that fish sauce._   Tôi muốn thử nước mắm đó.

40. _What do you call it ?_   Ông kêu nó là gì ?

41. _We call it 'nước mắm'._   Chúng tôi gọi nó là nước mắm.

    flavor   vị

42. _I like the flavor._   Tôi thích cái vị nó lắm.

    ice cream   kem

    dessert   đồ tráng miệng

43. _Do you like some ice cream_   Ông có thích ăn kem tráng miệng không ?
    for dessert ?

44. _Yes, please, and a cup of_   Có, và cho tôi một tách cà-phê.
    coffee.

    banana   chuối

45. _Can I have a banana and_   Cho tôi một trái chuối với nước trà
    some tea ?

    papaya   đu-đủ

304

46. No, let me have some papaya. Thôi cho tôi đu-đủ đi.
47. Thank you very much. Cám ơn ông nhiều.
48. That was a very good lunch. Bữa cơm trưa ngon quá.

B. PRONUNCIATION.   PHÁT-ÂM

1. Tị-âm /ŋ/ ở cuối tiếng.

kin	/kín/	họ hàng	king	/kíŋ/	vua
win	/wín/	thắng	wing	/wíŋ/	cánh
bun	/bớn/	cái bánh	bung	/bớŋ/	nút thùng rượu
sun	/sớn/	mặt trời	sung	/sớŋ/	đã hát
fun	/fớn/	vui	lung	/lớŋ/	phổi
sin	/sín/	tội lỗi	sing	/síŋ/	hát
run	/rớn/	chạy	rung	/rớŋ/	bậc thang
lawn	/lớn/	bãi cỏ	long	/lớŋ/	dài
sawn	/sớn/	đã cưa	song	/sớŋ/	bài hát
thin	/θín/	mỏng	thing	/θíŋ/	đồ vật

2. Tiếp-vĩ-ngữ /-iŋ/

sipping	/sípiŋ/	lifting	/líftiŋ/
heating	/híytiŋ/	humming	/hớmiŋ/
making	/méykiŋ/	doing	/dúwiŋ/
rubbing	/rớbiŋ/	going	/gówiŋ/
digging	/dígiŋ/	cooking	/kúkiŋ/
seeing	/síyiŋ/	getting	/gétiŋ/
singing	/síŋiŋ/	helping	/hélpiŋ/
racing	/réysiŋ/	writing	/ráytiŋ/

305

saying	/séyiŋ/	*reading*	/ríydiŋ/
raising	/réyziŋ/	*running*	/rə́niŋ/
talking	/tɔ́kiŋ/	*coming*	/kə́miŋ/

3. Khóm âm /ŋk/ ở cuối tiếng.

/-iŋk/		/-əŋk/	
ink	/íŋk/	*bunk*	/bə́ŋk/
sink	/síŋk/	*sunk*	/sə́ŋk/
mink	/míŋk/	*monk*	/mə́ŋk/
drink	/dríŋk/	*drunk*	/drə́ŋk/
chink	/číŋk/	*chunk*	/čə́ŋk/
rink	/ríŋk/	*dunk*	/də́ŋk/
brink	/bríŋk/	*hunk*	/bə́ŋk/
think	/θíŋk/	*trunk*	/trə́ŋk/
pink	/píŋk/	*punk*	/pə́ŋk/
zinc	/zíŋk/	*junk*	/ǰə́ŋk/
Fink	/fíŋk/	*funk*	/fə́ŋk/
link	/líŋk/	*skunk*	/skə́ŋk/

4. Mẫu-âm /ə/ ở cuối tiếng.

comma	/kámə/	*Mama*	/mámə/
Mecca	/mɛ́kə/	*mica*	/máykə/
sofa	/sówfə/	*soda*	/sówdə/
banana	/bənǽnə/	*papaya*	/pəpáyə/

306

C. GRAMMAR

VĂN-PHẠM

19. 1. All of. Many of. Few of. None of.

4. *None of the waiters here speak French.*

Trong số những người hầu bàn ở đây, không người nào nói tiếng Pháp cả.

5. *All of them speak English and Vietnamese.*

Tất cả đều nói tiếng Anh và tiếng Việt.

24. *Do many of the restaurants in Saigon serve French food ?*

Các tiệm ăn ở Saigon có nhiều tiệm bán cơm Pháp không ?

25. *Many of them do.*

Nhiều tiệm có cơm Pháp.

26. *Are all of them expensive ?*

Tất cả có mắc không ?

27. *Few of them are.*

Ít tiệm mắc.

Sau *all of, many of, few of* hay *none of*, ta thấy có một danh-từ số nhiều, đằng trước có mạo-từ định *the*. Nếu không danh-từ ấy sẽ được thay thế bằng *them*.

All of Many of	the students the waiters the restaurants
Few of None of	them

19.2 Câu nghi-vấn phủ-định.

3. *Why don't you have some hot food ?*

Sao ông không dùng thức ăn nóng ?

Câu nghi-vấn phủ-định có *don't /downt/* trước *I, you, we, they,* hoặc *doesn't* /dǝzǝnt/ trước *he, she* và *it* : động-từ chính để nguyên không thay đổi hình-thái :

Don't	you I we they	eat rice	every day ?
Doesn't	he she it		

Thêm thí-dụ :

a.	*Don't the Vietnmese eat rice every day ?*	Người Việt-Nam không ăn cơm hàng ngày sao ?
b.	*Don't the French drink wine with their meals ?*	Người Pháp không uống rượu-vang trong khi ăn cơm sao ?
c.	*Don't you like coffee ?*	Anh không thích cà-phê à ?
d.	*Doesn't he speak English ?*	Ông ấy không nói tiếng Anh sao ?
e.	*Doesn't she cook for you ?*	Bà ấy không nấu cơm cho anh sao ?

19.3 SOME, ANY, NOT ANY.

13.	*Why don't have some hot food ?*	Sao ông không dùng thức ăn nóng ?
15.	*I'm not going to have any sandwich today.*	Hôm nay tôi sẽ không ăn xăng-uých
19.	*How about some fried shrimps ?*	Hay là ông dùng tôm chiên ?

308

21. *I like some salad. too,*   Tôi thích đĩa xà-lách nữa.

31. *Do you want some gravy on your rice ?*   Ông có muốn rưới xốt vào cơm không

38. *Now do you like some soy sauce on your rice ?*   Bây giờ ông có thích bỏ chút xì-dầu vào cơm không ?

43. *Do you like some ice cream for dessert ?*   Ông có thích ăn kem tráng miệng không ?

45. *Can I have a banana and some tea ?*   Cho tôi một trái chuổ với nước trà.

46. *No, let me have some papaya.*   Thôi cho tôi đu-đủ đi.

Trước các danh-từ chỉ phẩm-chất (mass nouns) ta không thấy *the* hay *a* mà có thấy tiếng *some* hoặc tiếng *any* (Câu 13,21 31, 38, 43, 45, 46)

Some và *any* cũng còn thấy trước một danh-từ đếm được (*shrimp* trong Câu 19) và về số nhiều : *some* có nghĩa 'một vài'.

Trong câu xác-định, ta có *some*.

Trong câu hỏi, ta có thể có hoặc *some* hoặc *any*, nhưng trong câu phủ-định (Câu 15, chẳng hạn), bắt buộc phải có *any*.

	I		*want*	*SOME*	*rice.*
Do	*you*		*want*	*SOME*	*rice ?*
Do	*you*		*want*	*ANY*	*rice ?*
	I	*don't*	*want*	*ANY*	*rice.*
	He	*doesn't*	*want*	*ANY*	*rice .*

309

19.4 A pair of.

Nhiều danh-từ trong Anh-ngữ dùng *a pair of* đằng trước mặt dầu ta chỉ có một đơn-vị :

a *pair of pants*   một cái quần

Còn thường thường những vật có đôi thì vẫn dùng *a pair of* đằng trước danh-từ số nhiều, và danh-từ số ít để chỉ đơn-vị (một chiếc giày, một chiếc đũa, v.v...)

a   *shoe*   một chiếc giày
a   *pair of shoes*   một đôi giày
a   *chopstick*   một chiếc đũa
a   *pair of chopsticks*   một đôi đũa

D. EXERCISES   BÀI TẬP

1. Thay thế chủ-từ hoặc thuật-từ theo lời dặn. Thí-dụ :

All of the waiters here speak French.

ALL OF THE WAITERS HERE SPEAK FRENCH.

many

MANY OF THE WAITERS HERE SPEAK FRENCH.

English

MANY OF THE WAITERS HERE SPEAK ENGLISH.

1	*Vietnamese*	8	*all*
2	*students*	9	*none*
3	*all*	10	*English*
4	*few*	11	*many*
5	*French*	12	*few*
6	*know*	13	*play football*
7	*many*	14	*many*

15	basketball	24	none
16	all	25	work at home
17	eat rice	26	smoke
18	cook their own meals	27	study at night
19	many	28	study at home
20	few	29	many
21	read French	30	all
22	walk to school	31	work hard
23	all	32	teachers

2. Đặt những câu nghi-vấn phủ-định (có ngữ-điệu 233) dùng *don't you, don't we, don't they, doesn't he, doesn't she, doesn't it.*

Thí-dụ :

We eat here. (you)	DON'T YOU EAT HERE ?
They like rice. (we)	DON'T WE LIKE RICE ?
He speaks French. (she)	DOESN'T SHE SPEAK FRENCH ?

1   They all speak English. (you)

2   We listen to the teacher. (you)

3   We like sandwiches. (he)

4   I like French bread. (you)

5   She has fish today. (they)

6   He likes beef. (she)

7   I like chicken. (you)

8   I like sweet-and-sour pork. (you)

9   She likes fried shrimps. (he)

10   That sounds good. (it)

311

11 *We like salad. (they)*
12 *She serves French food. (it)*
13 *They use chopsticks. (you)*
14 *I want gravy on my rice. (you)*
15 *We like soy sauce. (they)*
16 *The Vietnamese like fish sauce. (you)*
17 *They eat a lot of ice cream. (we)*
18 *They drink a lot of milk. (you)*
19 *We like tea. (he)*
20 *He rides his bicycle to school. (she)*

3. Đặt câu dùng *some* hoặc *any*. Thí dụ :

I have some books.	I HAVE SOME BOOKS.
I don't have	I DON'T HAVE ANY BOOKS.
Do you have	DO YOU HAVE ANY BOOKS ?

1	*does he have*	*15*	*does he have*	*29*	*they prefer*
2	*bread*	*16*	*we don't have*	*30*	*we don't want*
3	*they*	*17*	*rice*	*31*	*curry chicken*
4	*she doesn't have*	*18*	*ink*	*32*	*sweet-and-sour pork*
5	*do you want*	*19*	*I want*	*33*	*do they want*
6	*water*	*20*	*we don't want*	*34*	*do you want*
7	*they have*	*21*	*they need*	*35*	*I have*
8	*tea*	*22*	*do you need*	*36*	*fried shrimps*
9	*we don't have*	*23*	*does he have*	*37*	*they don't have*
10	*does he have*	*24*	*do you like*	*38*	*chopsticks*
11	*bananas*	*25*	*fish sauce*	*39*	*we don't need*
12	*they have*	*26*	*do you want*	*40*	*do you use*
13	*want*	*27*	*the students have*		
14	*he has*	*28*	*they have*		

4. Một em bé hỏi có muốn ăn món đó không rồi một em khác bảo :« Ừ', chúng ta ăn món đó đi !» Thí-dụ :

French food

— DO YOU WANT SOME FRENCH FOOD ?

— YES. LET'S HAVE SOME FRENCH FOOD.

1	*Vietnamese food*	11	*salad*
2	*a ham sandwich*	12	*curry chicken*
3	*French bread*	13	*chicken and rice*
4	*sliced tomatoes*	14	*a bowl of rice*
5	*hot food*	15	*ice cream*
6	*fish*	16	*dessert*
7	*beef*	17	*coffee*
8	*chicken*	18	*a banana*
9	*sweet-and-sour pork*	19	*tea*
10	*fried shrimps*	20	*payaya*

E. DICTATION   CHÍNH-TẢ

1   *The students eat here every day.*

2   *All of the waiters here speak English now.*

3   *Let's order our meal.*

4   *Waiter, can you show us the menu ?*

5   *They have good sandwiches with French bread.*

6   *The boys are very fond of fish and shrimps.*

7   *He likes beef and chicken.*

8   *I like sweet-and-sour pork.*

9 I like my chicken boiled.

10 There are many good restaurants in Saigon.

11 All of them are expensive.

12 Do you like some soy sauce on your rice ?

13 What do you like for dessert ?

14 Some ice cream, then a banana.

F. VOCABULARY   NGỮ-VỰNG

banana	/bənǽnə/	chuối
beef	/bíyf/	thịt bò
to boil	/tə bɔ́yl/	luộc
bowl	/bówl/	bát, chén
chicken	/číkən/	thịt gà
chopstick	/čɔ́pstik, čápstik/	chiếc đũa
curry	/kɔ́riy/	cà-ri
delicious	/dɪlíšəs/	ngon
dessert	/dɪzɔ́rt/	đồ tráng miệng
empty	/ɛ́mptiy/	rỗng
expensive	/ɪkspénsɪv/	đắt, mắc
few	/fyúw/	ít
fish	/fíš/	cá
fish sauce	/fíš sɔs/	nước mắm
flavor	/fléyvər/	vị
fond (of)	/fánd (əv)/	thích
to fry	/tə fráy/	chiên
gravy	/gréyviy/	nước xốt

314

ham	/hǽm/	dăm-bông
ice cream	/áys kriym/	kem
idea	/aydíə/	ý-kiến
kind	/káynd/	thứ, loại
liverwurst	/lívərwərst/	ba-tê
many	/mḗniy/	nhiều
menu	/mḗnyuw/	thực đơn
none	/nə́n/	không người (cái) **nào**
to order	/tə ɔ́rdər/	gọi, đặt (hàng)
papaya	/pəpáyə/	đu-đủ
restaurant	/réstərənt/	tiệm ăn
salad	/sǽləd/	xà-lách
sandwich	/sǽndwič/	xăng-uých
sauce	/sɔ́s/	nước chấm
to say	/tə séy/	nói
to serve	/tə sə́rv/	dọn
shrimp	/šrímp/	tôm
to slice	/tə sláys/	thái mỏng
to sound	/tə sáwnd/	nghe
sour	/sáwr/	chua
soy	/sɔ́y/	đậu nành
soy sauce	/sɔ́y sɔs/	xì-dầu
to steam	/tə stíym/	hắp
sweet	/swíyt/	ngọt
sweet-and-sour	/swíyt ən sáwr/	chua ngọt
to taste	/tə téyst/	nếm
tomato	/təméytow/	cà-chua
to try	/tə tráy/	thử
waiter	/wéytər/	người hầu bàn

315

20 UNIT TWENTY
BÀI HAI MƯƠI

Possessive Case. Sở-hữu-cách
In. On. Under. Over. Behind. Between.

A. BASIC SENTENCES	NHỮNG CÂU CĂN-BẢN

1. Where's the post-office ? — Nhà dây thép ở đâu ?
   near — gần
   cathedral — nhà thờ
2. Near the cathedral. — Gần nhà thờ.
3. Where's the cathedral ? — Nhà thờ ở đâu ?
   downtown — dưới phố
4. Downtown. — Dưới phố
5. Where's Ba's pen ? — Bút mực của Ba đâu ?
6. It's in his pocket. — Nó ở trong túi anh ấy.
7. Where's Năm's pencil ? — Bút chì của Năm đâu ?

.THE PENCIL IS IN THE BOOK

THE BOOK IS IN THE DRAWER

8.	*It's in the book.*	Nó ở trong quyển sách.
9.	*Where's the teacher's book?*	Quyển sách của giáo-sư đâu ?
	drawer	ngăn kéo
10.	*It's in the drawer.*	Nó ở trong ngăn kéo.
11.	*Where's the dog?*	Con chó đâu ?
	under	dưới
12.	*Under the table.*	Ở dưới cái bàn.
	cat	con mèo
13.	*Where's the cat ?*	Con mèo đâu ?
	bed	cái giường
14.	*Under the bed.*	Ở dưới cái giường.
15.	*Where can I sit down ?*	Tôi ngồi đâu được ?
	behind	đằng sau
16.	*You may sit near the door, behind your friend.*	Anh có thể ngồi ở gần cửa, đằng sau bạn anh.
17.	*Where can I get the picture ?*	Tôi có thể lấy tấm hình ở đâu ?
18.	*You can get it upstairs.*	Anh có thể lấy ở trên lầu.
19.	*Where can I hang the map up ?*	Tôi có thể treo bản đồ ở đâu ?
	downstairs	dưới nhà
	reading room	phòng đọc sách
20.	*You can hang it up downstairs, in the reading room.*	Anh có thể treo nó ở dưới nhà, trong phòng đọc sách.

21. ‒ Where can I get some/chalk ?   Tôi có thể lấy phấn ở đâu ?

    outside   bên ngoài

    janitor   người gác gian

22. Outside. Ask the/janitor.   Bên ngoài. Cứ hỏi người gác gian.

23. Where can I find a / dic-   Tôi có thể kiếm đâu được một cuốn
    tionary ?   tự-điển ?

    bookcase   kệ sách

24. The / teacher's dictionary is   Cuốn tự-điển của giáo-sư ở trong kệ
    in that/bookcase.   sách kia kìa.

    between   ở giữa

25. It's between the two / red   Nó ở giữa hai cuốn sách đỏ.
    books.

26. Where's Nam's/ruler ?   Cái thước kẻ của Nam đâu ?

    next to   bên cạnh

THE RULER IS ON THE FLOOR, NEXT TO THE NOTEBOOK

27. It's on the / floor, next to   Nó ở dưới sàn, cạnh cuốn vở của tôi
    my /notebook.

28. Where are the/pictures ?   Những bức tranh ở đâu ?

29. They are on the/walls.   Nó ~ trên tường.

lamp   cái đèn

30. *The lamp is on the table.*   Cái đèn ở trên bàn.

31. *Where are Mr. and Mrs Quan ?*   Ông bà Quan ở đâu ?

living room   phòng khách

32. *They are in the living room.*   Ông bà ấy ở trong phòng khách.

sofa   cái đi-văng

33. *Mrs. Quan is on the sofa.*   Bà Quan ngồi trên cái đi-văng.

34. *Mr. Quan is at the table.*   Ông Quan ngồi ở bàn.

35. *He is writing something.*   Ông ấy đang viết cái gì ấy.

36. *Where are all the students ?*   Học-sinh đâu cả ?

37. *They are home.*   Họ ở nhà cả.

38. *Today's a holiday.*   Hôm nay là ngày nghỉ.

38. *Where's the sun ?*   Mặt trời đâu ?

sky   trời

40. *It's in the sky.*   Mặt trời ở trên trời.

41. *Where's the flag ?*   Lá cờ đâu ?

over   ở phía trên

building   tòa nhà

42. *It's over the school building.*   Lá cờ ở phía trên nhà trường.

43. *Where do you study every day ?*   Hàng ngày anh học ở đâu ?

44. *In class.*   Trong lớp.

45. *Where do you study your lessons ?*   Anh học bài của anh ở đâu ?

319

46. *We study them in /class in*   Buổi sáng chúng tôi học ở trường.
    the/morning.

47. *Then we study them at home*   Rồi buổi tối chúng tôi lại học
    in the/evening.   ở nhà.

B   PRONUNCIATION   PHÁT-ÂM

1. /ow/ trước một khóm tử-âm.

don't	/dównt/	*loafed*	/lówft/	*chokes*	/čówks/
won't	/wównt/	*dozed*	/dówzd/	*folks*	/fówks/
loaned	/lównd/	*hopes*	/hówps/	*loafs*	/lówfs/
owned	/ównd/	*ropes*	/rówps/	*robes*	/rówbz/
post	/pówst/	*coats*	/kówts/	*loads*	/lówdz/
most	/mówst/	*boats*	/bówts/	*roads*	/rówdz/
roast	/rówst/	*owns*	/ównz/	*rogues*	/rówgz/
combs	/kówmz/	*phones*	/fównz/	*posts*	/pówsts/
homes	/hówmz/			*boasts*	/bówsts/

2. /ow/ ở vần không nhấn đằng sau vần nhấn mạnh nhất.

meadow	/mɛ́dow/	*photo*	/fówtow/
widow	/wídow/	*ditto*	/dítow/
window	/wíndow/	*motto*	/mɔ́tow, mátow/
minnow	/mínow/	*grotto*	/grɔ́tow, grátow/
winnow	/wínow/	*potato*	/pətéytow/
lasso	/lǽsow/	*tomato*	/təméytow/
duo	/dúwow/ ,	*hero*	/hírow/

3. /ow/ ở vần không nhấn đằng trước vần nhấn mạnh nhất.

obey	/owbéy/	profess	/prowfés/	promote	/prowmówt/
opine	/owpáyn/	proceed	/prowsíyd/	progress	/prowgrés/
opinion	/owpínyən/	protect	/prowtékt/	prohibit	/prowhíbɪt/
obedient	/owbíydiyənt/	proclaim	/prowkléym/	profane	/prowféyn/
obese	/owbíys/	protest	/prowtést/	prosaic	/prowzéyɪk/

4. /l/ giữa mẫu-âm.

kill it	/kílɪt/	fellow	/félow/	really	/ríyliy/
killing	/kílɪŋ/	salad	/sǽlᵊd/	mail it	/méylɪt/
silly	/síliy/	pull it	/púlɪt/	daily	/déyliy/
pillow	/pílow/	pulling	/púlɪŋ/	roll it	/ɹówlɪt/
tell it	/télɪt/	peel it	/píylɪt/	bowling	/bówlɪŋ/
telling	/télɪŋ/	feeling	/fíylɪŋ/	holy	/ɦowlɪy/

5. Tử-âm /v/.

vale	/véyl/	rove	/rówv/	have it	/hǽvɪt/
vat	/vǽt/	live	/lív/	vivid	/vívɪd/
vase	/véys/	leave	/líyv/	eleven	/ɪlévən/
vowed	/váwd/	move	/múwv/	private	/práyvət/
vent	/vént/	love	/lớv/	giving	/gívɪŋ/
vest	/vést/	five	/fáyv/	seven	/sévən/
vow	/váw/	above	/əbớv/	saving	/séyvɪŋ/
vote	/vówt/	arrive	/əráyv/	flavor	/fléyvər/
vacation	/veykéyšən/	expensive	/ikspénsiv/	gravy	/gréyviy/
very	/vériy/				

C. GRAMMAR   VĂN-PHẠM

20. 1. Sở-hữu-cách.

5.	*Where's Ba's pen ?*	Bút mực của Ba đâu ?
7.	*Where's Năm's pencil ?*	Bút chì của Năm đâu ?
9.	*Where's the teacher's book ?*	Quyển sách của giáo-sư đâu ?
24.	*The teacher's dictionary is in that bookcase,*	Cuốn tự-điển của giáo-sư ở trong kệ sách kia kìa.
26.	*Where's Nam's ruler ?*	Cái thước kẻ của Nam đâu ?

Trong những câu trên, phần gạch dưới có hai danh-từ, xen vào giữa là thể *'s* chỉ sở-hữu. Ta có thể so sánh ngữ-thể *'s* với tiếng *chi* hay *đích* trong Hán-văn :

Ba 's pen	cái bút mực của Ba
Năm 's pencil	cái bút chì của Năm
the teacher 's book	qnyển sách của giáo-sư
the teacher 's dictionary	cuốn tự-điển của giáo-sư
Nam 's ruler	cái thước kẻ của Nam

Chỉ cần nói rằng câu Anh ngữ đặt ngược hẳn câu Việt-ngữ : người sở-hữu + *'s* + vật sở-hữu.

(1) Danh từ chỉ người sở-hữu mà số ít. thì người ta thêm *'s*

Ba's /z/ pen	cái bút của Ba
Bill's /z/ pen	cái bút chì của Bill
the student's /s/ pen	cái bút của người học-sinh
the teacher's /z/ pen	cái bút của người giáo-sư

(2) Danh-từ chỉ người sở-hữu mà số nhiều có *s* đằng sau rồi, thì người t chỉ thêm dấu phẩy (') thôi :

the boys' /z/ *pens*	bút của các cậu con trai
the students' /s/ *pens*	bút của các học-sinh
the teachers' /z/ *pens*	bút của các giáo-sư

(3)   Danh-từ chỉ người sở-hữu mà số nhiều không có -*s* đằng sau, thì người ta thêm '*s*

the children's /z/ *pens.*	bút của bọn trẻ con.

20.2. Giới-từ.

6.	*It's in his pocket.*	Nó ở trong túi anh ấy.
8.	*It's in the book.*	Nó ở trong quyển sách.
10.	*It's in the drawer.*	Nó ở trong ngăn kéo.
12.	*Under the table.*	Ở dưới cái bàn.
14.	*Under the bed.*	Ở dưới cái giường.
16.	*You may sit near the door, behind your friend.*	Anh có thể ngồi ở gần cửa, đằng sau bạn anh.
25.	*It's between the two red books.*	Nó ở giữa hai cuốn sách đỏ.
27.	*It's on the floor, next to my notebook.*	Nó ở dưới sàn, cạnh cuốn vở của tôi.
34.	*Mr. Quan is at the table.*	Ông Quan ngồi ở bàn.
40	*It's in the sky.*	Mặt trời ở trên trời.
42.	*It's over the school building.*	Lá cờ ở phía trên nhà trường.

Trong những câu dẫn trên, những tiếng gạch dưới là giới-từ, chỉ mối quan-hệ đối với danh-từ theo sau.

Ta cần phân-biệt hai tiếng *on* và *over* cùng dịch là 'trên' : *on* là 'đặt lên trên', còn *over* là 'ở phía bên trên'.

Ta cũng cần chú-ý đến hai câu 27 và 40, có đoạn :

27. *on the floor*   trên sàn, — dưới sàn

40. *in the sky*   trong trời, trong không trung, — trên
                                         trời

Việt-ngữ ta nói 'dưới sàn' là chỉ quan-hệ đối với người ta (người nói hoặc người nghe), nhìn xuống cái sàn. Còn Anh-ngữ thì chú-trọng đến mối quan-hệ giữa cái thước kẻ và cái sàn : vị-trí tương-đối của hai vật ấy được diễn ra (cái thước kẻ *nằm trên* cái sàn) bằng *on the floor.*

Việt-ngữ ta nói 'trên trời' là quan-hệ đối với người ta (người nói hoặc người nghe), nhìn lên trên trời. Còn Anh-ngữ thì chú trọng đến mối quan-hệ giữa mặt trời và trời (thiên-không) : vị-trí tương đối của hai vật ấy được diễn ra (mặt trời ở *trong* thiên không) bằng *in the sky.*

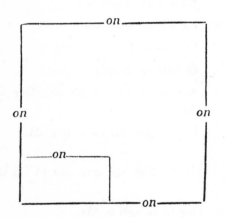 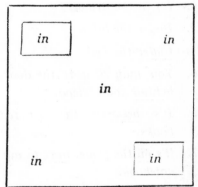

Thêm thí-dụ :

on the blackboard	*in the table*
on a piece of paper	*in the desk*
on the table	*in the chair* (ghế bành)
on the desk	*in the book*
on the bench	*in the notebook*
on the chair (ghế thường)	*in Vietnam*

on *the calendar*	**in** *Dalat* **(Saigon, etc.** *..)*
on *the map*	**in** *the song*
on *the wall*	**in** *the house*
on *Monday*	**in** *the seat*
	in *the classroom*
at the door	**in** *the picture*
at the window	

at one o'clock
at noon
at night

in *English*
in *1962*
in *the morning*
in *March*
in *the afternoon*
in *the evening*

D. EXERCISES   BÀI TẬP

1. Đặt câu có thể sở-hữu của danh-từ chỉ người. Thí-dụ :

       *Nam*_____*ruler*   NAM'S RULER IS ON THE FLOOR

   *1 Ba*_____*high school*

   2 Daddy _____*dog*

   *3 His daughter*_____*dress*

   *4 My cousin*_____ *name*

   *5 Her children*_____ *notebooks*

   *6 Your father*_____ *friends*

   *7 My friend*_____*pen*

   *8 That gentleman*_____*house*

   9 This girl _____*mother*

10 My grandfather_____ hair
11 My grandmother_____age
12 The janitor_____ children
13 The lady_____clock
14 The maid_____ son
15 The fat man_____ hat
16 His mother_____ watch
17 That person_____ nose
18 Our principal _____ coat
19 Our teacher_____students
20 My uncle_____bicycle
21 My aunt _____children
22 The waiter _____cake
23 The students_____ books
24 His brother_____picture
25 Her sister _____name

2. Điền một giới-từ vào mỗi câu sau đây. Thí dụ :

The picture is _____the wall.   THE PICTURE IS ON THE WALL.

1 The teacher is _____the classroom.
2 The bananas are _____the table.
3 Are the pens _____the floor ?
4 The exercise is_____my notebook.
5 Is the lamp_____the table ?
6 Is Nam's ruler _____the floor ?
7 The post-office is _____the cathedral.

326

8 Ba's pen is_____his pocket.

9 Nam's pencil is_____the book.

10 Is the teacher's book_____the drawer ?

11 The dog is_____the table.

12 The cat is_____the bed.

13 You may sit_____the door.

14 You may sit_____your friend.

15 You can hang the picture_____the reading room.

16 Is the dictionary_____that bookcase ?

17 It's_____the two red books.

18 Mrs. Quan is_____the sofa.

19 Mr. Quan is_____the table.

20 The sun is_____the sky.

E. DICTATION   CHÍNH-TẢ

1. The post-office and the cathedral are downtown.

2. The post-office is near the cathedral.

3. My friend's pen is in his pocket.

4. His pencil is in the book, and the book is in the drawer.

5. The dog and the cat are not under the table. They are under the bed.

6. You may sit near the window, behind your friend but you may not talk.

7. You can find the teacher's dictionary downstairs, in the reading room.

8. It's in that bookcase, between the red book and the green book.

9. Nam's ruler is not on the desk. It's on the floor, next to my notebook and your eraser.

10. Mr. Quan is sitting at the table near the window in the living room.

11. The sun is in the sky.

12. The Vietnamese flag is over our school building.

F. VOCABULARY   NGỮ-VỰNG

bed	/bɛd/	cái giường
behind	/bɪháynd/	đằng sau
between	/bətwíyn/	ở giữa
bookcase	/búkkeys/	kệ sách
building	/bíldɪŋ/	tòa nhà
cat	/kǽt/	con mèo
cathedral	/kəθíydrəl/	nhà thờ
downstairs	/dáwnstɛrz/	dưới nhà
downtown	/dáwntawn/	dưới phố
drawer	/drɔ́ər/	ngăn kéo
janitor	/jǽnətər/	người gác dan
lamp	/lǽmp/	cái đèn
living room	/lívɪŋ ruwm/	phòng khách
near	/nír/	gần
next to	/nékst tə/	bên cạnh
outside	/áwtsayd/	bên ngoài
over	/ówvər/	ở phía trên
reading room	/ríydɪŋ ruwm/	phòng đọc sách
sky	/skáy/	trời
sofa	/sówfə/	cái đi-văng
under	/ɔ́ndər/	dưới

328

UNIT TWENTY-ONE
BÀI HAI MU'Ơ'I MỐT **21**

Comparative
So sánh

A. BASIC SENTENCES	NHỮNG CÂU CĂN-BẢN
family	gia-đình
1. *How many are there in your family?*	Trong gia-đình em có bao nhiêu người?
2. *There are seven.*	Có 7 người.
3. *How many brothers do you have?*	Em có mấy anh em trai?
4. *I have one brother.*	Dạ, có một.
older than	già hơn
young	trẻ
younger than	trẻ hơn
5. *Is he older or younger than you?*	Anh ấy nhiều tuổi hay ít tuổi hơn em?
6. *He's older than I.*	Anh ấy nhiều tuổi hơn em.
married	có vợ
7. *Is he married?*	Anh ấy có vợ chưa?
8. *Yes, he is.*	Dạ, có rồi.
to live	sống, ở
parents	cha mẹ, ba má

329

9. *Does he live with your parents ?*　　Anh ấy có ở chung với ba má em không ?

　　wife　　vợ

10. *Yes, he and his wife live with us.*　　Có hai vợ chồng anh ấy ở chung với chúng em.

11. *How many sisters do you have ?*　　Em có mấy chị em gái ?

12. *I have two sisters.*　　Dạ, có hai người.

13. *They are both younger than I.*　　Cả hai đều ít tuổi hơn em.

14. *Do you have any cousins ?*　　Em có người anh em họ nào không ?

15. *Yes, I have many cousins.*　　Có, nhiều lắm.

16. *I have ten of them.*　　Em có mười người anh em họ.

　　must　　chắc phải

17. *You must have many aunts and uncles then.*　　Thế thì chắc em phải có nhiều chú bác cô dì lắm.

18. *That's right.*　　Dạ, đúng thế.

　　several　　nhiều

19. *I have several aunts and uncles.*　　Em có nhiều cô dì và chú bác lắm.

20. *How many aunts and uncles do you have ?*　　Em có mấy người cô, mấy người chú ?

21. *I have four aunts and five uncles.*　　Em có bốn người cô và năm người chú.

330

22. *Does your uncle Lai live in that red/house ?* Chú Lai của em có ở cái nhà màu đỏ kia không ?

23. *No, he lives in the/grey/one.* Không. Chú ấy ở cái nhà màu xám đó.

24. *Is it a/large house ?* Đó có phải là một cái nhà lớn không ?

25. *No, it/isn't a large house.* Không, không phải nhà lớn.

26. *It's a/small/house.* Đó là một cái nhà nhỏ thôi.

27. *Is it a/new house ?* Nhà đó có mới không ?

28. *No, it/isn't a new house.* Không, nhà đó không phải là nhà mới.

29. *It's an/old/house.* Đó là một cái nhà cũ rồi.

   garden vườn

30. *Does it have a/garden ?* Nhà ấy có vườn không ?

   pretty đẹp

31. *Yes, it has a/pretty little garden.* Có, nó có một cái vườn nhỏ đẹp.

   sort thứ

32. *There are all sorts of/flowers in that garden.* Trong vườn đó, có đủ các thứ hoa.

33. *How many/rooms/does your uncle's house have?* Nhà chú em có mấy phòng ?

34. *It has/three/rooms* Nó có ba phòng.

   to serve as được dùng làm

   dining room phòng ăn

35. *One/large/room serves both as/living room and /dining room.* Một phòng lớn vừa làm phòng khách, vừa làm phòng ăn.

bedroom   phòng ngủ

36. Next to it are two bedrooms.   Cạnh phòng đó là hai phòng ngủ.

kitchen   nhà bếp

back   đằng sau, phía sau

37. The kitchen and the bath-   Nhà bếp và nhà tắm thì ở phía sau.
room are in the back.

38. Does your uncle Chúc live on   Chú Chúc em có ở Đường Cao-Thắng
Cao-Thắng Street?   không ?

39. No, they don't live on Cao-   Dạ không, chú thím không có ở Đường
Thắng Street.   Cao-Thắng.

40. They live on Trần-Quí-Cáp   Chú thím ở Đường Trần-Quí-Cáp.
Street.

address   địa-chỉ

41. What's their address ?   Địa-chỉ ông bà ấy ra sao ?

42. Let me see.   Xem nào !

43. I think it's 396.   Tôi nhớ hình như 396.

made of   làm bằng

44. What are the walls made of?   Tường làm bằng gì ?

brick   gạch

45. They are made of bricks.   Tường làm bằng gạch.

roof   mái nhà

to cover   lợp

tile   ngói

46. The roof is covered with   Mái nhà lợp bằng ngói.
tiles.

	to paint	sơn, quét vôi
47.	Who painted the house ?	Ai sơn nhà ?
48.	My uncle painted it himself.	Chính chú tôi sơn lấy.
	clever	khéo
49.	He's very clever.	Chú ấy khéo lắm.
	care	sự săn sóc
	to take care of	trông nom, săn sóc
50.	He takes good care of the house	Chú ấy trông nom cái nhà kỹ lắm.
	that's why	vì thế
	clean	sạch sẽ
51	That's why it's always so clean.	Vì thế nhà bao giờ cũng sạch sẽ như vậy.
	'll [will]	sẽ
52.	I'll show it to you some time.	Lúc nào em sẽ chỉ cho ông coi cái nhà đó.

B. PRONUNCIATION.   PHÁT-ÂM

1. Tử-âm /l/ ở cuối tiếng và sau mẫu-âm đơn.

ill	/íl/	tell	/tɛ́l/	Al	/ǽl/	pull	/púl/
kill	/kíl/	bell	/bɛ́l/	pal	/pǽl/	full	/fúl/
bill	/bíl/	sell	/sɛ́l/	gal	/gǽl/	wool	/wúl/
hill	/híl/	well	/wɛ́l/	shall	/šǽl/		
will	/wɪl/	yell	/yɛ́l/				
drill	/drɪll/						

333

2. Tử-âm /l/ ở cuối tiếng và sau mẫu-âm kép.

peel	/píyl/	pale	/péyl/	pool	/púwl/	poll	/pówl/
deal	/díyl/	tale	/téyl/	tool	/túwl/	toll	/tówl/
feel	/fíyl/	fail	/féyl/	cool	/kúwl/	coal	/kówl/
seal	/síyl/	sale	/séyl/	fool	/fúwl/	bowl	/bówl/
heal	/híyl/	male	/méyl/	Yule	/yúwl/	sole	/sówl/
meal	/míyl/	rail	/réyl/	rule	/rúwl/	hole	/hówl/
real	/ríyl/	trail	/tréyl/	drool	/drúwl/	roll	/rówl/

3. Khóm âm có /l/ đằng trước.

help	/hɛ́lp/	bulk	/bə́lk/	failed	/féyld/	else	/ɛ́ls/
built	/bílt/	sulk	/sə́lk/	cooled	/kúwld/	pulse	/pə́ls/
belt	/bɛ́lt/	build	/bíld/	cold	/kówld/	film	/fílm/
felt	/fɛ́lt/	held	/héld/	self	/sɛ́lf/	elm	/ɛ́lm/
silk	/sílk/	pulled	/púld/	wolf	/wúlf/	pills	/pílz/
tells	/tɛ́lz/	pals	/pǽlz/	meals	/míylz/	rules	/rúwlz/

4. Tử-âm /θ/

thick	/θík/	thin	/θín/	thing	/θíɔ/	thief	/θíyf/
things	/θíŋz/	thrill	/θríl/	threat	/θrɛ́t/	thread	/θrɛ́d/
throw	/θrów/	thrown	/θrówn/	throat	/θrówt/	death	/dɛ́θ/
breath	/brɛ́θ/	path	/pǽθ/	tooth	/túwθ/	teeth	/tíyθ/
faith	/féyθ/	month	/mə́nθ/	ninth	/náynθ/	tenth	/tɛ́nθ/
fourth	/fɔ́rθ/	fifth	/fífθ/	sixth	/síksθ/		

C. GRAMMAR   VĂN-PHẠM

21.1. So-sánh : tĩnh-từ + -er + than.

5. *Is he older or younger than you ?*

Anh ấy nhiều tuổi hay ít tuổi hơn em ?

6.	He's *older than* I				Anh ấy nhiều tuổi hơn em.	
13.	They are both *younger than* I.				Cả hai đều ít tuổi hơn em.	

Trong Anh-Ngữ với những tĩnh-từ chỉ có một vần và một vài tĩnh-từ hai vần, thể so-sánh (tỉ-hiệu) dùng : tĩnh-từ + tiếp-vĩ-ngữ /ər/ *-er* + *than* : *older than* 'già hơn' *younger than* 'trẻ hơn'.

Is	he	OLD	-er	than	you ?
	He is	OLD	-er	than	I.
	They are	YOUNG	-er	than	I.

Thêm thí-dụ :

a. This house is bigger than that house. — Cái nhà này lớn hơn cái nhà ấy.

b. It is colder in Dalat than in Saigon. — Ở Đalat trời lạnh hơn là ở Saigon.

c. My hands are cleaner than his hands. — Bàn tay tôi sạch hơn bàn tay của anh ấy.

d. Lesson 10 is easier than Lesson 20. — Bài thứ 10 dễ hơn bài thứ 20.

e. The plane is faster than the train. — Máy bay nhanh hơn xe lửa.

f. That woman is fatter than my aunt. — Người đàn bà đó mập hơn thím em.

g. English is harder than French. — Tiếng Anh khó hơn tiếng Pháp.

335

[21. C]

h. *My brother is taller than*   Anh tôi cao hơn tôi.
   I.

Chú-ý : tiếng *younger* đọc có âm /g/ : *younger* đọc /yə́ŋ/, nhưng *younger* lại đọc /yə́ŋgər/.

21.2 Trợ-động-từ must.

17. *You must have many aunts*   Thế thì chắc em phải có nhiều chú bác
    and uncles then.   cô dì lắm.

Ta đã học trợ-động-từ *can* và *may* (bài 5) : *can* chỉ khả-năng, còn *may* chỉ sự được phép.

Trong bài này, ta có thêm trợ-động-từ *must*, nghĩa là ' phải, cần phải, chắc phải ' Thí-dụ :

a. *Ba can speak English.*   Ba biết nói tiếng Anh.

b. *You may sit here.*   Anh có thể ngồi đây.

c. *You must sit here.*   Anh phải ngồi đây.

d. *I must go now.*   Tôi phải đi bây giờ.

e. *May I go now ?*   Tôi đi bây giờ có được không ?

f. *You may go now.*   Anh có thể đi được.

g. *He must be a good student.*   Anh ấy hẳn phải là một người học-sinh tốt.

h. *English must be very hard.*   Chắc tiếng Anh phải khó lắm.

Chú-ý : *must not* > *mustn't* /mə́sənt/ nghĩa là ' không nên, chớ nên'.

21.3 Trợ-động-từ will : thì tương-lai.

52. *I'll show it to you some*   Lúc nào em sẽ chỉ cho ông coi cái nhà
    time.   đó.

Về thì tương-lai, Anh-ngữ dùng tiếng trợ-động-từ will /wíl/ giữa chủ-từ và động-từ chính. Lúc nói chuyện với tốc-độ bình-thường tự-nhiên, họ chỉ dùng thể rút ngắn /l/, viết *'ll*. Thí-dụ :

336

I	'll	
He	'll	show it to you some time.
She	'll	
We	'll	
They	'll	
You	'll	see it some time.

Will cũng có giá-trị tương-đương với *going to* (Bài 17). Thể phủ-định rút ngắn của nó là *won't* /wownt/.

Ba	can	speak	English.
You	may	sit	here.
You	must	sit	here.
I	will	sit	here.

Can	Bân		speak	English ?
May	I		sit	here ?
Must	I		sit	here ?
Will	you		sit	here ?

Bân	can't	speak	English.
You	may not	sit	here.
You	mustn't	talk	now.
I	won't	sit	here.

337

Cũng như *can* và *may*, trợ-động-từ *must* và *will* xuất-hiện giữa chủ-từ và động-từ chính trong câu xác-định. Trong câu nghi-vấn, *must* và *will* đứng trước chủ-từ. Trong câu phủ-định, *not* theo sau trợ-động-từ.

Trong câu trả lời, cũng có thể vấn-tắt nói :

(Yes, he can.)   (No, he can't.)

(Yes, he may.)   (No, he may not.)

Yes, he must.   **No,** he mustn't.

Yes, he will.   No, he won't.

21. 4. To live on. To live at.

38. *Does your uncle Chúc live on Cao-Thắng Street ?*	Chú Chúc em có ở Đường Cao-Thắng không ?
39. *No, they don't live on Cao-Thắng Street?*	Dạ không, chú thím không ở Đường Cao-Thắng.
40. *They live on Trần-Quí-Cáp Street.*	Chú thím ở Đường Trần-Quí-Cáp.

'Ở phố nào', Anh-ngữ nói *to live on*. . . . Còn 'ở địa chỉ nào', 'số nhà mấy' thì họ nói *to live at*. . . . Thí-dụ :

They live at 396 Trần-Quí-Cáp.   Họ ở số nhà 396 Đường Trần-Quí-Cáp.

21. 5. Brother và sister.

Hán-ngữ có đủ bốn tiếng : *huynh, đệ, tỉ, muội* để chỉ những người cùng cha mẹ với mình. Việt-ngữ chỉ có ba tiếng : *anh, chị* và *em*, thành thử muốn nói rõ 'đệ' hay 'muội', phải thêm *trai* hay *gái* sau tiếng *em*. Anh-ngữ lại khác nữa, là họ chỉ có hai tiếng : *brother* 'anh, em trai' và *sister* 'chị, em gái'. Vì thế nên câu số 4 trong bài (*I have one brother*) hoặc số 12 (*I have two sisters*) không rõ nghĩa, Muốn tách-bạch xem người nói tới là 'anh' hay 'em trai', hoặc là 'chị' hay 'em gái' Anh-ngữ phải thêm tính-từ *older* 'nhiều tuổi hơn', hay *younger* 'trẻ hơn' :

| *older brother* | anh | *older sister* | chị |
| *younger brother* | em trai | *younger sister* | em gái |

D. EXERCISES   BÀI TẬP

1. So sánh theo câu mẫu.

My brother, my sister, old. — MY BROTHER IS OLDER THAN MY SISTER.

1 *My brother, I, young*
2 *Lesson 20, Lesson 10, long*
3 *The weather in Dalat, in Saigon, cold*
4 *Vietnamese, English, easy*
5 *Your house, my house, large*
6 *My hands, his hands, clean*
7 *The plane, the train, fast*
8 *The other boy, I, tall*
9 *Those students, these students, happy*
10 *Your pencil, your pen, long*
11 *My uncle's house, that one, new*
12 *My bicycle, my friend's bicycle, old*
13 *The dictionary, my notebook, thick*
14 *A notebook, a book, thin*
15. *The weather in Saigon, in Dalat, warm*

2. Đổi những câu mới theo lời dặn. Thí-dụ :

Ba can speak English. — BA CAN SPEAK ENGLISH.
    French — BA CAN SPEAK FRENCH.

1 may	**11** will	**21** English
2 Vietnamese	**12** the students	**22** must
3 must	**13** they	**23** can
4 will	**14** French	**24** he
5 English	**15** I	**25** she
6 must	**16** they	**26** we
7 can	**17** may	**27** must
8 she	**18** must	**28** know
9 must	**19** will	**29** you
10 may	**20** you	**30** we all

3. Đổi những câu sau đây thành câu hỏi (có ngữ-điệu 233). Thí-dụ :

He can hear me.   CAN HE HEAR ME ?

He must study now.   MUST HE STUDY NOW ?

1   They may sit here.

2   They must study English

3   We must study French, too.

4   He must work at night.

5   She will study pronunciation.

6   She will study grammar, too.

7   These students can speak English.

8   I must work in the morning.

9   My brother and I may go to Nhatrang.

10   My sister will go to Dalat.

11   They may go home tomorrow.

12   He will go to Hue after tomorrow.

13   He must study this evening.

14 We must speak English in class.

15 He can play basketball.

16 You may swim this afternoon.

17 You will wait for us.

18 We will ride our bicycle to school.

4. Đặt những câu phủ-định tương-đương theo thí-dụ.

He can go.   SHE CAN'T GO.

He may smoke.   SHE MAY NOT SMOKE.

1 He must work.

2 He must study.

3 He can play football.

4 He can swim.

5 He may talk in class.

6 He will eat papaya.

7 He must eat pork.

8 He may come home today.

9 He may work this afternoon.

10 He can speak French, too. (Câu phủ-định dùng *not. . . either*)

11 He must play basketball.

12 He will go to Hue next week.

13 He may sleep now.

14 He will rest in the living room.

15 He must work in the garden.

16 He will paint the house.

5. Trả lời vắn-tắt những câu hỏi sau đây. Thí-dụ:

Can you speak ? (no)   NO, I CAN'T.

341

May I sit near the window ? (yes)   YES, YOU MAY.

1 *Will they go to Dalat tomorrow ? (yes)*

2 *May you sleep in class ? (no)*

3 *May the students smoke ? (no)*

4 *Will they be here next week ? (yes)*

5 *Can we study in this room ? (yes)*

6 *Must we study in this room ? (yes)*

7 *Must you study English grammar ? (yes)*

8 *Will we come to class tomorrow ? (yes)*

9 *Must Vietnamese children go to school every day ? (yes)*

10 *Can you speak Chinese (tiếng Trung-hoa) ? (no)*

11 *May we smoke in class ? (no)*

12 *Will the teacher eat there this noon ? (no)*

13 *Will the principal eat there this evening ? (no)*

14 *Must he run to school this afternoon ? (no)*

15 *May the boys study here every day ? (yes)*

16 *Must I stand here all day ? (yes)*

E. DICTATION   CHÍNH TẢ

1. *There are seven people in Mai's family.*

2. *Mai has only one brother.*

3. *He's older than Mai.*

4. *He's married, and he and his wife live with Mai's parents.*

5. *Both of Mai's sisters are younger than he.*

6. Mai also has many cousins : ten of them.
7. He has four aunts and five uncles.
8. His uncle Lai lives in a small grey house.
9. It's not a new house : it's an old one.
10 It has a pretty little garden with all sorts of flowers.
11. Mai's other uncle does not live on Cao-Thắng Street, but on Trần-Quí-Cáp Street.
12. He painted the house himself, and he takes good care of it.
13. He's very clever.
14. His house is not very large.
15. It doesn't have too many rooms.
16. But it always looks clean and pleasant.

F. VOCABULARY   NGỮ-VỰNG

address	/ədrɛ́s, ǽdrɛs/	địa-chỉ
back	/bǽk/	đằng sau, phía sau
bedroom	/bɛ́druwm/	phòng ngủ
brick	/brík/	gạch
care	/kɛ́r/	sự săn sóc
clean	/klíyn/	sạch sẽ
clever	/klɛ́vər/	khéo
to cover	/tə kávər/	lợp
dining room	/dáynɪŋ ruwm/	phòng ăn
family	/fǽməliy/	gia-đình
garden	/gárdən/	vườn
kitchen	/kíčən/	nhà bếp

343

to live	/tə lív/	sống, ở
made of	/méyd əv/	làm bằng
married	/mǽrid/	có vợ
older than	/ówldər ðən/	già hơn
to paint	/tə péynt/	sơn, quét vôi
parents	/pérənts/	cha mẹ, ba má
pretty	/prítiy/	đẹp
roof	/rúwf/	mái nhà
to serve as	/tə sə́rv æz/	được dùng làm
several	/sévrəl/	nhiều
sort	/sɔ́rt/	thứ
to take care of	/tə tə́yk kɛr əv/	trông nom, săn sóc
that's why	/ðǽts hway/	vì thế
tile	/táyl/	ngói
wife	/wáyf/	vợ
will	/wíl/	sẽ
young	/yə́ŋ/	trẻ
younger than	/yə́ŋgər ðən/	trẻ hơn

Liên-từ. When. If.

A. BASIC SENTENCES

NHỮNG CÂU CĂN-BẢN

1	What is your father?	Ba em làm chi ?
2	My father is a teacher	Ba em dạy học.
3	He teaches in primary school.	Ba em dạy ở trường tiểu-học.
4	What is your uncle ?	Chú em làm chi ?
	farmer	nhà nông
5	He's a farmer	Chú em làm ruộng.
	dentist	nha-sĩ
6	My other uncle is a dentist.	Chú kia làm nha-sĩ.
	doctor	bác-sĩ
7	Nam's uncle is a doctor, too.	Chú của anh Nam cũng là bác-sĩ.
	famous	có tiếng
8	He's a very famous doctor	Ông ấy là một bác-sĩ rất có tiếng.
	neighbor	ông láng giềng
9.	Who is your neighbor ?	Ông láng giềng của em là ai ?
10	Mr. Thu is our neighbor	Ông Thu là hàng xóm của chúng em.
11	What does he do ?	Ông ấy làm nghề gì ?
	policeman	cảnh-binh
12.	He's a policeman.	Ông ấy làm cảnh-binh.

13. *Lan, I have known you for three months.*

Lan ơi, tôi biết anh đã ba tháng nay.

   to meet

   gặp, biết

   met

   [quá-khứ của *to meet*]

14. *But I haven't met your father and mother yet.*

Thế mà tôi chưa được gặp ba má anh.

   to introduce

   giới-thiệu

15. *Please take me home with you and introduce me.*

Xin anh đưa tôi về nhà và giới-thiệu với ba má anh.

   pleasure

   sự vui thích

16. *With pleasure.*

Thế thì thích quá !

   classmate

   bạn cùng lớp

17. *Father, this is Chính, my classmate.*

Thưa Ba, đây là anh Chính, bạn cùng một lớp với con.

   sir

   ông

18. *How do you do, sir.*

Dạ chào ông.

19. *How do you do, Mrs. Lai.*

Dạ chào Bà Lai.

20. *I'm very glad to meet you, Chinh.*

Tôi rất mừng được biết cậu, cậu Chính.

21. *My son always talks about you.*

Con trai tôi lúc nào cũng nói đến cậu.

   best

   tốt nhất

22. *He says you are his best friend.*

Nó bảo cậu là bạn thân nhất của nó.

23. *We want you to stay for dinner.*   Chúng tôi muốn cậu ở lại dùng cơm tối.

24. *Thank you very much.*   Cám ơn ông bà lắm.

25. *We are going to play outside, Mother.*   Thưa má, chúng con sẽ chơi ngoài sân nhé.

     to climb   leo, trèo

     tree   cây

26. *All right. But don't climb up the trees.*   Được. Nhưng chớ có trèo cây đấy.

     ever   có bao giờ

     to visit   thăm

     countryside   vùng quê

27. *Do you ever visit your uncle in the countryside ?*   Anh có về thăm chú Ba ở nhà quê bao giờ không ?

28. *We go and see him about once a month.*   Chúng tôi thăm chú chừng mỗi tháng một lần.

29. *Does he have a lot of horses, cows, pigs and chickens ?*   Chú ấy có nhiều ngựa, bò, heo và gà không ?

     farm   trại nông

30. *Yes, he has a lot of them on his farm.*   Có, chú ấy có nhiều súc-vật ở trại lắm.

     to grow   trồng

     fruit   quả, trái

347

fruit tree	cây ăn trái

31. Does he grow many fruit trees ?

Ông ấy có trồng nhiều cây ăn trái không ?

32. Yes, he does.

Có.

mango   soài

33. He grows banana trees, mango trees.

Chú ấy trồng cây chuối, cây soài.

ripe   chín

34. Mangoes are sweet when they are ripe.

Trái soài khi chín thì ngọt.

green   xanh

35. When they are green, they are sour.

Chứ lúc xanh thì chua.

lemon   chanh

even   cả đến

36. Lemons are sour even when they are ripe.

Chanh thì lúc chín cũng vẫn chua.

37. If you want to, we can ask my uncle to give us some fruit to take back to Saigon.

Nếu anh muốn, chúng ta có thể xin chú cho chúng ta ít trái cây đem về Saigon.

38. Which do you like best ?

Anh thích nhất thứ nào ?

better   tốt hơn

mangosteen   măng-cụt

39. Mangoes are good, but I like mangosteens better.

Soài ngon, nhưng tôi còn thích măng-cụt hơn nữa.

348

	to choose	chọn
	village	làng
40	<u>You can choose what you</u> <u>want when we go to the</u> <u>village next week</u>	Tuần sau, về làng, anh tha hồ chọn những trái mà anh thích.
	gardener	người làm vườn
	to help	giúp
	to pick	hái
41	My uncle's ⌐gardener will help us ⌐pick the fruit.	Người làm vườn của chú sẽ giúp chúng ta hái trái cây.

B. PRONUNCIATION   PHÁT-ÂM

1. Những âm /uw yuw/.

/uw/		/uw hoặc yuw/		/yuw/	
too	/túw/	Tuesday	/t(y)úwzdiy/	use	/yúws/
do	/dúw/	due	/d(y)úw/	few	/fyúw/
soon	/súwn/	new	/n(y)úw/	pupil	/pyúwpɔl/
who	/húw/	student	/st(y)úwdənt/	beauty	/byúwtiy/
zoo	/zúw/	enthusiasm	/ınθ(y)úwziæzɔm/	music	/myúwzik/
chew	/čúw/			review	/rivyúw/
June	/ǰúwn/			excuse	/ikskyúws/
rule	/rúwl/			argue	/argyúw/
true	/trúw/			human	/hyúwmən/
juice	/ǰúws/			usually	/yúwzuɔliy/

2. **Mẫu-âm /ow và ɔ/.**

so	/sów/	thế	saw	/sɔ́/	đã thấy
coat	/kówt/	áo	caught	/kɔ́t/	đã bắt
toll	/tówl/	tiền nộp	tall	/tɔ́l/	cao
low	/lów/	thấp	law	/lɔ́/	luật
woke	/wówk/	đã thức	walk	/wɔ́k/	đi bộ
choke	/čówk/	nghẹn	chalk	/čɔ́k/	phấn
oat	/ówt/	lúa mạch	ought	/ɔ́t/	phải nên
coal	/kówl/	than	call	/kɔ́l/	gọi
owe	/ów/	nợ	awe	/ɔ́/	sự sợ hãi
boat	/bówt/	cái thuyền	bought	/bɔ́t/	đã mua
cold	/kówld/	lạnh	called	/kɔ́ld/	đã gọi
ode	/ówd/	bài thơ	awed	/ɔ́d/	sợ hãi

3. **Dấu nhấn nhất-ba /ˈ ˊ/.**

post office	/pówst ɔ́fɪs/	shaving cream	/šéyvɪŋ krìym/
ball game	/bɔ́l gèym/	swimming pool	/swímɪŋ pùwl/
tie pin	/táy pìn/	fish net	/fíš nèt/
phone call	/fówn kɔ̀l/	ice cream	/áys krìym/
tea cup	/tíy kʌ̀p/	coffee break	/kɔ́fiy brèyk/

4. **Dấu nhấn nhì-nhất /ˆ ˊ/.**

big boy	/bîg bɔ́y/	sing well	/sîŋ wél/
white cat	/hwâyt kǽt/	come now	/kʌ̂m náw/
black dog	/blæ̂k dɔ́g/	walk fast	/wɔ̂k fǽst/
nice boy	/nâys bɔ́y/	eat fast	/îyt fǽst/
good girl	/gûd gə́rl/	drink fast	/drîŋk fǽst/
black car	/blæ̂k kár/	jump off	/jʌ̂mp ɔ́f/

350

5. Tử-âm / ð /.

the	/ðá, ðíy/	*they*	/ðéy/	*then*	/ðɛn/
this	/ðís/	*them*	/ðɛm/	*than*	/ðǽn/
that	/ðǽt/	*their*	/ðɛr/	*thus*	/ðás/
these	/ðíyz/	*theirs*	/ðɛrz/	*though*	/ðów/
those	/ðówz/	*there*	/ðɛr/	*therefore*	/ðɛrfɔr/

C. GRAMMAR

VĂN-PHẠM

22. 1. Cách hỏi nghề-nghiệp.

1.	*What is your father ?*	Ba em làm chi ?
2.	*My father is a teacher.*	Ba em dạy học.
3.	*What is your uncle ?*	Chú em làm chi ?
4.	*He's a farmer.*	Chú em làm ruộng.
6.	*My other uncle is a dentist.*	Chú kia làm nha-sĩ.
7.	*Nam's uncle is a doctor, too.*	Chú của anh Nam cũng là bác-sĩ.
11.	*What does he do ?*	Ông ấy làm nghề gì ?
12.	*He's a policeman.*	Ông ấy làm cảnh-binh.

Câu *Who is your teacher?* cốt hỏi 'Giáo-sư của anh là ai ?', 'Ai là giáo-sư của anh ?', 'Ai dạy anh ?'. Còn câu *What is your father ?* cốt hỏi xem ba em làm nghề gì ?. Câu *What does he do ?* cũng nghĩa đó.

Khi trả lời, Việt-ngữ chỉ dùng câu nói 'Ba em làm giáo-sư', 'Chú em làm nghề nông', 'Ông ấy làm cảnh-binh'. Nhưng Anh-ngữ cần dùng mạo-tự *a* để chỉ một giáo-sư, (a teacher) trong số đông các giáo-sư, một nhà nông (a farmer) trong số nhiều người làm ruộng, hoặc một viên cảnh-binh (a policeman) trong số nhiều viên cảnh-binh.

Tóm tắt lại, vấn-từ *who* dùng để hỏi tên tuổi, căn-cước một người, còn vấn-từ *what* dùng để hỏi nghề nghiệp, chức-phận của một người.

22. 2. Thì present perfect.

13. *I have known you for three months.*

Tôi biết anh đã ba tháng nay.

14. *But I haven't met your father and mother yet.*

Thế mà tôi chưa gặp được ba má anh.

Hành-động trong những câu dẫn trên (quen, biết, gặp) đã kéo dài trong một khoảng thời-gian từ trước cho đến tận bây giờ. Anh dùng :

have	V - ed	for	one two three etc.	days months weeks

quá-khứ phân-từ		mấy	ngày tháng năm v.v...

Thêm thí-dụ :

a. *I have studied for three hours.*

Tôi học đã ba tiếng đồng hồ rồi.

b. *He has studied for two days.*

Anh ấy học đã hai ngày rồi.

c. *We have studied English for six months.*

Chúng tôi học tiếng Anh đã sáu tháng nay.

d. *They have studied French for two years.*

Họ học tiếng Pháp đã hai năm hay.

e. Have you met his father and mother ?   Anh đã gặp ba má anh ấy chưa ?

f. I haven't met his father and mother yet.   Tôi chưa gặp ba má anh ấy.

22.3. Liên từ when.

33. Mangoes are sweet when they ripe.   Trái soài khi chín thì ngọt.

34. When they are green, they are sour.   Chứ lúc xanh thì chua.

35. Lemons are sour even when they are ripe.   Chanh thì lúc chín cũng vẫn chua.

36. You can choose what you want when we go to the village next week.   Tuần sau, về làng anh tha hồ chọn những trái mà anh thích.

Ta cần phân-biệt vấn-từ when đặt ở đầu câu có ngữ-điệu 231 để hỏi 'Khi nào, Bao giờ ?' với liên-từ when đặt ở đầu một mệnh-đề phụ, có nghĩa 'Khi nào việc X xảy ra, thì....' Mệnh-đề phụ có when có thể đứng trước hoặc đứng sau mệnh-đề chính.

22.4. We want you to.... we ask him to...

22. We want you to stay for dinner.   Chúng tôi muốn cậu ở lại dùng cơm tối.

36. We can ask my uncle to give us some fruit to take back to Saigon.   Chúng ta có thể xin chú cho chúng ta ít trái cây đem về Saigon.

40. My uncle's gardener will help up pick the fruit.   Người làm vườn của chú sẽ giúp chúng ta hái trái cây.

Sau động-từ want, ask mà có túc-từ (như you, my uncle) thì động-từ thứ hai

353

phải có *to* đằng trước. Riêng có động-từ *help* thì động-từ thứ hai (theo sau túc-từ) có thể không có *to* đằng trước.

Thêm thí-dụ :

a. *My parents want me to be a teacher.*   Ba má tôi muốn tôi làm giáo-sư.

b. *He asked me to pick some fruit.*   Ông ấy nhờ tôi hái ít trái cây.

c. *He helped me translate the lesson into English.*   Anh ấy giúp tôi dịch bài học ra tiếng Anh.

22.5. Better và best.

37. *Which do you like best ?*   Anh thích nhất thứ nào ?
38. *Mangoes are good, but I like mangosteens better.*   Soài ngon, nhưng tôi còn thích măng-cụt hơn nữa.

Better và *best* là hai thể so-sánh của *well*. To *like better* nghĩa là 'thích hơn' còn *to like best* nghĩa là 'thích nhất',

Thêm thí-dụ :

a. *They need a better teacher.*   Họ cần một giáo-sư giỏi hơn.

b. *We have the best teacher in Saigon.*   Chúng tôi có vị giáo-sư giỏi nhất Saigon.

c. *He is a better student than she.*   Anh ấy học giỏi hơn chị ấy.

d. *She is better than her sister.*   Chị ấy học giỏi hơn em gái.

Trong ba câu *a*, *b* và *c*, *better* hay *best* là hai thể so sánh của *good* và định-nghĩa cho một danh-từ *teacher*, *student*). Trong câu *d*, *better* còn kèm theo tiếng *than*.

22.6. Trạng-từ ever.

Vị-trí của *ever* cũng như vị-trí của những trạng-từ tương-tự : *always* (Bài 8), *generally* (Bài 7), *seldom* (Bài 10), *sometimes* (Bài 7), *never* (Bài 10), *still* (Bài 8), *usually* (Bài 7),

I We You They	always generally never seldom sometimes	drink	hot tea.
He She	still usually	drinks	

He's She's	always generally	hungry. thirsty.
	never	sleepy.
I'm	seldom	tired.
	sometimes	
We're You're They're	still usually	

D. EXERCISES   BÀI TẬP

1. Trả lời những câu hỏi sau đây, nhớ dùng mạo-từ *a*. Thí-dụ :

What is your father ? (teacher)   MY FATHER IS A TEACHER.
                                         HE'S A TEACHER.

    1 What is your uncle ? (farmer)

355

2   *What is his uncle ? (dentist)*

3   *What is her uncle ? (doctor)*

4   *What is your neighbor ? (policeman)*

5   *What is your cousin ? (gardener)*

6   *What is your sister ? (university **student**)*

7   *What is your brother ? (student **teacher**)*

8   *What is that gentleman ? (cook)*

9   *What does your friend do ? (janitor)*

10   *What is your neighbor's son ? (history **teacher**)*

11   *What does that lady do ? (school principal)*

12   *What is your cousin Tài ? (waiter)*

2.   Trả lời những câu hỏi sau đây (có ngữ-điệu 233). Thí-dụ :

Have you met his father ?   YES, I'VE MET HIS FATHER.

                                                     NO, I HAVEN'T MET HIS FATHER.

1   *Has the teacher talked about it ?*

2   *Have you visited Huế ?*

3   *Have you had breakfast ?*

4   *Have the students arrived ?*

5   *Has the cook boiled the water ?*

6   *Have you called the principal ?*

7   *Have you closed all the windows ?*

8   *Has your brother ever helped you ?*

9   *Have you ever listened to Radio Dalat ?*

10   *Have you lived in Nhatrang ?*

11   *Have you looked up that word in the dictionary ?*

12   *Have you noted down her address ?*

13 *Have you ordered some lunch ?*
14 *Have they painted that door ?*
15 *Have you polished your shoes ?*
16 *Has the teacher said « No » ?*
17 *Has your younger sister started school yet ?*
18 *Have you studied your lesson ?*
19 *Has he ever borrowed money from you ?*
20 *Have you traveled much in Vietnam ?*
21 *Have you tried mangoes ?*
22 *Have you waited for him all morning ?*

3. Đặt những câu so sánh theo thí-dụ :

hat	*old*	THIS HAT IS OLDER THAN THAT ONE.
lesson	*long*	THIS LESSON IS LONGER THAN THAT ONE.
student good		THIS STUDENT IS BETTER THAN THAT ONE.

1	*boy*	*fat*	11	*cake*	*good*
2	*pencil*	*short*	12	*book*	*easy*
3	*room*	*clean*	13	*ice cream*	*sweet*
4	*lesson*	*hard*	14	*janitor*	*tall*
5	*girl*	*short*	15	*house*	*large*
6	*book*	*thick*	16	*map*	*good*
7	*fountain pen good*		17	*name*	*pretty*
8	*horse*	*fast*	18	*notebook*	*thick*
9	*school*	*big*	19	*picture*	*old*
10	*bicycle*	*new*	20	*papaya*	*ripe*

4. Đặt những câu sau đây dùng động-từ *want, ask*. Thí-dụ :

We want you to stay for dinner.   WE WANT YOU TO STAY FOR DINNER.

[22. D]

them   WE WANT THEM TO STAY FOR DINNER.

wanted   WE WANTED THEM TO STAY FOR DINNER.

asked   WE ASKED THEM TO STAY FOR DINNER.

1	him	26	they
2	go to school	27	you (túc-từ)
3	wanted	28	count in English
4	they	29	have three notebooks
5	us	30	wanted
6	come tonight	31	work harder
7	her	32	me
8	teach in primary school	33	have the afternoon off
9	be a teacher	34	go home
10	be a dentist	35	us
11	me	36	have
12	be a policeman	37	eat now
13	him	38	eat rice every day
14	be a farmer	39	him
15	erase the blackboard	40	drink a lot of milk
16	she	41	draw a straight line.
17	pass the ink	42	walk to the post office
18	asked	43	eat breakfast at 7
19	speak English	44	she
20	stand up	45	write a letter
21	them	46	study his lesson
22	sit near the window	47	copy the new words
23	walk to the door	48	asked
24	open all the doors	49	sweep the floor
25	close all the doors	50	repeat the new words

358

5. Đặt những câu sau đây dùng động-từ *want*, *ask* hoặc *help*. Thí-dụ :

My brother wants me to study.	MY BROTHER WANTS ME TO STUDY.
he	HE WANTS ME TO STUDY.
do my homework	HE WANTS ME TO DO MY HOMEWORK.
help	HE HELPS ME DO MY HOMEWORK.
sweep the floor	HE HELPS ME SWEEP THE FLOOR.
wash my shirt	HE HELPS ME WASH MY SHIRT.
write to my father	HE HELPS ME WRITE TO MY FATHER.
ask	HE ASKS ME TO WRITE TO MY FATHER.

1 *lend him the bicycle*
2 *erase the blackboard*
3 *close all the windows*
4 *her*
5 *cook rice today*
6 *type the letter*
7 *helped*
8 *draw a house*
9 *study her math lesson*
10 *study her English lesson*
11 *wanted*

12 *talk English all day*
13 *they*
14 *wait for them*
15 *him*
16 *do his homework after dinner*
17 *have a nice birthday party*
18 *look up all the new words*
19 *us*
20 *get up at six as usual*
21 *asked*

E. DICTATION **CHÍNH-TẢ**

1. *What is your father?*
2. *I beg your pardon.*

3. *What does your father do ?*

4. *My father is a farmer now.*

5. *He was a teacher in primary school last year.*

6. *Who is your neighbor.*

7. *Mr. Lâm is our neighbor. He's a dentist.*

8. *I have know him for three years, but I haven't met his parents.*

9. *He introduced me to his father and mother yesterday.*

10. *We visited Nam's uncle in the countryside last Sunday.*

11. *He has a lot of cows, horses, pigs and chickens on his farm.*

13. *Do you like mangoes or mangosteens ?*

14. *I like them both.*

15. *A mango is sour when it is green.*

16. *But when it is ripe it is very sweet.*

F. VOABULARY   NGỮ-VỰNG

best	/béts/	tốt nhất ; nhất
better	/bétər/	tốt hơn ; hơn
to choose	/tə čúwz/	chọn
classmate	/klǽsməyt/	bạn cùng lớp
to climb	/tə kláym/	leo, trèo
countryside	/kántrisayd/	vùng quê
dentist	/déntist/	nha-sĩ
doctor	/dáktər/	bác-sĩ

even	/íyvən/	cả đến
ever	/évər/	có bao giờ
famous	/féyməs/	có tiếng
farm	/fámr/	trại nông
farmer	/fármər/	nhà nông
fruit	/frúwt/	quả, trái
fruit tree	/frúwt triy/	cây ăn quả
gardener	/gárdnər/	người làm **vườn**
green	/gríyn/	xanh
to grow	/tə grów/	trồng
to help	/tə hélp/	giúp
to introduce	/tə intrədúws/	giới-thiệu
lemon	/lémən/	chanh
mango	/mǽngow/	soài
mangosteen	/mǽngəstiyn/	măng cụt
to meet	/tə míyt//	gặp, biết
met	/mét/	[quá-khứ của to *meet*]
neighbor	/néybər/	ông láng giềng
to pick	/tə pík/	hái
pleasure	/plézər/	sự vui thích
policeman	/pəlíysmən/	cảnh-binh
ripe	/ráyp/	chín
sir	/sə́r/	ông
tree	/tríy/	cây
village	/vílij/	làng
to visit	/tə vízit/	thăm

361

23 UNIT TWENTY-THREE
BÀI HAI MU'O'I BA

Comparative (continued)
So-sánh (tiếp theo)

A. BASIC SENTENCES	NHỮNG CÂU CĂN-BẢN
as . . . as	bằng
1. *Are you as old as Tám ?*	Em có bằng tuổi em Tám không ?
2. *No, I'm not.*	Dạ không.
3. *I'm not as old as Tám.*	Em không nhiều tuổi bằng anh Tám.
4. *Is the table as long as the blackboard ?*	Cái bàn có dài bằng cái bảng đen không ?

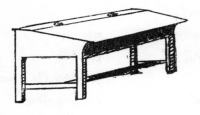

A DESK

THE TABLE ISN'T AS LONG AS THE BLACKBOARD

5. *No, it isn't.*	Dạ không.
6. *The table isn't as long as the blackboard.*	Cái bàn không dài bằng cái bảng đen.
7. *Is Loan as tall as Tuyết ?*	Loan có cao bằng Tuyết không ?
8. *Yes, she is as tall as Tuyết.*	Có. Loan cao bằng Tuyết.
8a. *Yes, she is.*	Có.

362

9. *Is that an expensive book ?*
      yours

   Đó có phải là một quyển sách đắt không ?
      sách của ông

10. *Yes, it is more expensive than yours.*
      mine

   Dạ phải, nó đắt hơn của ông.

      sách của tôi

11. *Your book is not so expensive as mine.*
      cheap

   Cuốn sách của ông không đắt bằng cuốn của em.

      rẻ

12. *It's very cheap.*
      story
      interesting

   Nó rất rẻ.
      truyện
      hay, thích thú

13. *Is this story interesting ?*

   Truyện này có hay không ?

14. *Yes, it is.*

   Dạ, có hay.

15. *It's more interesting than that one.*

   Nó hay hơn truyện kia.

      important
      date

      quan-trọng
      ngày

16. *October 26 is an important date.*

   26 tháng 10 là một ngày quan-trọng.

A CALENDAR

A PEN

17. *His ruler is longer than my ruler.*

Thước kẻ của anh ấy dài hơn thước kẻ của em.

18. *This is his book*
    his

Đây là sách của anh ấy.

(sách) của anh ấy

19. *It's his.*
    ours

Nó là sách của anh ấy.

(sách) của chúng tôi.

20. *These books are not ours*
    theirs

Những cuốn sách này là của chúng tôi.

của họ

21. *They are theirs.*
    hers

Nó là của các anh ấy.

(bút) của cô ấy.

22. *Is that pen hers ?*

Cái bút đó có phải của cô ấy không ?

23. *Yes, it is*
    the longest

Dạ phải.

cái dài nhất

24. *This ruler is the longest of the three*

Cái thước kẻ này dài nhất trong ba cái.

A   RULER

the shortest

cái ngắn nhất

25. *That ruler is the shortest of the three.*

Cái thước kẻ ấy ngắn nhất trong ba cái

the tallest

người cao nhất

26. *Quý is the tallest of the three boys.*

Quý là người cao nhất trong ba cậu.

27. *Hùng is the shortest of all.*
    the oldest

Hùng là người lùn nhất.

người nhiều tuổi nhất

364

28. Hiển is the oldest of the boys.

    Hiển là người nhiều tuổi nhất trong số các cậu ấy.

    the youngest

    người ít tuổi nhất

29. Bình is the youngest of them

    Bình là người ít tuổi nhất trong số họ.

    wide

    rộng

    the widest

    cái rộng nhất

30. That table is the widest of the three.

    Cái bàn đó rộng nhất trong ba cái.

    narrow

    hẹp

    the narrowest

    cái hẹp nhất

31. This table is the narrowest of the three.

    Cái bàn này hẹp nhất trong ba cái.

32. Which boy is the tallest?

    Cậu nào cao nhất?

33. Quý is.

    Cậu Quý cao nhất.

34. Which is the oldest?

    Cậu nào nhiều tuổi nhất?

35. Hiển is.

    Cậu Hiển nhiều tuổi nhất.

    the largest

    cái lớn nhất

    city

    thành phố

36. Saigon is the largest city in Vietnam.

    Saigon là thành phố lớn nhất Việt Nam.

    its

    của nó

37. Its streets are very wide.

    Đường phố của nó rất rộng.

38. Its buildings are tall and pretty.

    Nhà cửa (công-thự) của nó thì cao và đẹp.

39. It has many trees.

    Nó có nhiều cây.

365

most	(nhiều) nhất

40. *It's the most important city in Vietnam.* — Nó là thành-phố quan-trọng nhất Việt-Nam.

population — dân-số

41. *It has the largest population.* — Saigon có dân-số cao nhất.

42. *What does that mean ?* — Thế nghĩa là cái gì ?

any — bất cứ cái nào

43. *That means : Saigon has more people than any other city in Vietnam.* — Thế nghĩa là : Saigon có nhiều người hơn bất cứ thành phố nào khác tại Việt-Nam.

country — nước

44. *It has some of the best restaurants in the country.* — Nó có một vài tiệm ăn trong số ngon nhất trong nước.

45. *They are the most expensive, too.* — Những tiệm đó cũng đắt nhất nữa.

46. *You're right.* — Anh nói đúng.

everyone — ai ai

47. *But everyone likes Saigon.* — Nhưng ai cũng thích Saigon.

home town — tỉnh nhà

48. *I like my home town best.* — Tôi thì tôi thích tỉnh nhà tôi nhất.

49. *I like it better than Saigon.* — Tôi thích tỉnh nhà tôi hơn Saigon.

B PRONUNCIATION   PHÁT-ÂM

1. Bán-mẫu-âm /w/ ở đầu tiếng.

wait	/wéyt/	Wednesday	/wɛ́nzdiy/	winter	/wíntər/
waiter	/wéytər/	week	/wíyk/	woman	/wúmən/
walk	/wɔ́k/	weekend	/wíykɛnd/	wonderful	/wɔ́ndərfəl/
wall	/wɔ́l/	welcome	/wɛ́lkəm/	work	/wɔ́rk/
want	/wánt/	well	/wɛ́l/	will	/wíl/
warm	/wárm/	were	/wɔ́r/		
wash	/wáš/	wet	/wɛ́t/		
water	/wɔ́tər/	wife	/wáyf/		
watch	/wáč/	window	/wíndow/		
was	/wɔ́z/	windy	/wíndiy/		
we	/wíy/	wine	/wáyn/		
wear	/wɛ́r/	wipe	/wáyp/		
weather	/wɛ́ðər/	with	/wiθ, wið/		

2. Bán-mẫu-âm /y/ và tử-âm /ǰ/ ở đầu tiếng

yam	/yǽm/	khoai lang	jam	/ǰǽm/	mút
yell	/yɛ́l/	kêu	jelly	/ǰɛ́liy/	mút
Year	/yíər/	năm	jeer	/ǰíər/	chế nhạo
ye	/yíy/	các anh	G	/ǰíy/	chữ 'G'
yet	/yɛ́t/	chưa	jet	/ǰɛ́t/	phun
yoke	/yówk/	cái ách	joke	/ǰówk/	chuyện đùa
Yale	/yéyl/	trường Yale	jail	/ǰéyl/	nhà tù
use	/yúwz/	dùng	Jews	/ǰúwz/	dân Do-thái
use	/yúws/	sự dùng	juice	/ǰúws/	nước trái cây

yak	/yǽk/	trâu	Jack	/ǰǽk/	Jack
yello	/yélow/	vàng	jello	/ǰélow/	thạch
you	/yúw/	anh	Jew	/ǰúw/	người Do-thái
yacht	/yɔ́t/	du-thuyền	jot	/ǰɔ́t/	ghi chép

3. Tử âm /-n/, /-ŋ/ và khóm âm /-ŋk/

in	/ín/	-ing	/-íŋ/	ink	/íŋk/
sin	/sín/	sing	/síŋ/	sink	/síŋk/
thin	/θín/	thing	/θíŋ/	think	/θíŋk/
win	/wín/	wing	/wíŋ/	wink	/wíŋk/
son, sun	/sə́n/	sung	/sə́ŋ/	sunk	/sə́ŋk/
bun	/bɔ́n/	bung	/bɔ́ŋ/	bunk	/bɔ́ŋk/
ban	/bǽn/	bang	/bǽŋ/	bank	/bǽŋk/

4. Mẫu-âm /iy/, /i/ và /ε/

peak	/píyk/	pick	/pík/	peck	/pέk/
dean	/díyn/	din	/dín/	den	/dέn/
feel	/fíyl/	fill	/fil/	fell	/fέl/
deed	/díyd/	did	/díd/	dead	/dέd/
least	/líyst/	list	/líst/	lest	/lέst/
heed	/híyd/	hid	/híd/	head	/hέd/
teak	/tíyk/	tick	/tík/	—	/tέk/
beak	/bíyk/	—	/bík/	beck	/bέk/

5. Mẫu-âm /ev/, /ε/ và /æ/

| bait | /béyt/ | bet | /bέt/ | bat | /bǽt/ |
| pain, pane | /péyn/ | pen | /pέn/ | pan | /pǽn/ |

lace	/léy./	less	/lés/	lass	/lǽs/
laid	/léyd/	led	/léd/	lad	/lǽd/
bake	/béyk/	beck	/bék/	back	/bǽk/
bane	/béyn/	Ben	/bén/	ban	/bǽn/
fate	/féyt/		/fét/	fat	/fǽt/

C. GRAMMAR　　　　　　　　　　　VĂN-PHẠM

23.1. So-sánh : <u>as</u> + tĩnh-từ + <u>as</u>. Trong Bài 21, ta đã học cách so sánh đẳng-cấp : nhiều tuổi hơn, ít tuổi hơn, v.v... Nay ta học thể mới :

1. Are you <u>as old as</u> Tám ?　　　Em có bằng tuổi em Tám không ?

4. Is the table <u>as long as</u> the　　Cái bàn có dài bằng cái bảng đen không?
   blackboard ?

7. Is Loan <u>as tall as</u> Tuyết ?　　Loan có cao bằng Tuyết khổng ?

8. Yes, she is <u>as tall as</u> Tuyết.　Có. Loan cao bằng Tuyết.

_____

3. I'm <u>not as old as</u> Tám.　　　Em không nhiều tuổi bằng anh Tám.

6. The table isn't <u>as long as</u> the　Cái bàn không dài bằng cái bảng đen.
   blackboard

11. Your book is <u>not so expensive</u>　Cuốn sách của ông không đắt bằng cuốn
    <u>as</u> mine.　　　　　　　　của em.

Muốn so sánh hai thứ gì bằng nhau, Anh-ngữ dùng *as* + *tĩnh-từ* + *as.*

Ở thể phủ-định, có hai cách nói :

$$\underline{not + as + .. + as}$$
$$\underline{not + so + .. + as}$$

369

Are	you			as	old	as	Tám ?
	You	are		as	old	as	Tám.
	I	am	not	as so	old	as	Tám.
Is	the table			as	long	as	the blackboard ?
	The table	is		as	long	as	the blackboard,
	The table	is	not	as so	long	as	the blackboard.

Thêm thí-dụ :

a. **This house is as big as that house.** Cái nhà này lớn bằng cái nhà ấy.

b. **It is as warm in Nhatrang as in Saigon.** Ở Nhatrang trời nóng bằng ở Saigon.

c. **My hands are as clean as his hands.** Bàn tay tôi sạch bằng bàn tay của anh ấy.

d. **Lesson 23 is as easy as Lesson 21.** Bài thứ 23 dễ bằng Bài thứ 21.

e. **That woman is as fat as my aunt.** Người đàn bà đó mập bằng thím em.

f. **English is as hard as French.** Tiếng Anh khó bằng tiếng Pháp.

g. **My brother is as tall as I.** Anh tôi cao bằng tôi.

aa. **This house is not as (hay so) big as that house.** Cái nhà này không lớn bằng cái nhà ấy.

bb. **It is not as (hay so) warm in Nhatrang as in Saigon.** Ở Nhatrang trời không nóng bằng ở Saigon.

cc. *My hands are not as (hay so) clean as his hands.* — Bàn tay tôi không sạch bằng bàn tay của anh ấy.

dd. *Lesson 23 is not as (hay so) easy as Lesson 21.* — Bài 23 không dễ bằng Bài 21.

ee. *That woman is not as (hay so) fat as my aunt.* — Người đàn bà đó không mập bằng thí em.

ff. *The train is not as (hay so) fast as the plane.* — Xe lửa không nhanh bằng máy bay

gg. *English is not as (hay so) hard as French.* — Tiếng Anh không khó bằng tiếng Pháp.

hh. *My younger brother is not as (hay so) tall as I.* — Em trai tôi không cao bằng tôi.

23.2. So sánh : more + tĩnh-từ + than.

10. *It is more expensive than yours.* — Nó đắt hơn cuốn sách của ông.

15. *It's more interesting than that one.* — Nó hay hơn truyện kia.

43. *Saigon has more people than any other city in Vietnam.* — Saigon có nhiều người hơn bất cứ thành-phố nào khác tại Việt-Nam.

Trong câu 10 và câu 15, tĩnh-từ *expensive* 'đắt, mắc' và *interesting* 'hay' có hơn một vần, nên thể so-sánh (tỉ-hiệu) dùng tiếng *more* đằng trước và tiếng *than* đằng sau tĩnh-từ :

It's	MORE	EXPENSIVE	THAN	yours.
		INTERESTING		that one.

371

[23. C]

Thêm thí-dụ :

a. *He was more afraid than I.*   Anh ấy sợ hơn tôi.

b. *This lesson is more important*   Bài này quan-trọng hơn Bài 1.
than Lesson 1.

c. *Ice cream is more delicious*   Kem ngon hơn trái cây.
than fruit.

d *Her son looks more intelligent*   Con trai bà ấy trông thông-minh hơn
than her daughter.   con gái bà ấy.

e. *The weather is more pleasant*   Thời-tiết ở Dalat dễ chịu hơn là ở Sai-
in Dalat than in Saigon.   gon.

Trong Câu 43, tiếng *more* lại đứng trước danh-từ : *more* + ... + *than* có nghĩa là 'nhều... hơn'. Danh-từ không đếm được thì để nguyên, chứ danh-từ mà đếm được thì nhớ phải dùng thể số nhiều :

I have	MORE	homework	THAN	you.
He eats	MORE	rice	THAN	I
We have	MORE	holidays	THAN	they.

Thêm thí-dụ :

a. *This year we study more*   Năm nay chúng em học nhiều sử hơn
history than English.   Anh-ngữ.

b. *We have more holidays than*   Chúng em có nhiều ngày nghỉ hơn các
they.   anh ấy.

c. *I have more homework than*   Tôi có nhiều bài làm hơn anh.
you.

d. *Our school has more teachers*   Trường chúng em có nhiều cô (thày) giáo
than that school.   hơn trường ấy.

372

e. *He eats more rice than I.*   Anh ấy ăn nhiều cơm hơn tôi.

23.3. **So-sánh tuyệt-đối :** <u>the longest lesson,</u> <u>the most important</u> <u>city.</u>

24.   *This ruler is <u>the longest</u> of the three.*   Cái thước kẻ này dài nhất trong ba cái.

25.   *That ruler is <u>the shortest</u> of the three.*   Cái thước kẻ ấy ngắn nhất trong ba cái.

26.   *Quý is <u>the tallest</u> of the three boys.*   Quý là người cao nhất trong ba cậu.

27.   *Hùng is <u>the shortest</u> of all.*   Hùng là người lùn nhất.

28.   *Hiền is <u>the oldest</u> of the boys.*   Hiền là người nhiều tuổi nhất trong số các cậu ấy.

29.   *Bình is <u>the youngest</u> of them.*   Bình là người ít tuổi nhất trong số họ.

36.   *Saigon is <u>the largest</u> city in Vietnam.*   Sàigon là thành-phố lớn nhất Việt-Nam.

40.   *It's the <u>most important</u> city in Vietnam.*   Nó là thành-phố quan-trọng nhất Việt-Nam.

Muốn nói 'dài nhất', 'ngắn nhất', v.v..., Anh-ngữ dùng mạo-từ định *the*, rồi đến tĩnh-từ có tiếp-vĩ-ngữ /-əst/ *-est*. Đó là trường-hợp những tĩnh-từ có một hay hai vần, mà lúc so-sánh ta dùng tiếp-vĩ-ngữ /-ər/ *-er* (Bài 21, Văn-phạm, Điểm 21. 1).

Còn nếu tĩnh-từ có ba vần trở lên và thể so-sánh dùng *more... than* (Bài 23, Văn-phạm, Điểm 23.2), thì chỉ việc thêm *the most* đằng trước.

the		LONG	-est	of the three.
the		SHORT	-est	of all.
the		LARGE *	-est	city in Vietnam.
the		OLD	-est	of the boys.
the	most	IMPORTANT		city in Vietnam.
the	most	INTERESTING		lesson in the book.

23.4. Đại-danh-từ sở-hữu.

18. *This is his book.*   Đây là sách của anh ấy.

19. *It's his.*   Nó là sách của anh ấy.

Tiếng *his* /hiz/ trong câu 18 là hình-dung-từ sở-hữu, còn tiếng *his* /hiz/ trong câu 19 là đại-danh-từ sở-hữu. Sau đây là hai cột đối-chiếu hai từ-loại đó :

my (house)	/máy/	mine	/máyn/
your (house)	/yúr/	yours	/yúᵉrz/
his (house)	/híz/	his	/híz/
her (house)	/hə́r/	hers	/hə́rz/
our (house)	/áwər/	ours	/áwərz/
your (house)	/yúr/	yours	/yúrz/
their (house)	/ðέr/	theirs	/ðέrz/

Trừ tiếng *his*, mà hai thể giống nhau, và tiếng *my* /may/ đọc thêm /-n/ để thành ra *mine* /mayn/ những hình-dung-từ kia muốn đổi thành đại-danh-từ chỉ cần thêm /-z/ đằng sau (viết - *s*).

★ Chữ *e* ở cuối tiếng *large* /lárj/ thật ra không đọc, và thể so-sánh tuyệt-đối của *large* viết *largest*.

D. EXERCISES   BÀI TẬP

1. Dùng đại-danh-từ sở-hữu theo thí-dụ :

This is my book.   THIS BOOK IS MINE.
That is his notebook.   THAT NOTEBOOK IS HIS.

   1   *This is his ruler.*
   2   *That is my pencil.*
   3   *This is my pen.*
   4   *Those are our desks.*
   5   *That is my coffee.*
   6   *This is your cup of tea.*
   7   *This is her eraser.*
   8   *That is their bookcase.*
   9   *Those are their shoes.*
  10   *These are our hats.*
  11   *That is my shirt.*
  12   *This is my ink.*
  13   *That is his chair.*
  14   *Those are their fountain pens.*
  15   *These are your maps.*
  16   *That is her fan.*
  17   *This is our ice cream.*
  18   *Those are our lamps.*
  19   *This is his necktie.*
  20   *This is our picture.*
  21   *These are our pictures.*
  22   *Those are your towels.*

23   *This is my bicycle.*

24   *These are my notebooks.*

25   *Those are her flowers.*

2. Học-sinh A nói một câu so-sánh. Học-sinh B nhắc lại câu đó, nhưng dùng đại-danh-từ sở-hữu thay cho danh-từ gạch dưới. Thí-dụ :

My father is older than your father.   MINE IS OLDER THAN YOURS.

His book is thicker than your book.   HIS IS THICKER THAN YOURS.

1   *My brother is shorter than your brother.*

2   *Her pencil is longer than my pencil.*

3   *My hat is older than his hat.*

4   *Your lesson is longer than my lesson.*

5   *Our room is cleaner than their room.*

6   *My sister is taller than her sister.*

7   *My brother's pen is better than your pen.*

8   *His uncle is fatter than my uncle.*

9   *Our classroom is larger than his classroom.*

10   *Their floor is cleaner than our floor.*

3. Đặt câu theo thí-dụ, dùng đại-danh-từ sở-hữu người ta cho :

The thin book is mine. (thick, you) THE THICK ONE IS YOURS.

1   *The red flowers are mine (yellow, she)*

2   *The blue notebook is his. (green, she)*

3   *The long address is his (short, I)*

4   *The wall calendar is ours. (desk, they)*

5   The big chair is yours. (small, I)

6   The white chalk is yours. (yellow, he)

7   The blue coat is yours. (grey, I)

8   The black chopsticks are mine. (white, you)

9   The black dog is theirs. (yellow, we)

10   The yellow dress is mine. (red, she)

11   The small glass is his. (large, you)

12   The big hats are ours. (small, they)

13   The large house is mine. (small, he)

14   The green lamp is his. (white, she)

15   The glasses are yours. (cups, we)

16   The green mangoes are theirs. (ripe, we)

17   The blue necktie is yours. (red, I)

18   The Vietnamese newspaper is hers. (English, he)

19   The red pencil is mine (blue, you)

20   The tall teacher is his. (short, we)

4.   Đặt những câu so-sánh theo thí-dụ :

I, tall, Tám   I'M AS TALL AS TÁM

1   The table, long, the blackboard

2   Loan, tall, Tuyết

3   Your book, expensive, my book

4   His book, cheap, her book

5   His ruler, long, my ruler

6   Quý, tall, Hùng

7   Hiền, old, my brother

8   This table, narrow, that one

9 *My desk, big, his desk*

10 *She, fat, he*

11 *My book, large, this one*

12 *My friend, short, I*

13 *This eraser, small, that one*

14 *This paper, thick, that one*

15 *His uncle, thin (gầy, ốm), he*

16 *Rice, good, bread*

17 *I, sleepy, you*

18 *The boy at the left, intelligent, the boy at the right*

19 *This book, new, that book over there*

20 *This orange, sour, a lemon*

5. Đặt những câu so-sánh theo thí-dụ :

I, tall, Tám　　　　　　　　　I'M NOT AS TALL AS TÁM

　　　　　　　　　　　　　　　I'M NOT SO TALL AS TÁM

1 *The blackboard, long, the table*

2 *Tuyết, tall, Loan*

3 *My book, expensive, your book*

4 *Her book, cheap, his book*

5 *My ruler, long, his ruler*

6 *Hùng, tall, Quý*

7 *My brother, old, Hiền*

8 *This desk, narrow, that one*

9 *My school, big, his school*

10 *She, fat, he*

11 *My friend, short, I*

12 *This eraser, small, that one*

13 *This book, thick, that dictionary*

14 *His uncle, thin, (gầy, ốm), he*

15 *Bread, good, rice*

16 *I, sleepy, you*

17 *He, tired, the*

18 *He, intelligent, the other boy*

19 *My book, new, yours*

20 *This banana, sweet, that one.*

6. Đặt những câu so sánh theo thí-dụ :

My book, expensive, yours   MY BOOK IS MORE EXPENSIVE THAN YOURS.

1 *This book, interesting, that one.*

2 *I, afraid, he*

3 *The book, important, a notebook*

4 *Ice cream, declious, fruit*

5 *That boy, intetligent, this boy*

6 *The weather in Dalat, pleasant, the weather in Saigon*

7 *He (look), intelligent, his brother*

8 *This story, interesting, the story on Page 16*

9 *Our principal, famous, theirs*

7. Đọc lại những thể so sánh sau đây :

'dài'	*long*	*longer*	*longest*
'ngắn'	*short*	*shorter*	*shortest*
'cao'	*tall*	*taller*	*tallest*

'lùn'	short	shorter	shortest
'dày'	thick	thicker	thickest
'mỏng'	thin	thinner	thinnest
'lớn'	large	larger	largest
'to'	big	bigger	biggest
'nhỏ'	small	smaller	smallest
'lạnh'	cold	colder	coldest
'nóng'	warm	warmer	warmest
'khó'	hard	harder	hardest
'dễ'	easy	easier	easiest
'sạch'	clean	cleaner	cleanest
'bẩn'	dirty	dirtier	dirtiest
'đầy'	full	fuller	fullest
'rỗng'	empty	emptier	emptiest
'già'	old	older	oldest
'trẻ'	young	younger	youngest
'cũ'	old	older	oldest
'mới'	new	newer	newest
'béo'	fat	fatter	fattest
'gầy'	thin	thinner	thinnest

E. DICTATION   CHÍNH TẢ

1. *Are you as old as your friend?*
2. *No, I'm not so old as he. I'm younger than he.*
3. *Is Loan as tall as Tuyết?*

4. *Yes. she is.*

5. *My book is not so expensive as yours. It's not so new either.*

6. *This book has the most interesting stories.*

7. *July 14 is an important date in French history.*

8. *The blue books are mine, the yellow ones are hers.*

9. *Your notebooks are over there, his are right here.*

10. *Their hats are here, but I don't see ours.*

11. *Yours is the shortest ruler of the three.*

12. *Saigon is the largest city in Vietnam.*

13. *It has the tallest buildings and the widest streets.*

14. *Saigon is the most important city in Vietnam.*

15. *It has more people than any other city in the country.*

F. VOCABULARY   NGỮ-VỰNG

as ... as	/æz ... æz/	bằng
cheap	/číyp/	rẻ
city	/sítiy/	thành phố
country	/kántriy/	nước
date	/déyt/	ngày
hers	/hárz/	của cô ấy
his	/híz/	của anh ấy
important	/impórtənt/	quan-trọng
its	/íts/	của nó
the largest	/ðə lárjəst/	cái lớn nhất
the longest	/ðə lóŋgəst/	cái dài nhất

381

mine	/máyn/	của tôi
more	/mɔ́r/	nhiều hơn
most	/mówst/	nhiều nhất
narrow	/nǽrow/	hẹp
the narrowest	/ðə nǽrowəst/	cái hẹp nhất
the oldest	/ðiy ówldəst/	người nhiều tuổi nhất
ours	/áwrz/	của chúng tôi
the shortest	/ðə šɔ́rtest/	cái ngắn nhất
story	/stɔ́riy/	truyện
the tallest	/ðə tɔ́ləst/	người cao nhất
theirs	/ðɛ́rz/	của họ
wide	/wáyd/	rộng
the widest	/ðə wáydəst/	cái rộng nhất
the youngest	/ðə yə́ŋgəst/	người ít tuổi nhất
yours	/yúrz/	của ông

UNIT TWENTY-FOUR
BÀI HAI MU'O'I BON **24**

Derivation
Cách tiếp-lạo

A. BASIC SENTENCES	NHỨNG CÂU CĂN-BẢN
1. Did you visit Mr. Huyền yesterday?	Hôm qua các em có đến thăm ông Huyền không ?
2. Yes, we did.	Dạ có.
3. Did he show you his house?	Ông ấy có chỉ cho các em coi cái nhà của ông ấy không ?
4. Yes, he showed us his house.	Dạ có. Ông ấy có chỉ cho chúng em xem nhà.
proud	hãnh-diện
proudly	một cách hãnh-diện
5. He proudly showed his house to us.	Ông ấy cho chúng em xem nhà một cách hãnh-diện.
6. Is it a nice house?	Nhà đó có đẹp không ?
7. Yes, it is.	Dạ, đẹp.
8. It has a big yard.	Nó có một cái sân lớn
9. There are a lot of flowers in the garden.	Trong vườn có nhiều hoa.
town	tỉnh

383

10. *It must be the biggest house in town.*

Chắc nhà đó phải là cái nhà lớn nhất trong tỉnh.

11. *It has a living room, a dining room and a kitchen.*

Nó có một phòng khách, một phòng ăn và một cái bếp.

altogether

tất cả

12. *There are altogether three bedrooms and two bathrooms.*

Tất cả có ba phòng ngủ và hai phòng tấm.

first

trước hết

13. *Mrs. Huyền showed us the kitchen first.*

Trước hết bà Huyền cho chúng em coi cái nhà bếp.

14. *Their cook works there.*

Người bếp của ông bà ấy làm việc ở đó

15. *He cooks their meals for them.*

Người bếp nấu cơm cho ông bà ấy.

refrigerator

tủ đá, tủ lạnh

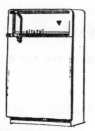

A REFRIGERATOR

A KEROSENE STOVE

16. *There was a refrigerator in the kitchen.*

Trong bếp có một cái tủ đá.

to keep

giữ

384

17. *They keep their* *food* *in it.*   Họ để thức ăn trong đó.
    stove   lò

18. *There was a* *stove* *in the*   Trong bếp cũng có một cái lò.
    kitchen, *too.*
    kerosene   dầu tây, dầu hỏi

19. *The* *stove* *uses kerosene.*   Lò đó dùng dầu tây.
    electricity   điện

20. *But the refrigerator uses*   Nhưng cái tủ lạnh thì lại dùng điện.
    electricity.
    charcoal   than tàu

A CHARCOAL STOVE

21. *My* *mother's* *stove* *uses*   Bếp lò của má em dùng than tàu.
    charcoal.
    sink   chậu rửa bát

22. *There was a* *sink* *in the*   Trong bếp còn có một cái chậu rửa bát
    kitchen, *too.*   nữa.
    dish   đĩa, dĩa

385

23. *That's where the cook washes*   Đó là nơi người bếp rửa chén dĩa.
    dishes.

     telephone   máy điện-thoại

     hall   hành-lang

24. *I saw a telephone in the hall.*   Tôi có thấy một máy điện-thoại ở hành-lang.

     radio   máy thu-thanh

     phonograph   máy hát, kèn hát

A TELEPHONE   A RADIO

25. *I saw a radio and a phono-*   Tôi thấy một cái máy thu-thanh và một
    graph in the living room.   cái máy hát trong phòng khách.

26. *What's a phonograph ?*   Máy hát là cái gì ?

     record   đĩa hát

27. *It plays records.*   Nó quay đĩa hát.

A RECORD PLAYER

     record player   máy quay đĩa hát

28. *That's why some people*   Vì thế cho nên có người gọi nó **là máy**

call it a record player.	quay đĩa hát.
29. There were a lot of pictures of Mr. Huyền's family.	Có nhiều hình gia-đình ông Huyền.
photograph	ảnh, hình
wedding	đám cưới
30. The photograph on the table at the corner showed Mr. Huyền's wedding.	Tấm ảnh trên bàn ở góc cho thấy đám cưới ông Huyền.
painting	bức họa
31. There were some paintings of Vietnam.	Có một vài bức họa về Việt-Nam.
32. Each of their sons has a room.	Con trai ông bà ấy, mỗi cậu có một phòng riêng.
toy	đồ chơi.
33. There were a lot of toys in their rooms.	Trong phòng các cậu có nhiều đồ chơi.

A LITTLE DOLL

doll	búp bê
34. And the girls have so many dolls.	Còn các cô thì có bao nhiêu búp-bê !
35. Is your house as big as Mr. Huyền's ?	Nhà em có lớn bằng nhà ông Huyền không ?

387

36. No, ours is not so big as his.

Không, nhà em không lớn bằng nhà ông ấy.

the smallest

cái nhà bé nhất

37. It's the smallest in town.

Nhà em bé nhất tỉnh.

quite

rất

comfortable

dễ chịu, ấm cúng

38. But it's quite comfortable.

Nhưng cũng rất ấm cúng.

to grow up

lớn lên

39. When I grow up I'm going to build my own house.

Khi nào em lớn lên, em sẽ xây lấy một ngôi nhà riêng.

architect

kiến-trúc-sư

contractor

nhà thầu

bricklayer

thợ nề, thợ hồ

carpenter

thợ mộc

40. I'll be my own architect, my own contractor, my own bricklayer, and my own carpenter.

Em sẽ làm kiến-trúc-sư lấy, làm nhà thầu lấy, làm thợ nề lấy, và làm thợ mộc lấy.

41. Good for you !

Thế thì hay lắm !

42. You'll be your own gardener.

Em sẽ làm vườn lấy.

painter

thợ sơn

43. And you'll be your own painter, too.

Và em sẽ sơn nhà lấy nữa.

B. PRONUNCIATION.

PHÁT-ÂM

1. Tử-âm /p/ ở đầu một vần có nhấn mạnh và tử-âm /p/ ở sau /s/.

/p-/ [pʰ]   /sp-/ [p=]

pin   /pín/   spin   /spín/

pill	/píl/	*spilu*	/spíl/
pit	/pít/	spit	/spít/
pan	/péen/	span	/spéen/
pool	/púwl/	spool	/spúwl/
pot	/pót, pát/	spot	/spót, spát/
pun	/pớn/	spun	/spɔ́n/
pie	/páy/	spy	/spáy/

2. Tử-âm /t/ ở đầu một vần có nhấn mạnh và tử-âm /t/ ở sau /s/

/t-/ [tʰ] giống *th-* | | /st-/ [t⁼] giống *t-* |

tool	/túwl/	stool	/stúwl/
tone	/tówn/	stone	/stówn/
tie	/táy/	sly	/stáy/
team	/tíym/	steam	/stíym/
tub	/tɔ́b/	stub	/stɔ́b/
top	/tɔ́p, táp/	stop	/stɔ́p, stáp/

3. Tử-âm /k/ ở đầu một vần có nhấn mạnh và tử-âm /k/ ở sau /s/.

/k-/ [kʰ] | | /sk-/ [k⁼] |

kin	/kín/	skin	/skín/
kale	/kéyl/	scale	/skéyl/
can	/kǽn/	scan	/skǽn/
cool	/kúwl/	school	/skúwl/
cold	/kówld/	scold	/skówld/
core	/kɔ́r/	score	/skɔ́r/
cull	/kɔ́l/	skull	/skɔ́l/

4. Phân-biệt những tiếng có /h-/ và không có /h-/ :

eel	/íyl/	heel. heal	/hívl/
ill	/íl/	hill	/híl/
ate	/éyt/	hate	/hévt/
"m"	/ɛ́m/	hem	/hɛ́m/
am	/ǽm/	ham	/hǽm/
old	/ówld/	hold	/hówld/
ohm	/ówm/	home	/hówm/
ought	/ɔ́t/	hot	/hɔ́t/
odd	/ɔ́d, ád/	hod	/hɔ́d, hád/
I	/áy/	high, hi	/hɑ́y/
at	/ǽt/	hat	/hǽt/
is	/íz/	his	/híz/
and	/ǽnd/	hand	/hǽnd/
all, awl	/ɔ́l/	hall	/hɔ́l/
air, heir	/ɛ́r/	hair, hare	/hɛ́r/

5 Phân-biệt tử-âm /s/ và tử-âm /θ/

saw	/sɔ́/	thaw	/θɔ́/
sing	/síŋ/	thing	/θíŋ/
looser	/lúwsər/	Luther	/lúwθər/
miss	/mís/	myth	/míθ/
worse	/wɔ́rs/	worth	/wɔ́rθ/
use	/yúws/	youth	/yúwθ/

6. Phân-biệt tử-âm /θ/ và tử-âm /f/

three	/θríy/	free	/fríy/

threat	/θrét/	fret	/frét/
thin	/θín/	fin	/fín/
thresh	/θrέš/	fresh	/frέš/
throw	/θrów/	fro	/frów/
lath	/lǽθ/	laugh	/lǽf/
death	/dέθ/	deaf	/dέf/
loath	/lówθ/	loaf	/lówf/

C. GRAMMAR   VĂN-PHẠM

24. 1. Cách tiếp-tạo trong Anh-ngữ (tiếp theo) : proud > proudly

He was proud of his house.   Ông ấy hãnh-diện về cái nhà của ông ấy.

5. *He proudly showed his house to us.*   Ông ấy cho chúng em xem nhà một cách hãnh-diện.

Anh-ngữ có một lối đặt ra tiếng mới bằng cách ghép một tiếp-ngữ vào đằng trước hay đằng sau một cán-ngữ (cái thân): lối này được gọi là lối tiếp-tạo (derivation). Trong Bài 17 ta đã thấy tiếp-vĩ-ngữ -y dùng để đổi một danh-từ (như *rain*) thành hình-dung-từ (như *rainy*). Trong bài này, tiếp-vĩ-ngữ (cái đuôi) /-liy/ -ly, thường được dùng để đổi một hình-dung-từ hay tĩnh-từ thành một trạng-từ. Tiếp-vĩ-ngữ -ly không bao giờ nhấn cả.

Sau đây là những tĩnh-từ chúng ta đã (hay chưa) học và những trạng-từ chúng ta đã gặp (hay có thể tạo-thành theo lối nói trên) :

Tĩnh-từ		Trạng-từ			
proud	(Bài 24) >	proudly	(Bài 24)	/práwd/	/práwdliy/
busy	(Bài 8) >	busyly		/bíziy/	/bíziliy/
cold	(Bài 17) >	coldly		/kówld/	/kówldliy/
clever	(Bài 21) >	cleverly		/klέvər/	/klέvərliy/

391

certain		>	*certainly*	(Bài 14)	/sə́rtən/	/sə́rtənliy/
easy	(Bài 8)	>	*easily*		/íyziy/	/íyziliy/
special		>	*specially*	(Bài 8)	/spéšəl/	/spéšəliy/
exact		>	*exactly*	(Bài 12)	/i zǽkt/	/igzǽktliy/
expensive	(Bài 19)	>	*expensively*		/ɛkspénsɪv/	/ɛkspénsivliy/
fine	(Bài 1)	>	*finely*		/fáyn/	/fáynliy/
fond	(Bài 19)	>	*fondly*		/fánd, fɔ́nd/	/fándliy, fɔ́ndliy/
full	(Bài 10)	>	*fully*		/fúl/	/fúliy/
general		>	*generally*	(Bài 7)	/jɛ́nərəl/	/jɛ́nərəliy/
happy	(Bài 8)	>	*happily*		/hǽpiy/	/hǽpiliy/
hot	(Bài 17)	>	*hotly*		/hát, hɔ́t/	/hátliy, hɔ́tliy/
interesting	(Bài 8)	>	*interestingly*		/íntərɛstɪŋ/	/íntərɛstɪŋliy/
large	(Bài 9)	>	*largely*		/lárj/	/lárjliy/
late	(Bài 16)	>	*lately*		/léyt/	/léytliy/
narrow	(Bài 23)	>	*narrowly*		/nǽrow/	/nǽrowliy/
near	(Bài 20)	>	*nearly*		/níər/	/níərliy/
new	(Bài 7)	>	*newly*		/n(y)úw/	/n(y)úwliy/
nice	(Bài 8)	>	*nicely*		/náys/	/náysliy/
pleasant	(Bài 17)	>	*pleasantly*		/plɛ́zənt/	/plɛ́zəntliy/
pretty	(Bài 21)	>	*prettily*		/pr tiy/	/prítiliy/
probable		>	*probably*	(Bài 18)	/prábəbəl/	/prábəbəbliy/
right	(Bài 6)	>	*rightly*		/ráyt/	/ráytliy/
ready	(Bài 18)	>	*readily*		/rédiy/	/rédiliy/
serious	(Bài 14)	>	*seriously*		/síriəs/	/síriəsliy/
short	(Bài 9)	>	*shortly*		/šɔ́rt/	/šɔ́rtliy/
sleepy	(Bài 8)	>	*sleepily*		/slíypiy/	/slíypiliy/
usual		>	*usually*	(Bài 7)	/yúwzuəl/	/yúwzuəliy/

warm	(Bài 17)	>	*warmly*	/wɔ́rm/	/wɔ́rmliy/
wide	(Bài 23)	>	*widely*	/wáyd/	/wáydliy/
wonderful	(Bài 9)	>	*wonderfully*	/wə́ndərfəl/	/wə́ndərfəliy/

24. 2. Cách tiếp-tạo trong Anh-ngữ (tiếp theo) : to paint > painter

Một tiếp-vĩ-ngữ thường được dùng để chỉ 'người (hay máy) làm việc gì' là tiếp-vĩ-ngữ /-ər/, viết *-er*, *-or* hay *-ar*. Nó đổi một động-từ (như *teach*, *paint*, *contract*, v.v...) thành một danh-từ (như *teacher*, *painter*, *contractor*, v.v.).

Cần phân-biệt tiếp-vĩ-ngữ tiếp-tạo này (/-ər/ đằng sau động-từ) với tiếp-vĩ-ngữ chuyển-hóa /-ər/ đằng đuôi một tĩnh-từ, như *long longer*, *short shorter*, v.v.

Thí-dụ :

painter	'thợ sơn, họa-sĩ'	<	*to paint*
contractor	'nhà thầu'	<	*to contra t*
beginner	'người bắt đầu'	<	*to begin* (Bài 12)
borrower	'người mượn'	<	*to borrow* (Bài 5)
farmer	'nhà nông' (Bài 22)	<	*to farm*
gardener	'người làm vườn' (Bài 22)	<	*to garden*
giver	'người cho'	<	*to give* (Bài 3)
helper	'người giúp việc'	<	*to help* (Bài 22)
lender	'người cho mượn'	<	*to lend* (Bài 5)
listener	'người nghe'	<	*to listen* (Bài 6)
maker	'người làm'	<	*to make* (Bài 9)
smoker	'người hút thuốc'	<	*to smoke* (Bài 5)
speaker	'diễn-giả'	<	*to speak* (Bài 4)
swimmer	'người bơi'	<	*to swim* (Bài 17)

teacher	˙giáo-sư' (Bài 1)	<	*to teach*	
translator	'người dịch'	<	*to translate* (Bài 16)	
traveler	'du-khách'	<	*to travel* (Bài 13)	
visitor	'khách'	<	*to visit* (Bài 22)	
waiter	'người hầu bàn' (Bài 19)	<	*to wait*	
worker	'người thợ'	<	*to work* (Bài 8)	
writer	'người viết văn'	<	*to write* (Bài 4,5)	

24. 3.   Cách tiếp tạo trong Anh-ngữ (tiếp theo) : to paint > painting.

Tiếng *painting* (bức họa) là động-từ gốc *to paint* 've (tranh)' đằng sau có **cái** đuôi *-ing,* là tiếp-vĩ-ngữ tiếp-tạo.

Painting này là danh-từ đếm được : người ta có thể nói *one painting, two paintings, many paintings.* Đừng lầm với *painting* là thể *-ing* của động-từ *to paint* (*I am painting now, He was painting yesterday*) và có thể dùng làm danh-từ không đếm được *I like painting* Tôi thích sơn, tôi thích vẽ).

24. 4.   Cách tiếp-tạo trong Anh-ngữ (tiếp theo) : brick + lay + er.

Lại còn một lối tiếp-tạo nữa; dùng một danh-từ, một động-từ, rồi tiếp-vĩ-ngữ *-er* để tạo một danh-từ phức-hợp (kép).

brick	+	lay	- *er*	'người xếp gạch, — thợ nề'
record	+	play	- *er*	'máy chơi dĩa, — máy hát'

Thêm thí-dụ :

doorkeeper	'người gác cửa'
shoemaker	'thợ đóng giầy'
typewriter	'máy (viết) chữ' (Bài 7)
watchmaker	'thợ làm đồng-hồ'

24.5 Túc-từ gián-tiếp và túc-từ trực-tiếp (Tiếp theo Bài 5, Văn-phạm 5.I)

4. *He showed us his house.*	Ông ấy dẫn chúng em xem nhà ông ấy.
5. *He proudly showed his house to us.*	Ông ấy cho chúng em xem nhà một cách hãnh-diện.

Trong câu 4, tiếng *us* (là túc-từ gián-tiếp) đến trước *his house* (là túc-từ trực-tiếp). Lối này thông-dụng hơn là để túc-từ trực-tiếp lên trước, rồi một giới-từ *(to)*. rồi mới đến túc-từ gián-tiếp, như trong Câu 5.

He	showed	us	his	house.	
He	showed		his	house	to us.
	Show	him	your	house.	
	Show		your	house	to him.

Thêm thí-dụ :

a. Show me your book.	Cho tôi xem sách của em.
b. Bring me a map, please.	Xin đem cho tôi một bản đồ.
c. Please give me a blue pencil.	Làm ơn cho tôi một cái bút chì xanh.
d. Please pass me the sugar.	Làm ơn đưa cho tôi lọ đường.

21. 6. Câu hỏi trực-tiếp và câu hỏi gián-tiếp.

23. *That's where the cook washes dishes.*	Đó là chỗ người bếp rửa chén bát.
28. *That's why some people call it a record player.*	Đó là lý-do tại sao có người gọi nó là máy chạy dĩa hát.

Trong hai câu 23 và 28 trong bài này, phần gạch dưới không phải là câu hỏi trực-tiếp ('Ở đâu ?' hoặc 'Tại sao ?') nên ta không thấy trợ-động-từ *do*. So sánh :

	Where	does	the cook	wash	dishes ?
That's	where		the cook	washes	dishes ?

	Why	do	some people	like	it ?
That's	why		some people	like	it.

Thêm thí-dụ (chỉ những câu hỏi có đánh dấu hoa thị mới có ngữ-điệu 233) :

a. What time is it ?

Mấy giờ rồi ?

Do you know what time is it ? ★

Anh có biết mấy giờ rồi không ?

I know what time it is.

Tôi biết mấy giờ rồi.

I don't know what time it is.

Tôi không biết mấy giờ rồi.

b. Where is the cook ?

Người bếp đâu ?

Do you know where the cook is ? ·

Anh có biết người bếp đâu không ?

I know where the cook is.

Tôi biết người bếp ở đâu rồi.

I don't know where the cook is.

Tôi không biết người bếp ở đâu cả.

c. When does he go to work ?

Bao giờ ông ấy đi làm ?

Do you know when he goes to work ? ★

Các anh có biết bao giờ ông ấy đi làm không ?

We know when he goes to work.

Chúng tôi biết bao giờ ông ấy đi làm.

We don't know when he goes to work.

Chúng tôi không biết bao giờ ông ấy đi làm.

d. *Why does she stay home?*   Tại sao cô ấy lại ở nhà?

Does he know <u>why she stays</u>   Ông ấy có biết tại sao cô ấy ở nhà

<u>*home?*</u> ★   không?

He knows <u>why she stays</u>   Ông ấy biết tại sao cô ấy ở nhà.

<u>*home.*</u>

He doesn't know <u>why she stays</u>   Ông ấy không biết tại sao cô ấy ở nhà.

<u>*home.*</u>

D. EXERCISES   BÀI TẬP

1. Giáo-sư đọc một động-từ, học-sinh phải đọc liền danh-từ tiếp-tạo từ động-từ ấy bằng cách thêm tiếp-vĩ-ngữ /ər/ không nhấn.

     to paint   PAINTER

     to work   WORKER

     to contract   CONTRACTOR

1	*to borrow*	10	*to swim*
2	*to garden*	11	*to teacher*
3	*to give*	12	*to translate*
4	*to help*	13	*to travel*
5	*to lend*	14	*to visit*
6	*to listen*	15	*to wait*
7	*to make*	16	*to work*
8	*to smoke*	17	*to write*
9	*to speak*		

2. Đặt những câu hỏi hay xin sau đây. Thí-dụ:

Give me a pen, please   GIVE ME A PEN, PLEASE.

show   <u>SHOW</u> ME A PEN, PLEASE.

a fountain pen	SHOW ME A FOUNTAIN PEN, PLEASE.
some ink	SHOW ME SOME INK, PLEASE.
him	SHOW HIM SOME INK, PLEASE.

1	*her*	14	*them*	27	*a question*
2	*a papaya*	15	*the milk*	28	*ask*
3	*a mango*	16	*the coffee*	29	*show*
4	*give*	17	*me*	30	*me*
5	*me*	18	*pass*	31	*a school*
6	*him*	19	*the chalk*	32	*draw*
7	*a mangosteen*	20	*a blue pencil*	33	*a dog*
8	*pass*	21	*a red pencil*	34	*a cat*
9	*the mangosteens*	22	*give*	35	*an eraser*
10	*me*	23	*show*	36	*give*
11	*the sugar*	24	*her*	37	*pass*
12	*give*	25	*him*	38	*a map*
13	*us*	26	*a buffalo*	39	*a glass of water*
				40	*a cup of tea*

3. Đặt ba câu có vẫn-từ *who* theo thí-dụ :

Who is his neighbor ?   — DO YOU KNOW WHO HIS NEIGHBOR IS ?
  — I DON'T KNOW WHO HIS NEIGHBOR IS.
  — I KNOW WHO HIS NEIGHBOR IS.

Who is afraid ?   — DO YOU KNOW WHO IS AFRAID ?
  — I DON'T KNOW WHO IS AFRAID.
  — I KNOW WHO IS AFRAID.

1   *Who is her teacher ?*
2   *Who cooked this ?*
3   *Who is famous in math ?*

4 Who is a good gardener ?

5 Who is a good cook ?

6 Who is his grandfather ?

7 Who helped him last year ?

8 Who is hungry ?

9 Who likes ice cream ?

10 Who was in the kitchen ?

11 Who is that lady ?

12 Who was late yesterday ?

13 Who's coming next Sunday ?

14 Who is the oldest of them ?

15 Who is always on time ?

4. Đặt ba câu có vấn-từ *what* theo thí-dụ :

What is good for dessert ? — DO YOU KNOW WHAT IS GOOD FOR DESSERT ?

— I DON'T KNOW WHAT IS GOOD FOR DESSERT.

— HE KNOWS WHAT IS GOOD FOR DESSERT.

What time is it ? — DO YOU KNOW WHAT TIME IT IS ?

— I DON'T KNOW WHAT TIME IT IS.

— HE KNOWS WHAT TIME IT IS.

1 What does his brother do ?

2 What's her name ?

3 What's this ?

4 What's the English for 'măng cụt' ?

5 What color is the teacher's desk ?

6 What lesson do we have to copy today ?

7 What time do they eat breakfast ?

8 What food do they eat for breakfast ?

399

9 What time do they usually have lunch ?

10 What do they do after school ?

11 What does he drink with his meals ?

12 What time do we have to be in school ?

13 What kind of tea do they like ?

14 What time does school begin in your town ?

15 What time do we have to leave the house ?

5. Đặt ba câu có vấn-từ *where* theo thí-dụ :

Where is Ba ?
— DO YOU KNOW WHERE BA IS ?
— I DON'T KNOW WHERE BA IS.
— SHE KNOWS WHERE BA IS.

Where's the dictionary ?
— DO YOU KNOW WHERE THE DICTIONARY IS?
— I DON'T KNOW WHERE THE DICTIONARY IS.
— SHE KNOWS WHERE THE DICTIONARY IS.

1 Where's the teacher this morning ?

2 Where was the principal last week ?

3 Where are those girls from ?

4 Where is Gia-Long High school ?

5 Where does he go to school ?

6 Where does that boy work ?

7 Where do they go after the ceremony ?

8 Where's Toan's cousin?

9 Where is he studying this year ?

10 Where do we have to cross the street ?

11 Where did they stop ?

12 Where was he yesterday ?

13 Where can we play football ?

14 Where can they play basketball ?

15 Where can we get a good map of Vietnam ?

6. Đặt ba câu có vẫn-từ *when* theo thí-dụ :

When does the movie start ?   — DOES SHE <u>KNOW</u> <u>WHEN THE</u> <u>MOVIE STARTS ?</u>

                                — SHE DOESN'T KNOW <u>WHEN THE</u> <u>MOVIE STARTS.</u>

                                — THEY KNOW <u>WHEN</u> THE <u>MOVIE</u> <u>STARTS</u>

1 When does the train leave for Nhatrang ?

2 When is your uncle going to Tourane ?

3 When is the teacher coming ?

4 When is the architect arriving ?

5 When did he catch cold ?

6 When can the carpenter come ?

7 When do we eat dessert ?

8 When can we visit his farm ?

9 When does she have to go back ?

10 When does he come home ?

11 When will they leave Vietnam ?

12 When did he meet her parents ?

13 When did our teacher order his (hay her) book ?

14 When did the painter paint their house ?

15 When did the school bell ring ?

7. Đặt ba câu có vẫn-từ *how* theo thí-dụ :

How many people are here ?   — DOES HE KNOW <u>HOW MANY PEOPLE</u> <u>ARE HERE ?</u>

— HE DOESN'T KNOW **HOW MANY PEOPLE ARE HERE.**

— WE KNOW **HOW MANY PEOPLE ARE HERE.**

How long does it take to go to Hue ?

— DOES HE KNOW **HOW LONG IT TAKES TO GO TO HUE ?**

— HE DOESN'T KNOW **HOW LONG IT TAKES TO GO TO HUE.**

— WE KNOW **HOW LONG IT TAKES TO GO TO HUE.**

1 *How many chairs are there in this room ?*

2 *How many fans do they want ?*

3 *How many notebooks does each student have ?*

4 *How much is this dictionary ?*

5 *How does she spell her name ?*

6 *How old is the principal ?*

7 *How long is Lesson 25 ?*

8 *How tall is his father ?*

9 *How many glasses of milk does Ba drink everyday ?*

10 *How many hours do you stay in school each day ?*

11 *How do they like the book ?*

12 *How did she remember that story ?*

13 *How does his brother take care of it ?*

14 *How do they get to school ?*

15 *How did they paint that wall ?*

E. DICTATION

1. *Ba and his brother visited Mr. Huyền yesterday.*

2. *When they arrived Mr. Huyễn proudly showed them his house.*

3. *That's a very n ce house with a big yard.*

4. *There are a lot of flowers in the garden.*

5. *The house has a living room, a dining room, a kitchen, three bedrooms and two bathrooms.*

6. *The cook showed Ba a big refrigerator in the kitchen.*

7. *The refrigerator uses electricity.*

8. *It stands next to a kerosene stove.*

9. *The cook washes dishes in the sink.*

10. *Mr. Huyen has a radio and a phonograph in his living room.*

11. *The phonograph plays records.*

12. *That's why people call it a record-player.*

13. *I saw a photograph on the table at the corner of the room.*

14. *Each of their children has a room with a lot of toys and dolls.*

15. *Our house is small but comfortable.*

16. *I don't know when I'm going to build my own house.*

17. *Do you know what his telephone number is?*

18. *I am sorry, I don't.*

19. *I don't know what his telephone number is.*

20. *I only know his street address.*

F. VOCABULARY   NGỮ-VỰNG

altogether	/ɔltəgɛðər/	tất cả
architect	/árkitɛkt/	kiến-trúc–sư
bricklayer	/bríkleyər/	thợ nề, thợ hồ
carpenter	/kárpɛntər/	thợ mộc

403

charcoal	/čárkowl/	**than**
comfortable	/kə́mfərtəbəl/	dễ chịu, ấm cúng
contractor	/kəntrǽktər/	nhà thầu
dish	/díš/	đĩa, dĩa
doll	/dɔ́l, dál/	búp-bê
electricity	/ilɛktrísitiy/	điện
first	/fə́rst/	trước hết
to grow up	/tə grów ə́p/	lớn lên
hall	/hɔ́l/	hành-lang
to keep	/tə kíyp/	giữ
kerosene	/kɛ́rəsiyn/	dầu tây, dầu hôi
painter	/péyntər/	thợ sơn ; họa-sĩ
painting	/péyntiŋ/	bức họa
phonograph	/fównogræf/	máy hát, kèn hát
photograph	/fówtogræf/	ảnh, hình
proud	/práwd/	hãnh-diện
proudly	/práwdliy/	một cách hãnh-diện
quite	/kwáyt/	rất
radio	/réydiow/	máy thu thanh
record	/rɛ́kərd/	đĩa hát
record player	/rɛ́kərd plèyər/	máy quay đĩa hát
refrigerator	/rifríjəreytər/	tủ đá, tủ lạnh
sink	/sɪ́ŋk/	chậu rửa bát
stove	/stɔ́v/	lò
telephone	/tɛ́ləfown/	máy điện thoại
town	/táwn/	tỉnh
toy	/tɔ́y/	đồ chơi
wedding	/wɛ́diŋ/	đám cưới

Preterit and Present Perfect
Thì quá-khứ.

A. BASIC SENTENCES

NHỮNG CÂU CĂN-BẢN

known

[phân-từ của *to know*]

1. *How long have you known Lan ?*

Em biết Lan bao lâu rồi ?

2. *I've known him for three months.*

Em biết anh ấy đã ba tháng rồi.

been

[phân-từ của *to be*]

3. *He has been my classmate for three months.*

Anh ấy là bạn cùng lớp với em đã ba tháng.

4. *How long have you studied English ?*

Em học tiếng Anh đã bao lâu rồi ?

since

từ

last

trước, vừa qua

5. *I have studied English since last July.*

Em học tiếng Anh từ tháng 7 vừa qua.

6. *I have been studying English these past eight months.*

Em vẫn học tiếng Anh trong tám tháng nay.

ago

cách đây

7. *We started eight months ago.*

Chúng em bắt đầu cách đây tám tháng.

405

8. *We started in July.*   Chúng em bắt đầu hồi tháng 7.

9. *We have had eight months of English*   Chúng em đã có tám tháng Anh-ngữ.

     had   [phân-từ của *to have*]

     foreign   ngoại-quốc

     language   ngôn-ngữ, tiếng

10. *That's a nice foreign language.*   Anh-ngữ là một ngôn-ngữ hay lắm.

11. *You seem to like it a lot.*   Hình như em thích tiếng Anh lắm nhỉ

12. *Yes, I do.*   Dạ phải.

13. *I like it very much.*   Em thích tiếng Anh lắm.

     difficult   khó

14. *Is it difficult to learn?*   Học nó có khó không ?

15. *I beg your pardon.*   Dạ, xin lỗi, ông nói chi ?

16. *Do you find it hard to learn?*   Em có thấy nó khó học không ?

17. *Yes, it is very hard to learn.*   Dạ, có. Tiếng Anh khó học lắm.

     grammar   văn-phạm

18. *Its grammar is difficult.*   Văn-phạm của nó khó

     pronunciation   phát-âm, cách đọc

19. *And the pronunciation is even more difficult.*   Và cách đọc lại còn khó hơn nữa.

     page   trang

20. *Take page 18 of this book.*   Hãy lấy trang 18 trong sách này làm thí-dụ.

sound

21. *The th-sound is a very difficult one.*

âm

Âm *th* - là một âm rất khó.

to pronounce

22. *It's not easy to pronounce.*

đọc

Nó không dễ đọc.

to spend

spent

23. *Our teacher spent a lot of time on that sound*

tiêu mất

[quá-khứ của *to spend*]

Giáo-sư của chúng em mất nhiều thì giờ về âm ấy.

exercise

24 *Before the exercise, it sounded so hard.*

bài tập

Trước khi làm bài tập, nghe nó sao khó thế.

to drill

25. *Before our teacher drilled us, I didn' t know what to do.*

luyện - tập

Trước khi giáo-sư luyện-tập cho chúng em, em không biết phải làm gì.

practice

26. *But after some practice, the sound seemed easier.*

sự luyện-tập

Nhưng sau chút ít luyện-tập thì âm đó hình như dễ hơn trước.

to become

became

27. *It became easier to pronounce*

trở nên

[quá-khứ của *to become*]

Nó trở nên dễ đọc hơn.

become

28. *What looked difficult has become easy.*

[phân-từ của *to become*]

Một điều trước trông khó nay đã trở nên dễ-dàng.

407

29. *You're doing very well now.*
    kind

    Hiện giờ anh nói khá lắm rồi.

    tốt, tử-tế

30. *You're very kind. Thank you.*

    Ông có lòng tốt (ông khen). Em xin cám ơn.

31. *It's very kind of you*

    (Ông khen em như vậy) thật là tốt.

32. *I'm trying very hard*

    Em đang hết sức cố gắng.

33. *I want to be an English teacher when I grow up.*

    Khi lớn lên em muốn làm giáo-sư Anh-văn.

34. *That sounds wonderful !*

    Nghe hay tuyệt !

35. *I'm sure you'll make a good teacher*

    Tôi chắc em sẽ thành một giáo-sư giỏi

    to hope

    hi-vọng

36. *Thank you. I hope so.*

    Cám ơn ông. Em hi-vọng như thế.

37. *How about you ?*

    Thế còn em ?

38. *What are you going to be when you grow up ?*

    Lớn lên em sẽ làm gì ?

    to finish

    làm xong

39. *Me ? I want to be a doctor when I finish school.*

    Em ấy à ? Học xong em muốn thành bác-sĩ.

    who

    người ma

40. *Oh! Here's a girl who wants to become a doctor.*

    Á à ? Đây là một cô bé muốn thành bác-sĩ.

41. *Good for you !*

    Hay lắm !

    to pass

    đậu, đỗ

42. *But first I have to pass all my exams.*

    Nhưng trước hết, em còn phải đậu hết các bài thi.

408

43. *The English exam will be very hard.*   Bài thi Anh-văn sẽ rất khó.

    dictation   chính-tả

44. *We'll have to write a dictation.*   Chúng em sẽ phải viết một bài chính-tả.

    vocabulary   ngữ-vựng

45. *The vocabulary is important.*   Ngữ-vựng quan-trọng.

    told   ⌈quá-khứ của *to tell*⌉

    to memorize   học thuộc lòng

    basie   căn-bản

46. *But the teacher told us it is more important to memorize the basic sentences.*   Nhưng giáo-sư bảo chúng em học thuộc lòng những câu căn-bản còn quan-trọng hơn.

    to go on   tiếp-tục

47. *I want to go on to Grade 6*   Em muốn lên Lớp Đệ-lục

48. *I have six more years to go.*   Em còn phải học sáu năm nữa.

49. *Seven years of high school ?*   Những 7 năm trung-học kia à ?

    medical   về thuốc

    medical school   trường thuốc

50. *Yes. Then after that, seven years of medical school.*   Dạ, phải. Rồi sau đó lại 7 năm trường thuốc nữa.

    way   đường đi

51. *That's a long way.*   Con đường dài lắm.

    to wish   chúc

    luck   sự may mắn

52. *I wish you lots of luck.* Tôi chúc em nhiều may mắn.

53. *Good luck and good-bye to all.* Chúc tất cả các em may mắn và chào các em.

54. *See you next year* Sang năm gặp các em nhé !

B PRONUNCIATION

PHÁT-ÂM

1. Phân-biệt tử-âm /n/ và /l/ ở cuối tiếng.

pea	/píy/	peen	/píyn/	peel	/píyl/
tea	/tíy/	teen	/tíyn/	teal	/tíyl
key	/kíy/	keen	/kíyn/	keel	/kíyl/
« d »	/díy/	dean	/díyn/	deal	/díyl/
me	/míy/	mean	/míyn/	meal	/míyl/
we	/wíy/	wean	/wíyn/	weal	/wíyl/
see	/síy/	sean	/síyn/	seal	/síyl/
pay	/péy/	pain	/péyn/	pail	/péyl/
« k »	/kéy/	cane	/kéyn/	kale	/kéyl/
bay	/béy/	bane	/béyn/	bale	/béyl/
gay	/géy/	gain	/géyn/	gale	/géyl/
day	/déy/	Dane	/déyn/	dale	/déyl/
may	/méy/	main	/méyn/	mail	/méyl/
way	/wéy/	wane	/wéyn/	wail	/wéyl/
say	/séy/	sane	/séyn/	sale	/séyl/
pie	/páy/	pine	/páyn/	pile	/páyl/
my	/máy/	mine	/máyn/	mile	/máyl/
nigh	/náy/	nine	/náyn/	Nile	/náyl/

| « y » | /wáy/ | wine | /wáyn/ | wile | /wáyl/ |
| fie | /fáy/ | fine | /fáyn/ | file | /fáyl/ |

2. Phân-biệt /f/, /v/ và /w/ ở đầu tiếng.

fee	/fíy/	« v »	/víy/	we	/wíy/
fie	/fáy/	vie	/váy/	« y »	/wáy/
feign	/féyn/	vain	/véyn/	wane	/wéyn/
fine	/fáyn/	vine	/váyn/	wine	/wáyn/
feel	/fíyl/	veal	/víyl/	weal	/wíyl/
fail	/féyl/	vale	/véyl/	wail	/wéyl/
file	/fáyl/	vile	/váyl/	wile	/wáyl/

3. Khóm âm /nč/ ở cuối tiếng.

in	/ín/	inch	/ínč/
pin	/pín/	pinch	/pínč/
win	/wín/	winch	/wínč/
Ben	/bέn/	bench	/bέnč/
wren	/rέn/	wrench	/rέnč/
bun	/bə́n/	bunch	/bə́nč/
—	/lə́n/	lunch	/lə́nč/
Hun	/hə́n/	hunch	/hə́nč/

4. Khóm âm /ft/ ở cuối tiếng.

lift	/líft/	left	/lέft/	cuffed	/kə́ft/
gift	/gíft/	theft	/θέft/	stuffed	/stə́ft/
sift	/síft/	cleft	/klέft/	scuffed	/skə́ft/
rift	/ríft/	leafed	/líyft/	bluffed	/blə́ft/

411

shift	/šíft/	chafed	/čéyft/
drift	/dríft/	knifed	/náyft/
sniffed	/sníft/	puffed	/páft/
thrift	/θríft/	tuft	/táft/

5. Khóm âm /st/ ở cuối tiếng.

mist	/míst/	pest	/pést/	beast	/bíyst/
list	/líst/	nest	/nést/	least	/líyst/
fist	/físt/	lest	/lést/	priest	/príyst/
wrist	/ríst/	guest	/gést/		
grist	/gríst/	chest	/čést/		
twist	/twíst/	breast	/brést/		
		dressed	/drést/		

paste	/péyst/	iced	/áyst/	dust	/dást/
taste	/téyst/	diced	/dáyst/	must	/mást/
cased	/kéyst/	spiced	/spáyst/	bust	/bást/
based	/béyst/	sliced	/sláyst/	gust	/gást/
laced	/léyst/	Christ	/kráyst/	crust	/krást/
haste	/héyst/				
waste	/wéyst/				

6.

cat.

A cat.

A black cat.

A big black cat.

A very big black cat.

I see a very big black cat.

I always see a very big black cat.

I always see a very big black cat.

I always see a very big black cat sleeping.

I always see a very big black cat sleeping there.

I always see a very big black cat sleeping there in the morning.

C. GRAMMAR	**VĂN-PHẠM**

25.1. Thì present perfect.

7.	We *started* eight months *ago.*	Chúng em bắt đầu cách đây 8 tháng.
8.	We *started* in July.	Chúng em bắt đầu hồi tháng 7.
23.	Our teacher *spent* a lot of time on that sound.	Giáo-sư của chúng em mất nhiều thì giờ về âm ấy.
24.	Before the exercise it *sounded* so hard.	Trước khi làm bài tập nghe nó sao khó thế.
1.	How long *have* you *known* Lan ?	Em biết Lan bao lâu rồi ?
2.	I've *known* him for three months.	Em biết anh ấy đã ba tháng rồi.
3.	He *has been* my classmate for three months.	Anh ấy là bạn cùng lớp với em đã ba tháng.
4.	How long *have* you *studied* English ?	Em học tiếng Anh đã bao lâu rồi ?
5.	I *have studied* English since last July.	Em học tiếng Anh từ tháng 7.
9.	We *have had* eight months of English.	Chúng em đã có tám tháng Anh-ngữ.

Thì quá-khứ **preterit** được dùng khi việc xảy ra ở một điểm nào trong thời-gian đã qua : 'cách đây tám tháng' *eight months ago* (câu 7), 'hồi tháng 7' *in July* (câu 8), v.v. Câu loại này thường có tiếng *ago*.

Còn nếu việc bắt đầu trong quá-khứ và kéo dài cho đến ngày nay thì ta dùng thì quá-khứ **present perfect** gồm có *have* (hay *has*) và quá-khứ phân-từ của động-từ (Xem Bài 18). Câu loại sau này thường có tiếng *since* (từ hồi nào) và *for* (trong bao lâu) : 'đã ba tháng nay' *for three months* (câu 2 và 3), 'từ tháng 7 năm ngoái' *since last July* (câu 5).

We		started		eight months ago.
We		started		in July.
I	have	known	him	for three months.
He	has	been	my classmate	for three months.
I	have	studied	English	since last July.

« *We started in July* » nghĩa là « *eight months ago* »

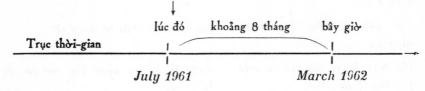

	lúc đó	khoảng 8 tháng	bây giờ
Trục thời-gian	July 1961		March 1962

→ *We have had eight months of English*

→ *I have studied English since last July*

Tính đến tháng 3, 1962 { Học tám tháng rồi và có thể còn học nữa.
{ Học từ tháng 7 năm ngoái và có thể còn học nữa.

Trong một câu hỏi bắt đầu bằng 'Bao lâu' *How long*, động-từ cũng được dùng trong thì **present perfect** (Câu 1, 4).

414

25. 2. Thì present perfect progressive.

Trước, ta đã học thì tiến-diễn hiện-tại (**present progressive** hay **present continuous**) dùng thể *-ing* của động-từ :

I am studying English now.   (Hiện) em đang học tiếng Anh.

Trong bài này, ta có câu :

6. *I have been studying English*   Em vẫn học tiếng Anh trong tám
    these past eight months.   tháng nay.

Thì **present perfect progressive**, dùng đến *have* + *been* + động-từ + *-ing*, cũng có công-dụng như thì *present perfect* (25.1).

I	have	been	waiting	for you	about 20 minutes.
He	has	been	sitting	in that chair	all morning.
Nam	has	been	working	on a farm	all summer.

Thí-dụ :

a   *She has been feeling better*   Mấy ngày rày bà ta đã thấy khỏe hơn
    these days.   trước.

b   *The boy has been sleeping*   Cậu bé vẫn ngủ suốt cả buổi chiều
    all afternoon.   nay.

Những động-từ như *like, know, believe, understand, prefer,* v.v... không bao giờ dùng thì tiến-diễn (hiện-tại, quá-khứ hay tương-lai) cả. Người ta không nói :

★ *He is (hay has been) liking tea.*

★ *They are (hay have been) knowing English.*

★ *I am believing that man.*

★ *He is understanding that lesson.*

★ *We are preferring coffee.*

[25. C]

25. 3.   Tĩnh-từ + động-từ.

14.	*Is it difficult to learn ?*	Học nó có khó không ?	
17.	*It is very hard to learn.*	Tiếng Anh khó học lắm.	
22.	*It's not easy to pronounce.*	Nó không dễ đọc.	
27.	*It became easier to pronounce.*	Nó trở nên dễ đọc hơn.	

hard	*to learn*	'khó	học'
difficult	*to learn*	'khó	học'
easy	*to pronounce*	'dễ	đọc'

25.4.   Mệnh đề có before, after.

24.	*Before the exercise it sounded. so hard.*	Trước (khi làm) bài tập, nghe nó sao khó thế.
25.	*Before our teacher drilled us I didn't know what to do.*	Trước khi giáo-sư luyện-tập cho chúng em, em không biết phải làm gì.
26.	*But after some practice the sound seemed easier.*	Nhưng sau chút ít luyện-tập thì âm đó hình như dễ hơn trước.
50.	*After that, seven years of medical school.*	Sau đó lại 7 năm trường thuốc nữa.

Hai tiếng *before* và *after* có thể dẫn-nhập một đoạn như *before the exercice, after some practice, after that*, hoặc một mệnh-đề như *before our teacher drilled us.*

Phân-biệt :

một đoạn :

		that
before		*the exercise*
after		*the ceremony*
		breakfast

416

[25. C]

với

		we	do			that
một	before	the teacher	gave	.	us	the exercise
mệnh-đề :	after	we	had			the ceremony
		they	ate			breakfast
	when	I	grow up			
		you	grow up			
		I	finish			school

25.5. Mệnh-đề có what ở đầu.

25. *I didn't know what to do.*   Em không biết phải làm gì.

28 *What looked difficult has become easy.*   Một điều trước trông khó nay đã trở nên dễ dàng.

Trong Câu 25, *what to do* làm túc-từ cho know.

Trong Câu 28, *what looked difficult* làm chủ-từ cho *has become.*

I didn't know	what to do.
He knows	what to do.

What looked difficult	has become easy.
What is difficult	can be interesting.

417

25. 6 To look, to sound, to seem, to become.

Trong Bài 8, ta đã có động-từ *look* chiếm một vị-trí như *be* :

He is friendly.	Anh ấy tử-tế niềm-nở.
He looks friendly.	Anh ấy trông tử-tế niềm-nở.

Trong bài này, ta lại có những động-từ *sound*, *seem*, *become* cũng giống thế.

24.	*Before the exercise it <u>sounded</u> so hard.*	Trước khi làm bài tập, nghe nó sao khó thế.
26.	*But after some practice, the sound <u>seemed</u> easier.*	Nhưng sau chút ít luyện-tập thì âm đó hình như dễ hơn trước.
27.	*It <u>became</u> easier.*	Nó trở nên dễ đọc hơn.
28.	*What looked difficult has become easy.*	Một điều trước trông khó nay đã trở nên dễ-dàng.
34.	*That <u>sounds</u> wonderful!*	Nghe hay tuyệt !

He	is	friendly.	Anh ấy tử tế.
He	looks	friendly.	Trông anh ấy tử tế.
He	sounds	friendly.	Nghe anh ấy nói thì tử tế.
He	seems	friendly.	Hình như anh ấy có vẻ tử tế.
He	became	friendly.	Anh ta trở nên tử tế.

25. 7. Liên-tục đại-danh-từ who.

40.	*Here's a girl <u>who wants to become a doctor</u>.*	Đây là một cô bé muốn thành bác-sĩ.

Who dẫn-nhập một mệnh-đề phụ (gạch dưới trong thí-dụ) nói về cô bé : nó thay cho *girl* và làm chủ-từ cho *wants*.

Thêm thí-dụ :

a. *Here are the boys who can speak English.* Đây là các cậu bé biết nói tiếng Anh.

b. *Here is the boy who is my classmate.* Đây là anh bạn học cùng lớp với em.

c. *He is the uncle who has a farm.* Ông ấy là cái ông chú có trại.

d. *Miss Nga is the teacher who lives on my street.* Cô Nga là cô giáo ở cùng một đường với em.

25. 8. It, đại-danh-từ bất-định.

46. *It is more important to memorize the basic sentences.* Học thuộc lòng những câu căn-bản còn quan-trọng hơn.

Một kiểu câu đặc-biệt của Anh-ngữ và hơi khó đổi sang Việt-ngữ là kiểu câu sau đây :

It	is was	tĩnh - từ	to	động - từ

Ta chỉ cần nhớ câu này cũng có nghĩa như là :

To	động - từ	is was	tĩnh - từ

Câu 46 trong bài cũng có nghĩa như :

To memorize the basic sentences is more important. Học thuộc lòng những câu căn-bản còn quan-trọng hơn.

419

Thêm thí-dụ :

a. *It is good to know English.*
(= To know English is good.)

Biết tiếng **Anh** thì tốt.

b. *It is easy to memorize these sentences.*
(= To memorize these sentences is easy.)

Học thuộc lòng những câu **này cũng** dễ thôi.

c. *It is not very hard to speak English well.*
(= To speak English well is not very hard.)

Nói tiếng **Anh** giỏi **cũng** không khó lắm.

d. *It is wonderful to be in Dalat in the hot season.*
(= To be in Dalat in the hot season is wonderful.)

Mùa nóng mà ở Dalat thì tuyệt lắm.

D. EXERCISES   BÀI TẬP

1. Đặt câu ở thì *present perfect*, dùng hoặc *since* hoặc *for*. Thí dụ :

He, be, my classmate, 3 months.

HE HAS BEEN MY CLASSMATE FOR THREE MONTHS.

I, have, this bicycle. 1958.

I HAVE HAD THIS BICYCLE SINCE 1958.

   1 *I, know her, 5 years.*

   2 *We, study English, 7 months.*

   3 *They, have, 8 months of English.*

   4 *He, walk, two o' clock.*

5 He, smoke, 3 years.

6 We, listen to him, 3 hours.

7 She, live in Saigon, 9 weeks.

8 Her father, live in Saigon, 1954.

9 My brother, work in that school, 1959.

10 He, be our principal, 10 years.

11 My mother, cook the rice, 15 minutes.

12 I, wait for the teacher, half past nine.

13 I, live at this address, 2 years.

2. Trả lời những câu hỏi sau đây, dùng *have (has) been... -ing*. Thí-dụ :

How long have you been studying English ? (these past eight months)

I HAVE BEEN STUDYING ENGLISH THESE PAST EIGHT MONTHS.

How long has he been living in Saigon ? (since 1954)

HE HAS BEEN LIVING IN SAIGON SINCE 1951.

1 How long has she been reading ? (since twelve o'clock)

2 How long has he been writing letters ? (since seven o'clock in the morning)

3 How long have they been drawing pictures ? (these past two hours)

4 How long have you been traveling ? (these past three weeks)

5 How long has Nam been studying his lesson? (these past 30 minutes)

6 How long has the doctor been walking ? (since nine o'clock)

7 How long has the boy been running ? (for 25 minutes)

8 How long has the girl been jumping ? (since 8 : 15)

9 *How long have they been eating ? (since a quarter past* **nine)**

10 *How long has he been doing that ? (since last month)*

11 *How long have you boys been playing ? (these past two* **hours)**

12 *How long have you been waiting at this corner ? (since a quarter to six)*

13 *How long has she been working here? (since 1959)*

14 *How long has your mother been cooking that rice ? (for a quarter of an hour)*

15 *How long has the maid been washing ? (for two hours)*

16 *How long have the boys been sleeping ? (for six hours)*

17 *How long has the girl been typing ? (since noon)*

18 *How long has he been sweeping the kitchen floor ? (since seven o'clock)*

3. Đặt câu theo lời dặn. Thí-dụ :

This word is easy	THIS WORD IS EASY.
to read	THIS WORD IS EASY TO READ.
hard	THIS WORD IS HARD TO READ.
to spell	THIS WORD IS HARD TO SPELL.

1	*that*	11	*this*	21	*those*
2	*to pronounce*	12	*to pronounce*	22	*easy*
3	*difficult*	13	*sound*	23	*to spell*
4	*sentence*	14	*word*	24	*difficult*
5	*to write*	15	*easy*	25	*to pronounce*
6	*to memorize*	16	*to read*	26	*to memorize*
7	*easy*	17	*to write*	27	*hard*
8	*to repeat*	18	*difficult*	28	*difficult*
9	*to spell*	19	*to pronounce*	29	*not*
10	*hard*	20	*these*	30	*very*

4. Đặt câu có *seem, look, sound*, v.v. Thí-dụ :

He is intelligent.   HE IS INTELLIGENT.

    seem   HE <u>SEEMS</u> INTELLIGENT.

    look   HE <u>LOOKS</u> INTELLIGENT.

    friendly   HE LOOKS <u>FRIENDLY</u>.

1	*tired*	11	*intelligent*	21	*hard*
2	*sound*	12	*interesting*	22	*difficult*
3	*be*	13	*it*	23	*interesting*
4	*I*	14	*look*	24	*nice*
5	*feel*	15	*seem*	25	*be*
6	*look*	16	*sound*	26	*they*
7	*she*	17	*wonderful*	27	*friendly*
8	*happy*	18	*be*	28	*intelligent*
9	*friendly*	19	*easy*	29	*look*
10	*be*	20	*become*	30	*happy*

5. Đọc những định-nghĩa sau đây theo thí·dụ :

A painter is a person who PAINTS your house.

1   *A teacher is a person_____teaches us in school.*

2   *A gardener is a person who takes care of a_____.*

3   *A giver is a person who_____something to somebody.*

4   *A_____ is a person who helps another person.*

5   *A lender is a person who___ money to other people.*

6   *A listener is a person who listens to the_____*

7   *A smoker is a person who_____ cigarettes (thuốc lá).*

423

[25. D]

    8 A speaker is a person who _____ before a crowd.

    9 A student is a boy (or girl) who _____ to school.

   10 A _____ is a person who reads a book or a newspaper.

   11 A beginner is a student who _____ to study something.

   12 A _____ is a person who travels.

   13 A waiter is a person who _____ on (hầu) people in a restaurant.

   14 A baskeball player is a person who _____ baskeball.

   15 A _____ is a person who runs (quản-trị) a hight school.

6. Hỏi những câu hỏi theo thí-dụ.

What's the question ?   WHAT'S THE BETTER QUESTION ?

                                WHAT'S THE OTHER QUESTION ?

                                WHAT'S THE LAST QUESTION ?

                                WHAT'S THE NEXT QUESTION ?

                                WHAT'S THE BEST QUESTION ?

Who's the student ?   WHO'S THE BETTER STUDENT ?

                                WHO'S THE OTHER STUDENT ?

                                WHO'S THE LAST STUDENT ?

                                WHO'S THE NEXT STUDENT ?

                                WHO'S THE BEST STUDENT ?

    1 Who's the boy ?

    2 Who's the girl ?

    3 What's the lesson ?

    4 What's the exercise ?

    5 What's the sound ?

    6 What's the color ?

424

7 *What's the address ?*

8 *What's the book ?*

9 *Who's the architect ?*

10 *What's the building ?*

11 *What's the sentence ?*

12 *What's the practice ?*

13 *Who's the carpenter ?*

14 *What's the dictation ?*

15 *What's the word ?*

16 *Who's the contractor ?*

16 *What's the picture ?*

18 *Who's the doctor ?*

19 *Who's the bricklayer ?*

20 *Who's the gardener ?*

7. Xếp lại những câu sau đây :

he morning drinks in coffee rarely the much

HE RARELY DRINKS MUCH COFFEE IN THE MORNING

1 *yellow Vietnamese and flag the red has*

2 *each before tea drinks of uncle cup a always my meal*

3 *for the mother waiting Ba his principal and are school*

4 *aunt than fatter is think my woman that I*

5 *school you girls is that high know other the for*

6 *meals wine their drink French the with*

425

7   *drink tea Vietnamese lot a the to seem of*

8   *you more how the picture many add can to*

9   *post-officedo get I how the to*

10   *how school to you take get to does it long*

11   *back until and half thirty stay four go at we past two*

12   *is his he now right dinner having*

13   *see grades his to the Ninh about principal wants*

14   *Vietnamese I sentences into from translated five also English.*

15   *swim study the in the in going I'm morning to and afternoon to.*

16   *shirt and both white pressed blue my I and my shirt*

17   *in many say the serve food French restaurants do of Saigon*

18   *study morning them we class in in the.*

19   *room room dining large both serves and living as room large*

20   *clean is is always so that it why.*

21   *yet met father have nor mother I your and.*

22   *back give we Saigon some ask to us can take to uncle my want you if to fruit.*

23   *Vietnam than Saigon other any has city more people in*

24   *table Mr. wedding Huyen 's the the photography corner showed on at the.*

25   *teacher very good will well doing now and sure I make am are you you a.*

9.   Giải-đáp những câu đố sau đây :

1   As warm as a fire ('lửa')

426

And as yellow as gold (vàng)
I have been around for years,
But never grow ('trở nên') old.

I am the _____.

2 *Sometimes I'm made of wood ('gỗ, cây').*
You jump into me at night.
In summer you jump out of me
As soon as it is light ('sáng')

I am a _____.

3 *Sometimes I'm very big.*
Sometimes I'm very small.
Children like to play with me,
Summer, winter, spring and fall.

I am a _____.

4 *I am green in the summer.*
I change (đổi) color in the fall.
Big boys like to climb me,
But they can't when they are small.

I am a _____.

5 *When I am at a party,*
Children around me sing.
When you eat a piece of me,
You smile just like a king ('vua').

I am a _____.

TREE   CAKE   SUN   BALL   BED

E. DICTATION   CHÍNII-TẢ

1. *Lan has been my classmate in this high school for three months.*

2. *My brother and I have studied English since last August.*

3. *We have been studying that foreign language these past seven months.*

4. *We don't find it very hard to learn.*

5. *The grammar isn't very difficult*

6. *The pronunciation is sometimes a little difficult because the English sounds are not easy to pronounce.*

7. *But our teacher spent a lot of time on pronunciation.*

8. *What looked difficult seven months ago has become quite easy now.*

9. *He wants to be an English teacher when he grows up, and I am sure he will make an excellent teacher.*

10. *She wants to become a doctor when she finishes school.*

11. *But first she has to pass all her exams this year.*

12. *Then she will have to go on to Grade 6, Grade 5, Grade 4, Grade 3, Grade 2 and Grade 1.*

13. *Then after that seven years of medical school.*

14. *It's a very long way, you see.*

15. *So I wish her lots of luck.*

F. VOCABULARY   NGỮ-VỰNG

ago	/əgów/	cách đây

basic	/bǽsik/	căn-bản
became	/bikéym/	[quá-khứ của *to become*]
to become	/tə bikɔ́m/	trở nên
become	/bikɔ́m/	[phân-từ của *to become*]
been	/bin/	[phân-từ của *to be*]
dictation	/diktéyšən/	chính-tả
difficult	/dífikəlt/	khó
to drill	/dríl/	luyện-tập
exercise	/ɛ́ksərsays/	bài tập
to finish	/tə fíniš/	làm xong
foreign	/fɔ́rin/	ngoại-quốc
to go on	/tə gów ɔn/	tiếp tục
grammar	/grǽmər/	văn-phạm
had	/hǽd/	[phân-từ của *to have*]
to hope	/tə hówp/	hi-vọng
kind	/káynd/	tốt, tử-tế
known	/nówn/	[phân-từ của *to know*]
language	/lǽngwij/	ngôn-ngữ, tiếng
last	/lǽst/	trước, vừa qua
luck	/lɔ́k/	sự may mắn
medical	/mɛ́dikəl/	về thuốc
medical school	/mɛ́dikəl skuwl/	trường thuốc
to memorize	/tə mɛ́mərayz/	học thuộc lòng
page	/péyǰ/	trang
to pass	/tə pǽs/	đậu, đỗ
practice	/prǽktis/	sự luyện-tập

to pronounce	/tə pronáwns/	đọc
pronunciation	/prənənsiéyšən/	phát-âm, cách đọc
since	/síns/	từ
sound	/sáwnd/	âm
to spend	/tə sṗénd/	tiêu, mất
spent	/spént/	[quá-khứ của *to spend*]
told	/tówld/	[quá-khứ của *to tell*]
vocabulary	/vokǽbyuwlɔriy/	ngữ-vựng
who	/húw/	người mà
to wish	/tə wíš/	chúc
way	/wéy/	đường đi

NGỮ-VỰNG

(Các con số trong bảng này là số bài trong sách)

dinner, 10
dirt, 18
dirty, 18
dish, 24
to do 'làm', 8
do 'trợ-động từ', 6
does 'trợ-động-từ', 6
doctor, 22
dog, 7
doll, 24
door, 3
dot, 11
down, 5
downstairs, 20
downtown, 20
to draw, 11
drawer, 20
dress, 18
dressed, 18
to drill, 25
to drink, 10
dry, 17
to dry, 18
during, 17

eighth, 15
eighty, 9
electricity, 24
eleven, 6
eleventh, 15
empty, 19
English, 3
enough, 10
-er, 21
to erase, 5
eraser, 3
especially, 8
-est, 23
even, 22
evening, 5
ever, 22
every, 0
everybody, 13
exactly, 12
exam, 8
excellent, 4
to excuse, 7
exercise, 25
expensive, 19

E

each, 6
ear, 18
easy, 8
to ea , 10
eight, 6
eighteen, 9
eighteenth, 15

F

face, 14
fall, 17
family, 21
famous, 22
fan, 6
farm, 22
farme. , 22

M

made of, 21
maid, 13
to make, 9
man, 9
mango, 22
mangosteen, 22
many, 19
map, 4
March, 16
math, 14
married, 21
may, 5
May, 16
me, 2
meal, 10
to mean, 3
meaning, 16
to measure, 9
meat, 10
medical, 25
medical school, 25
to meet, 22
to memorize, 25
menu, 19
met, 22
meter, 9
midnight, 16
milk, 10
mine, 23
minute, 12
Miss, 1
Monday, 15

moon, 11
more 'nūa', 3
more 'hon', 23
morning 1
most, 23
mother 9
mouth, 18
movie, 12
Mr., 1
Mrs., 1
much, 2
my, 1

N

name, 1
nao, 12
narrow, 23
near, 20
neck, 18
necktie, 18
neighbor, 22
never, 10
new, 7
newspaper, 13
next, 16
next to, 20
nice, 8
night, 5
nine, 6
nineteen, 9
nineteenth, 15
ninety, 9
ninth, 15